മൂന്നു ചുവരുകൾ

moonu chuvarukal
novel

●

jomon joseph edathala

●

first edition
december 2017

●

typesetting & published
chintha publishers, thiruvananthapuram

●

cover & illustration
a k haridas

വിതരണം

ദേശാഭിമാനി ബുക്ക് ഹൗസ്
H O തിരുവനന്തപുരം-695 035
phone: 0471-2303026, 6063026
www.chinthapublishers.com
chinthapublishers@gmail.com

ബ്രാഞ്ചുകൾ

ഹെഡ്ഡാഫീസ് ബ്രാഞ്ച് കുന്നുകുഴി • സ്റ്റാച്യു തിരുവനന്തപുരം • കെ എസ് ആർ ടി സി ബസ് സ്റ്റേഷൻ ആലപ്പുഴ • കെ എസ് ആർ ടി സി ബസ് സ്റ്റേഷൻ എറണാകുളം • മച്ചിങ്ങൽ ലെയ്ൻ തൃശൂർ • ഐ ജി റോഡ് കോഴിക്കോട് • മാവൂർ റോഡ് കോഴിക്കോട് • എൻ ജി ഒ യൂണിയൻ ബിൽഡിങ് കണ്ണൂർ • സെൻട്രൽ ബസ് ടെർമിനൽ കോംപ്ലക്സ് താവക്കര കണ്ണൂർ

CO - 2795 / 4509
ISBN - 978-93-86637-63-5

മൂന്നു ചുവരുകൾ

(നോവൽ)

ജോമോൻ ജോസഫ് എടത്തല

ചിന്ത പബ്ലിഷേഴ്സ്
തിരുവനന്തപുരം-695 035

ജോമോൻ ജോസഫ് എടത്തല

1975 ൽ എറണാകുളം ജില്ലയിലെ കാലടിക്കടുത്തുള്ള നീലീ
ശ്വരത്ത് ജനിച്ചു. യുണൈറ്റഡ് നേഷൻസ് ഇൻസ്റ്റിറ്റ്യൂട്ട്
ഓഫ് ട്രെയിനിങ് ആന്റ് റിസേർച്ചിൽനിന്നും കോൺഫ്ളി
ക്റ്റോളജിയിൽ ബിരുദാനന്തര ബിരുദം. 2013 മുതൽ
കേരളത്തിന്റെ ചുമതലയുള്ള ശ്രീലങ്കൻ സ്ഥാനപതിയായി
സേവനമനുഷ്ഠിക്കുന്നു. ആംഗലേയ ഭാഷയിൽ *സി എസ്
ആർ-ബിസിനസ് റേസിസം, ശ്രീലങ്കാസ് പോസ്റ്റ് കോൺ
ഫ്ലിക്റ്റ് വോസ് - എൽ ടി ടി ഇ* എന്നീ രണ്ടു പുസ്തക
ങ്ങൾ പ്രസിദ്ധീകരിച്ചിട്ടുണ്ട്.

ഉള്ളടക്കം

പ്രസാധകക്കുറിപ്പ്

ജാനകിയമ്മ എന്ന സ്ത്രീയുടെ അരികു ജീവിതമാണ് ഈ നോവലിലെ പ്രമേയം. ഭർത്താവിനാൽ ഉപേക്ഷിക്ക പ്പെട്ടവൾ. ജീവിത പാരാവാരത്തിൽ ഒറ്റയ്ക്കു തുഴയുമ്പോൾ അവളുടെ തണൽ തേടിയും അവൾക്കു തണലായും പലരും എത്തിച്ചേരുന്നു. ജീവിതവൃത്തം ഒരുവട്ടം കറങ്ങി ത്തീർക്കുമ്പോൾ പലതും ആവർത്തിക്കപ്പെടുന്നു. മാറിവ രുന്ന ഗ്രാമീണക്കാഴ്ചകളും അതിനെ ചുറ്റിപ്പറ്റിയുള്ള സാധാരണ മനുഷ്യരുടെ ജീവിതവും ഈ നോവലിന്റെ സവിശേഷതകളാണ്.

ചിന്ത പബ്ലിഷേഴ്സ്

" We need to reshape our own perception of how we view ourselves. We have to step up as women and take the lead."
..Beyonce Giselle Knowles - Carter

ഏകാന്തതയുടെ വർത്തമാനം

വെളുപ്പിന് കൊവേന്തയിലെ പള്ളിമണി അടിക്കുമ്പോഴും ഞാൻ ഉണർന്നു കിടക്കുകയായിരുന്നു. തട്ടുംപുറത്തെ നാശം പിടിച്ച എലികൾ ഒരു നേരത്തും സൈ്വരം തന്നിട്ടില്ല. ദിനകരൻ വൈദ്യരുടെ മോൻ ആ തിരുമ്മലുകാരൻ വിണ്ണൻ പട്ടണത്തിൽനിന്നും കൊണ്ടുതന്ന എലി കത്രിക ഒരു നോക്കുകുത്തിപോലെ അവിടെ ഇരിക്കുന്നുണ്ട്. മിഖാ യേലിന്റെ കടയിൽ പശുവിന് കൊടുക്കാൻ തിരിഞ്ഞിടുന്ന പഴം എത്ര വട്ടമാണ് ഞാനതിൽ കെണി വെച്ചത്. ഇന്നേനാളുവരെ ഒരൊറ്റ എലി പോലും ആ പരിസരത്തേക്ക് എത്തിനോക്കിയിട്ടില്ല. ആ പേരും പറഞ്ഞ് അറുപതു രൂപയാണ് എന്റെ കൈയിൽനിന്നും അവൻ ചൂണ്ടിയത്. ഉറക്കമില്ലാത്ത രാത്രികൾ ഇന്നെനിക്കൊരു ശീലമായി മാറിക്കഴിഞ്ഞു. കവല നിശ്ശബ്ദമാകാൻ തുടങ്ങുന്നതോടെ എന്റെയുള്ളിൽ വല്ലാത്തൊരു ആധി കയറാൻ തുടങ്ങും. രാത്രികളിൽ ഒരു ജാരനെപ്പോലെ കയറി വരുന്നത് ഗോവിന്ദനും ഒരു പതിവാക്കി മാറ്റിയിരിക്കുകയാണ്. പിന്നാമ്പു റത്തെ ചാർത്തിലേക്ക് ചരിഞ്ഞു തുടങ്ങിയ കോമാവ് വെട്ടി മാറ്റാൻ ബർക്കുമാൻസുമായി കച്ചവടം പറഞ്ഞുറപ്പിച്ചതിന്റെ നാലാം പക്കമാണ് ഗോവിന്ദൻ അതിൽക്കയറി കെട്ടിത്തൂങ്ങിയത്. മരം മുറിക്കുവാൻ വൈകി യതിന് ബർക്കുമാൻസിനെ മാത്രം പഴി പറഞ്ഞിട്ട് യാതൊരു കാര്യ വുമില്ല. അതിനു രണ്ടു മാസം മുൻപ് തെക്കുവശത്ത് നില്ക്കുന്ന വട്ടയും ഈ മാവും ചേർത്ത് ഇരുന്നൂറ് രൂപാ രൊക്കം തരാമെന്ന് ദാമോദരൻ പറഞ്ഞപ്പോഴല്ലേ ആ ചട്ടുകാലൻ മാപ്പ അതിന് ഇടംകോലിട്ടത്. ഇതിപ്പോ വിറകിന്റെ വിലപോലും ആയയോ ജാനകി, ഞാൻ അതു കേൾക്കാനും കയറിൽ തൂങ്ങി ആടിക്കൊണ്ടിരുന്ന ഗോവിന്ദന്റെ തുറിച്ച് തള്ളിയ ചോര കണ്ണുകളും കടിച്ചു പിടിച്ച നാവും ഒറ്റ നോട്ടത്തിൽത്തന്നെ എന്റെ

മനസ്സിൽ സ്ഥിരപ്രതിഷ്ഠ നേടി. പൊലീസുകാരെത്തി ഗോവിന്ദന്റെ ശവം കൊണ്ടുപോകുന്നതുവരെ എന്തു മാത്രം ജനം ആയിരുന്നു കാഴ്ചക്കാരായി കൂടിയത്; ഒരു സർക്കസുകാരന്റെ അഭ്യാസപ്രകടനം കാണുന്ന കൗതുകത്തോടെയാണ് ആളുകൾ ആ മരണത്തെ ആസ്വദിച്ചത്.

രാവിലെ മുതൽ മദ്യം സേവിക്കുന്ന ഒരു ദുശ്ശീലം ഒഴിവാക്കിയാൽ എനിക്ക് അറിയാവുന്നിടത്തോളം ഗോവിന്ദൻ നല്ലവനായിരുന്നു. എത്ര കൊള്ളരുതാത്തവൻ ആയിരുന്നാൽപ്പോലും സ്വന്തം മക്കൾ കൈ വെച്ചാൽ ഏതെങ്കിലും അച്ഛന് അതു സഹിക്കാൻ സാധിക്കുമോ; ഗോവിന്ദന്റെ കാര്യത്തിലും അതുതന്നെയാണ് സംഭവിച്ചത്. ചാകുന്നതിനു രണ്ടു ദിവസം മുൻപ് പീടികത്തിണ്ണയിൽ ഇരുന്ന് കുറെ നേരം അവൻ എന്നോട് സംസാരിച്ചു. കവലയിൽ കിടന്നു മരിക്കണമെന്നാണ് ഗോവിന്ദന്റെ ആഗ്രഹമെന്നു പറഞ്ഞെങ്കിലും അവൻ ഉന്നം വെച്ചിരുന്നത് എന്റെ കോമാവായിരുന്നു എന്ന് സ്വപ്നത്തിൽപ്പോലും ഞാൻ കരുതിയില്ല. എല്ലാം ഒരു നിമിത്തം ആയിരുന്നു എന്നുവേണം കരുതാൻ. മൂന്ന് ആൺ മക്കൾ ഉണ്ടായിരുന്നിട്ടും ഗോവിന്ദന്റെ ശേഷക്രിയ ചെയ്യുവാൻ അവ രാരും ഒരുതരത്തിലുള്ള ശുഷ്കാന്തിയും കാണിച്ചില്ല. അതുകൊണ്ടാ ണല്ലോ അവന്റെ ആത്മാവിനു മോക്ഷം കിട്ടാതെ ഇപ്പോഴും ഈ കവല യിൽത്തന്നെ അലഞ്ഞു തിരിയുന്നത്. ഒരു തരത്തിൽ അതെനിക്കൊരു ഉപകാരമായി എന്നുവേണം പറയാൻ. ഏകാന്തതയുടെ ഭീകരമായ വേട്ട യാടലിൽനിന്നും രക്ഷനേടാൻ ഗോവിന്ദനും എലികളുമൊക്കെയാണ് ഇപ്പോഴുള്ള എന്റെ ആശ്രയം.

കുറെ കാലങ്ങൾകൊണ്ട് കവല കെട്ടിലും മട്ടിലും അടിമുടി മാറി പ്പോയി. പണ്ടൊക്കെ കവലയിൽ അടിയും ബഹളവും ഒഴിഞ്ഞിട്ട് നേര മില്ലായിരുന്നു. മാപ്ലമാരായിരുന്നു അന്നത്തെ ചട്ടമ്പികൾ മുഴുവനും. വേഴ പ്പിള്ളി കുഞ്ഞ്, കീരി അന്തോണി, തോട്ടുങ്ങൽ വർക്കിച്ചൻ, ചെമ്പൻ അഗസ്തി അങ്ങനെ ഒരു നീണ്ട നിരതന്നെ ഉണ്ടായിരുന്നു. മുൻനിര ചട്ട മ്പികളെ കൂടാതെ അവരുടെ സഹായികളും ശിഷ്യന്മാരുമൊക്കെയായി പറഞ്ഞാൽ തീരാത്ത കുട്ടിച്ചട്ടമ്പികൾ വേറെയും. വേഴപ്പിള്ളി കുഞ്ഞും അയാളുടെ മക്കളുംകൂടി ചെത്തുകാരൻ അശോകനെ സൈക്കിളിൽ നിന്നും പിടിച്ചിറക്കി എന്റെ കൺമുൻപിലിട്ടാണ് വെട്ടിയും കുത്തിയും കൊന്നത്. പ്രാണന് വേണ്ടിയുള്ള അശോകന്റെ ദീനരോദനം ഇന്നും എന്റെ കാതുകളിൽ ഒരു അലർച്ചയായി മുഴങ്ങുന്നുണ്ട്. സുഭദ്ര കുഞ്ഞ മ്മയുടെ മകൻ പൊലീസുകാരൻ ധർമ്മൻ ഒറ്റയൊരുത്തനാണ് ആ സംഭവം കണ്ടില്ലെന്ന് എന്നെക്കൊണ്ട് അന്നാളിൽ കളവു പറയിപ്പിച്ചത്. മാത്തച്ചൻ മുതലാളിയുടെ പണത്തിന്റെയും സ്വാധീനത്തിന്റെയും ബലത്തിൽ കുഞ്ഞ് ആ കേസിൽനിന്നും രക്ഷപ്പെട്ടു. കുഞ്ഞിനെതിരെ ഞാൻ ഒരാൾമാത്രം സാക്ഷി പറഞ്ഞതുകൊണ്ട് വലിയ പ്രയോജ നമൊന്നും ഉണ്ടാകില്ലായിരുന്നു എന്നതു വാസ്തവമാണ്. പക്ഷേ, അശോകന്റെ ആത്മാവിനോട് നീതി പുലർത്താതിരുന്നതിന്റെ കുറ്റ

ബോധം പിന്നീടെപ്പോഴും എന്നെ അലോസരപ്പെടുത്തിക്കൊണ്ടിരുന്നു. മാത്തച്ചൻ മുതലാളീടെ പക്ഷം പിടിച്ച് ധർമ്മൻ എന്നെ ചതിക്കുക യായിരുന്നു എന്ന് കുറെ നാളുകൾക്കുശേഷം ഈ ഗോവിന്ദൻ പറ ഞ്ഞാണ് ഞാൻ അറിയുന്നത്. കാശിനുവേണ്ടി എന്തു നെറികേട് ചെയ്യാനും മടിയില്ലാത്തവനാണ് ധർമ്മനെന്നു വളരെ വൈകിയാണ് ഞാനും മനസ്സിലാക്കിയത്. ആ കുടുംബത്തിന്റെ ശാപം അവൻ എവിടെ കൊണ്ടുപോയി തീർക്കാനാണ്. അതുകൊണ്ട് തന്നെയാണ് ഒരു കുഞ്ഞി ക്കാല് കാണാനുള്ള യോഗം ഈശ്വരൻ അവനു കൊടുക്കാതിരുന്നത്.

അക്കാലത്ത് കുന്നേൽ മാത്തച്ചൻ മുതലാളി പറയുന്നതായിരുന്നു നാട്ടിലെ അവസാനവാക്ക്. അതിന് കാരണവുമുണ്ട്. ആ കാലഘട്ട ത്തിലെ മിക്കവാറും ആണുങ്ങൾ അയാളുടെ തടിക്കൂപ്പിലെ പണിക്കാ രായിരുന്നു. ശനിയാഴ്ച വൈകുന്നേരം കൂപ്പിലെ ജോലിക്കാരേയും കുത്തിനിറച്ചുള്ള ലോറികൾ എത്താൻ തുടങ്ങുന്നതോടെ കവലയിലൊരു ഉത്സവത്തിന്റെ പ്രതീതിയായിരുന്നു. മുട്ടി ചുമക്കാനായി കൊടകരേന്നും വടാട്ടുപാറേന്നുമൊക്കെ വരുന്ന പെണ്ണുങ്ങൾ അന്നു രാത്രിയിൽ കവലയിൽ തന്നെയാണ് തമ്പടിച്ചിരുന്നത്. ഏറ്റവും കുറഞ്ഞത് ഒരു നൂറു പേരെങ്കിലും കാണും. ഞായറാഴ്ച രാവിലെ കണക്കു തീർത്ത് കൂലി വാങ്ങുന്നതിലും കൂടുതൽ കാശ് ഒറ്റ രാത്രി കൊണ്ട് മടിശീലയിൽ ആക്കുന്ന മിടുക്കികളും അക്കൂട്ടത്തിൽ ഉണ്ടായിരുന്നു. കടത്തിണ്ണയിൽ ഇരുന്നുകൊണ്ടുള്ള അവരുടെ സംസാരം രാത്രി മുഴുവൻ ജനാലയുടെ പുറകിലിരുന്ന് കേൾക്കുന്നത് എന്റെ ഒരു ശീലമായിരുന്നു. അല്ലെങ്കിലും കവല ശാന്തമാകാതെ എനിക്കൊരിക്കലും ഉറങ്ങാൻ കഴിയുമായിരുന്നില്ല.

മാത്തച്ചൻ മുതലാളിയുടെ കിങ്കരന്മാരായ ചട്ടമ്പികളായിരുന്നു കവ ലയിലെ ഭരണം കൈയാളിയിരുന്നത്. അതുകൊണ്ട് തന്നെ ഒരുവിധപ്പെട്ട വിഷയങ്ങളൊക്കെ ചട്ടമ്പികളുടെ മദ്ധ്യസ്ഥതയിലാണ് പരിഹരിക്കപ്പെട്ടി രുന്നത്. അക്കാലത്ത് മാപ്ലച്ചട്ടമ്പികളോട് എതിർത്തു പറയാൻ തന്റേടമു ള്ളവരാരും ചേകവന്മാർ ലോഭിച്ച ചോവന്മാരുടെ കൂട്ടത്തിൽ ഉണ്ടായി രുന്നില്ല എന്നതാണ് വാസ്തവം. കുട്ടിയാശാന്റെ മോൻ ഭാസ്കരന്റെ വിഷയത്തോടെയാണ് ആ പതിവിനു ചെറുതായിട്ടെങ്കിലും ഒരു മാറ്റം വന്നു തുടങ്ങിയത്. കരിപ്പറമ്പൻ ഇട്ടീരയുടെ പുഴം പള്ളത്തെ പനയിൽ നിന്ന് കള്ളിറക്കിയതിനാണ് ഭാസ്കരനെ ചായക്കടയുടെ മുൻപിലുള്ള പോസ്റ്റുകാലിൽ തോട്ടുങ്ങൽ വർക്കിച്ചൻ കെട്ടിയിട്ടത്. വടക്കേ കവലയിൽ നിന്ന് ഗാർഡ് വിശ്വനും കൂട്ടരും എത്തിയതാണ് ഭാസ്കരൻ അന്നു രക്ഷ യായത്. വിശ്വത്തിന്റെ കൂട്ടത്തിൽ ഗോവിന്ദനടക്കം ഏതാണ്ട് പതിന ഞ്ചോളം പേരുണ്ടായിരുന്നു. എല്ലാവരേയും കൂടി ഒരുമിച്ചു കണ്ടപ്പോൾ വർക്കിച്ചനൊന്നു പരുങ്ങിയെന്നു മാത്രവുമല്ല വടക്കേ റോഡിലെ ചാരാ യഷാപ്പിലേക്ക് വെച്ചു പിടിക്കുകയും ചെയ്തു. ഭാസ്കരനെ കെട്ടഴിച്ചു വിട്ടതിനു ശേഷം കുറെ നേരംകൂടി ചായക്കടയുടെ പരിസരത്തു റോന്തു ചുറ്റീട്ടാണ് വിശ്വനും സംഘവും മടങ്ങിപ്പോയത്. അവരു പോയതിന്റെ

തൊട്ടുപുറകെ ഷാപ്പിൽനിന്നും ഒരു സംഘം ആളുകളോടൊപ്പം തിരിച്ചെത്തിയ വർക്കിച്ചനും നിർല്ലോഭം വെല്ലുവിളികൾ നടത്തിയിട്ടാണ് മടങ്ങിയത്. അന്നു വൈകുന്നേരം കവലയിൽ വലിയ പ്രശ്നങ്ങൾ ഉണ്ടാ കുമെന്നാണ് എല്ലാവരെയുംപോലെ ഞാനും കരുതിയത്. പക്ഷേ, ഒന്നും സംഭവിച്ചില്ലെന്നു മാത്രവുമല്ല കൂപ്പിലേക്കുള്ള അവസാനത്തെ ലോറിയും കവലയോടു വിടപറയുന്നതുവരെ ഞാൻ കാത്തിരുന്നത് മാത്രം മീതിയായി.

ആ സംഭവത്തോടുകൂടി ചോവന്മാർക്കു കവലയിലൊരു നിലയും വിലയുമൊക്കെ ഉണ്ടായി. അന്നു മുതലാണ് ഗോവിന്ദനോട് എനിക്കു കുറേശ്ശെ ബഹുമാനം തോന്നിത്തുടങ്ങിയതും. അക്കാലത്ത് ശാഖ യൊന്നും ഇന്നേത്തതുപോലെ സജീവമായിരുന്നില്ല. ഇപ്പോൾ കുറെ നാളുകളായി ചട്ടമ്പികൾക്കു പകരം ശാഖയാണല്ലോ സമുദായത്തിന്റെ പ്രശ്നങ്ങൾ മുഴുവനും കൈകാര്യം ചെയ്യുന്നത്.

പീടികമുറിയുടെ വാടക കൂട്ടുന്ന കാര്യവും പറഞ്ഞ് കുര്യാക്കോ സിന്റെയും മിഖായേലിന്റെയും പുറകെ നടന്നു കാലിലെ വെള്ള തേഞ്ഞ പ്പോഴാണ് ആ വിഷയം വിശംഭരനെ ഏല്പിക്കുവാൻ ഞാൻ തീരുമാനി ച്ചത്, പണ്ടായിരുന്നെങ്കിൽ ഗോവിന്ദനെപ്പോലെയുള്ള ചട്ടമ്പികൾക്ക് ഒരൊറ്റ ദിവസം കൊണ്ട് നിഷ്പ്രയാസം കൈകാര്യം ചെയ്യാവുന്ന വിഷ യങ്ങളായിരുന്നു ഇതൊക്കെ. പക്ഷേ, ശാഖയാകുമ്പോൾ വിശംഭരൻ പറയുന്നതുപോലെ എല്ലാത്തിനും അതിന്റേതായ നടപടിക്രമങ്ങൾ നോക്കേണ്ടതുണ്ടല്ലോ.

ഇന്നു പതിനൊന്നു മണിക്കാണ് ശാഖയിലേക്ക് ചെല്ലുവാൻ പറ ഞ്ഞിട്ടുള്ളത്. ഈയൊരു കാര്യത്തിനുവേണ്ടി എത്ര കാലം നടക്കേണ്ടി വന്നാലും അതിനു തയ്യാറായിത്തന്നെയാണ് ഞാൻ ഇറങ്ങിത്തിരിച്ചിട്ടു ള്ളത്. ചോദിക്കാനും പറയാനും എനിക്കും ആളുകളുണ്ടെന്ന് മാപ്പമാർക്ക് ബോദ്ധ്യപ്പെടുത്തി കൊടുക്കാനുള്ള സമയം അതിക്രമിച്ചു കഴിഞ്ഞു. ശേഖരനമ്മാവൻ ഉണ്ടായിരുന്ന കാലംവരെ സമയത്തിനു വാടക കൂട്ടി ത്തരാൻ ഇവർക്കൊന്നും യാതൊരു മടിയും ഇല്ലായിരുന്നു. ഇപ്പോഴത്തെ സ്ഥിതി അതല്ലല്ലോ. എനിക്കുവേണ്ടി സംസാരിക്കാൻ ആണുങ്ങളാരും ഇല്ലെന്ന് അവർക്കു നല്ല ബോദ്ധ്യമുണ്ട്. ആൺതുണയില്ലാത്ത സ്ത്രീ കളെ ചവുട്ടിയരയ്ക്കുക എന്നുള്ളത് പൊതുവേയുള്ള നാട്ടുനടപ്പാണല്ലോ.

നേരം വെളുത്തു തുടങ്ങിയതോടെ കവലയിൽ ആളും അനക്കവും വെച്ചുതുടങ്ങി. ഇനി എത്രനേരം കിടന്നാലും ഒരു പോള കണ്ണടയ്ക്കുവാൻ എനിക്കു സാധിക്കില്ല. കവല ഉണരുന്നതിനോടൊപ്പമാണ് എന്റെ ഓരോ ദിവസവും ആരംഭിക്കുന്നത്. രാത്രിയിൽ കവല ഉറങ്ങുന്നതിനോടൊപ്പം ഞാനും ഉറങ്ങാൻ തുടങ്ങും. വർഷങ്ങളായുള്ള എന്റെ ഈ ശീലത്തിനു മാത്രം ഇപ്പോഴും ഒരു മാറ്റവും വന്നിട്ടില്ല.

ശാഖയിലേക്കു പോകാൻ കുറച്ചു ദൂരം നടന്നു കഴിഞ്ഞപ്പോഴാണ് കുട എടുക്കാതിരുന്നത് അബദ്ധമായിപ്പോയെന്ന് എനിക്കു ബോദ്ധ്യമാ

യത്. മീനമാസത്തിലെ ചുട്ടുപൊള്ളുന്ന വെയിലിന്റെ കൂടെ മഴക്കാറിന്റെ ഉരുക്കവും കൂടി ആയപ്പോൾ ശരിക്കും വറചട്ടിയിൽ വെച്ചതു പോലെയായി എന്റെ അവസ്ഥ.

എങ്ങോട്ടാണ് ജാനകിയമ്മേ?

തയ്യൽക്കാരൻ ശശിയുടെ മകൾ ബിന്ദു പഞ്ചായത്തിൽനിന്നും ഇറങ്ങിവരുന്ന വഴിക്കാണ് എന്നെ കണ്ടത്. നല്ല കഴിവും വകതിരിവുമുള്ള കുട്ടിയാണ് ബിന്ദു. അതുകൊണ്ടു തന്നെയാണ് രണ്ടാംവട്ടവും പഞ്ചായത്തു മെമ്പറാകാൻ അവൾക്കു സാധിച്ചത്.

ശാഖയിലേക്ക് പോകാൻ ഇറങ്ങിയതാണ് ബിന്ദു.

അതു കേട്ടതോടെ എന്താണു കാര്യം എന്നു ചോദിച്ചുകൊണ്ട് അവൾ എന്റെ അടുത്തേക്ക് വന്നു.

വിശ്വംഭരനെ ഒന്നു കാണണം എന്ന് ഒഴുക്കൻ മട്ടിൽ പറഞ്ഞിട്ട് ഞാൻ പതുക്കെ മുന്നോട്ടു നടന്നു. കൂടുതൽ വിശേഷം പറയാൻ നില്ക്കാതെ ഞാൻ പോന്നത് അവൾക്ക് തീരെ രസിച്ചില്ലെന്നു തോന്നുന്നു.

പഞ്ചായത്തിൽനിന്ന് എന്തെങ്കിലും സഹായം പ്രതീക്ഷിച്ചിട്ട് കാര്യമില്ലെന്ന് എനിക്ക് പണ്ടേ അനുഭവമുള്ളതാണ്. വാർഡ് മെമ്പർ ആയിരുന്ന കുഴിപ്പിള്ളി പ്രഭാകരന്റെ മോൻ അജി പറഞ്ഞതും കേട്ട് ഞാൻ പണ്ട് പഞ്ചായത്തിൽ കൊണ്ടുപോയി പരാതി കൊടുത്തിട്ട് എന്തായി. വാടക തർക്കത്തിൽ ഇടപെടാൻ പഞ്ചായത്തിന് അധികാരം ഇല്ലെന്നുള്ള കാരണം പറഞ്ഞ് എന്റെ പരാതി തള്ളി. മറ്റപ്പിള്ളി കുര്യാക്കോസിന്റെ പാർട്ടിക്കാണ് എക്കാലവും പഞ്ചായത്തിൽ ഭൂരിപക്ഷമുള്ളത്. അയാൾ ക്കെതിരെ അവരുടെ മെമ്പറുമാർക്ക് ഒന്നും പറയാൻ സാധിക്കില്ല. ഈ ബിന്ദുവും കുര്യാക്കോസിന്റെ പാർട്ടിയുടെ ആളാണ്. ആ ഒരു കുഴപ്പം മാത്രമേ എന്റെ അറിവിൽ അവൾക്കുള്ളു. എന്റെ വായിൽനിന്നും എന്തെ ങ്കിലും ചാടിക്കിട്ടിയാൽ അടുത്തനിമിഷം ഇവൾ അതു കുര്യാക്കോസിന്റെ ചെവിട്ടിൽ എത്തിക്കുമെന്നല്ലാതെ എനിക്ക് യാതൊരുവിധ ഗുണവും ഉണ്ടാകാൻ പോകുന്നില്ല. സ്നേഹം നടിച്ചുള്ള അവളുടെ അടുത്തുകൂടൽ കണ്ടപ്പോൾത്തന്നെ അതിനു പിന്നിലെ അപകടം എനിക്കു മനസ്സിലായി. അതുകൊണ്ടുതന്നെയാണ് കൂടുതൽ വിശദീകരിക്കുവാൻ ഞാൻ നില്ക്കാതിരുന്നത്.

ശാഖയിൽ ചെന്നു കയറുമ്പോൾ അവിടെ എന്തൊക്കെയോ മരാമത്തു പണികൾ നടക്കുകയായിരുന്നു. കുമ്മായം പൂശിക്കൊണ്ടിരുന്ന രണ്ടു ജോലിക്കാരല്ലാതെ പരിചയമുള്ള ആരേയും എനിക്കവിടെ കാണുവാൻ കഴിഞ്ഞില്ല. പണിക്കാരെ കണ്ടിട്ട് ഇവർ വരുത്തന്മാരാണെന്നു തോന്നുന്നു, യാതൊരുവിധ മുഖപരിചയവും കിട്ടുന്നില്ല. എന്തും വരട്ടെ യെന്നു കരുതി അതിലൊരാളോട് വിശ്വംഭരനെ അവിടെയെങ്ങാനും കണ്ടോയെന്ന് ചോദിച്ചു.

തെരിയാതമ്മാ.

HARIDAS

തമിഴ് പറയുന്നതു കേട്ടപ്പോഴാണ് അവർ തമിഴരാണെന്ന് എനിക്ക് മനസ്സിലായത്. വെറുതെയല്ല എനിക്കിവരെ പിടികിട്ടാതിരുന്നതും.

ദേഹമാസകലം പാണ്ടുള്ളതു കൊണ്ടാണ് നാട്ടുകാർ എനിക്കു പാണ്ടിച്ചിയെന്നുള്ള ഓമനപ്പേർ തന്നത്. പക്ഷേ, ഈ തമിഴന്മാരെ പാണ്ടി കളെന്ന് വിളിക്കുന്നത് എന്തിനാണെന്ന് എനിക്കിതുവരെ മനസ്സിലായില്ല.

ആരെയും കാണാതിരുന്നതുകൊണ്ട് തിരിച്ചു നടക്കാൻ തുടങ്ങു മ്പോഴാണ് വരാന്തയുടെ പുറകിൽനിന്നും ജാനകിയമ്മേ എന്ന് ആരോ വിളിക്കുന്നതു കേട്ടത്. ഞാൻ തിരിഞ്ഞു നോക്കിയപ്പോൾ നല്ല ഒത്ത പൊക്കവും തടിയുമുള്ള ഒരു ചെറുപ്പക്കാരൻ നടക്കല്ല് ഇറങ്ങി എന്റെ അടുത്തേക്ക് വരുന്നുണ്ടായിരുന്നു. അവനെ കണ്ടിട്ട് നല്ല മുഖപരിചയം തോന്നിയെങ്കിലും ആരാണെന്ന് കൃത്യമായി ഓർത്തെടുക്കുവാൻ എനിക്ക് സാധിച്ചില്ല.

എന്നെ മനസ്സിലായോ ജാനകിയമ്മേ? ഞാൻ നെല്ലിക്കുന്ന് ശേഖ രന്റെ ഇളയ മോനാണ്. പേര് അജയൻ. ചെറുപ്പം മുതൽ അമ്മാവന്റെ വീട്ടിൽ നിന്നാണ് ഞാൻ പഠിച്ചത്. നാട്ടിൽ സ്ഥിരമാക്കിയിട്ട് കഷ്ടിച്ച് ഒന്നൊന്നരക്കൊല്ലം കഴിഞ്ഞതേയുള്ളൂ. അതുകൊണ്ടാണ് ജാനകിയ മ്മയ്ക്ക് എന്നെ പരിചയം കിട്ടാത്തത്.

എടാ മിടുക്കാ, ശേഖരനെ വരച്ചു വെച്ചിരിക്കുന്നതുപോലെയുണ്ട് നിന്നെ കണ്ടാൽ.

അച്ഛനെ അറിയാവുന്ന എല്ലാവരും ഇതു തന്നെയാണ് പറയുന്നത്. അവൻ ചിരിച്ചുകൊണ്ട് പറഞ്ഞു.

ജാനകിയമ്മ വരൂ. പ്രസിഡന്റ് അകത്തുണ്ട്.

ഞാൻ അവന്റെ പുറകെ വരാന്തയിലൂടെ നടന്നു. വിശ്വംഭരന്റെ മുറി യിൽ അന്നേരം വേറെയാരോ ഉണ്ടായിരുന്നതുകൊണ്ട് പുറത്തിട്ടിരിക്കുന്ന ബെഞ്ചിൽ എന്നോടിരിക്കാൻ പറഞ്ഞിട്ട് അജയൻ അകത്തേക്ക് കയറിപ്പോയി.

ശേഖരനെ അറിയാത്തവരായി ഈ നാട്ടിൽ ആരുംതന്നെ ഉണ്ടാ കാൻ വഴിയില്ല. ഈ നാട്ടിൽ ആദ്യമായി ഓടാൻ തുടങ്ങിയ ബസിലെ ഡ്രൈവറായിരുന്നു ശേഖരൻ. കെ ടി സി എന്ന് വെണ്ടക്കാ അക്ഷര ത്തിൽ തലക്കെട്ടു പലകയിൽ എഴുതിവെച്ചിട്ടുള്ള ആ ബസ് കാണുന്നതു തന്നെ ആളുകൾക്ക് ഒരത്ഭുതമായിരുന്നു. അപ്പോൾ പിന്നെ അതിന്റെ സാരഥിയോടുള്ള ആരാധന എന്തുമാത്രം ഉണ്ടാകുമെന്ന് പ്രത്യേകം പറയേണ്ടതില്ലല്ലോ. ചന്ദനക്കുറി തൊട്ട് അലക്കിത്തേച്ച മുണ്ടും ജുബ്ബ യുമിട്ട് വരുന്ന ശേഖരനെ കണ്ടാൽ ആരും ഒന്നു നോക്കിപ്പോകും. പത്തു നാല്പതു കൊല്ലങ്ങൾക്കു മുൻപ് ഈ ശേഖരന് എന്റെമേൽ ഒരു കണ്ണു ണ്ടായിരുന്നതാണ്. കർത്ത്യായനിയമ്മ മരിച്ചിട്ട് അധികം ആകുന്നതിന് മുൻപ് ഒരു പാതിരാത്രിയിൽ ആയിരുന്നു ആ സംഭവം. ചായ്പിലെ വാതിലിൽ നിർത്താതെ ആരോ മുട്ടുന്നതു കേട്ടാണ് ഞാനന്നു കണ്ണ് തുറന്നത്. പേടിച്ച് വിറച്ചാണ് ഞാൻ പുറകുവശത്തെ വാതിലിന്റെ

അടുത്തേക്ക് പോയത്. കതകു തുറക്കാതെ അകത്തുനിന്നുകൊണ്ട് തന്നെ ആരാണെന്ന് ചോദിച്ചു.

ഞാനാണ് ജാനകീ, ശേഖരൻ. നീ കതകു തുറക്ക്

എന്താ ശേഖരാ, നീയെന്താ ഈ അസമയത്ത്.

ഒരു അത്യാവശ്യ കാര്യം പറയാനുണ്ട്, നീ കതകൊന്നു തുറന്നേ.

നല്ലപോലെ കുടിച്ചിട്ടാണ് അവൻ വന്നിട്ടുള്ളതെന്ന് അവന്റെ സംസാ രത്തിൽനിന്നും എനിക്കു വ്യക്തമായി. രവീടച്ഛൻ പോയതു മുതൽ എന്റെയുള്ളിൽ ഉറങ്ങിക്കിടന്നിരുന്ന വികാരങ്ങൾക്ക് ജീവൻ വെക്കുന്നത് ഞാൻ തിരിച്ചറിഞ്ഞു. എന്തു ചെയ്യണമെന്ന് പെട്ടെന്നൊരു തീരുമാനം എടുക്കാൻ എനിക്കു പക്ഷേ, സാധിച്ചില്ല.

എന്തു കാര്യമുണ്ടെങ്കിലും നമുക്ക് നാളെ സംസാരിക്കാം ശേഖരാ. ഇനി അത്ര വലിയ അത്യാവശ്യമാണെങ്കിൽ നീ ഉമ്മറത്തേക്കു പോരൂ. അല്ലാതെ ചായ്പിലെ ഇരുട്ടിൽനിന്നു കൊണ്ടല്ലല്ലോ ഈ വക കാര്യങ്ങൾ സംസാരിക്കേണ്ടത്, അങ്ങനെ പറയാനാണ് എനിക്കപ്പോൾ തോന്നിയത്. ഒന്നു മുട്ടിയപ്പോൾ വാതിൽ തുറന്ന് കൊടുത്തുവെന്ന് അവൻ തോന്നാ തിരിക്കാനാണ് ഞാനങ്ങനെ പറഞ്ഞത്. അതു ബുദ്ധിമോശമായിപ്പോ യെന്ന് പിന്നീടാണ് എനിക്ക് മനസ്സിലായത്. അവനുവേണ്ടി പായ വിരി ക്കാൻ എനിക്കു താല്പര്യമില്ലെന്ന് തോന്നിയതുകൊണ്ടാവണം പിന്നീട് എന്നെ നിർബ്ബന്ധിക്കുവാൻ ശേഖരൻ തുനിഞ്ഞില്ല. എനിപ്പു കയറി നിന്ന അവന്റെ ദേഷ്യം മുഴുവൻ ചായ്പ്പിലിരുന്ന മൺചട്ടിയിൽ തീർത്തിട്ടാണ് അവൻ തിരിച്ചുപോയത്. ആ വാതിലൊന്നു തള്ളി നോക്കാനുള്ള ക്ഷമ പോലും അവൻ കാണിച്ചില്ല. ഒരുപക്ഷേ, വാതിലിന്റെ തണ്ട് ഞാൻ ഊരിയ ശബ്ദം അവൻ കേട്ടുകാണില്ല. കുറെനേരം കൂടി കതകിന്റെ പുറകിൽ പ്രതീക്ഷയോടെ ഞാൻ കാത്തു നിന്നു. പിന്നീട് നിരാശയോടെ പോയി കിടക്കുകയും ചെയ്തു.

പിന്നീട് ഒരിക്കൽ പോലും ശേഖരൻ എന്നെത്തേടി വന്നില്ല. ശേഖ രനെന്നല്ല ഒരൊറ്റ ആണുപോലും അസമയത്ത് എന്റെ വാതിലിൽ മുട്ടാൻ അതിനുശേഷം വന്നിട്ടില്ല. ജാനകിയിൽനിന്നും പാണ്ടിച്ചിയിലേക്കുള്ള എന്റെ രൂപാന്തരവും അതിവേഗത്തിലായിരുന്നു.

ശാഖ ഇരിക്കുന്ന ഈ കെട്ടിടം എന്റെ ചെറുപ്പത്തിൽ തോട്ടുങ്കലെ കല്യാണിയമ്മയുടെ വീടായിരുന്നു. പ്രായംകൊണ്ട് അവശതയാകു ന്നതുവരെ അവരിവിടെത്തന്നെയാണ് ഒറ്റയ്ക്ക് താമസിച്ചിരുന്നത്. ഒടു വിൽ തീർത്തും വയ്യാതായപ്പോൾ മോള് ജലജ വന്ന് അവളുടെ വീട്ടി ലേക്ക് കൂട്ടിക്കൊണ്ടുപോയി. ഇവിടെനിന്നും പോയി അധികം വൈകാതെ കല്യാണിയമ്മ മരിച്ചു. ജലജയും കുടുംബവും മദിരാശിയിൽ സ്ഥിരതാമ സമാക്കിയതോടെ ഒരു ചെറിയ വിലയ്ക്ക് ഈ സ്ഥലം ശാഖയ്ക്ക് കിട്ടി.

ഗവൺമെന്റ് സ്കൂളിൽനിന്നും കുട്ടികളുടെ കലപില ശബ്ദം ഇവിടെയിരുന്നാൽ നല്ലതുപോലെ കേൾക്കാം. ഈ സ്കൂളിലാണ് ഞാനും ഏഴാംക്ലാസുവരെ പഠിച്ചത്. എന്റെ കുട്ടിക്കാലത്ത് ഈഴവ സമുദായ

ത്തിൽ നിന്നും സ്കൂളിൽ പോകുന്ന കുട്ടികൾ പ്രത്യേകിച്ച് പെണ്ണുങ്ങൾ നന്നേ കുറവായിരുന്നു. ഈ പരിസരത്തുനിന്ന് ആകെ ഞാനും സരോജിനിയും ജലജയും മാത്രമാണ് ഉണ്ടായിരുന്നത്. തുടർന്ന് പഠിക്കണമെന്ന് എനിക്ക് കലശലായ ആഗ്രഹം ഉണ്ടായിരുന്നെങ്കിലും ഹൈസ്കൂൾ ആറേഴു മൈൽ ദൂരെ ആയതുകൊണ്ട് അച്ഛൻ അതിനു സമ്മതിച്ചില്ല. കാർത്ത്യാനിയമ്മ അച്ഛനെക്കൊണ്ട് സമ്മതിപ്പിച്ചില്ല എന്നു പറയു ന്നതാകും അഭികാമ്യം.

വിശ്വംഭരനുമായി സംസാരിച്ചുകൊണ്ടിരുന്ന ആളുകൾ പുറത്തേ ക്കിറങ്ങിയതിന്റെ പുറകെ ഞാൻ അജയന്റെ കൂടെ ആ മുറിയിലേക്കു കയറിച്ചെന്നു. ഒരു വലിയ മേശയും നിറയെ പ്ലാസ്റ്റിക് കസേരകളും മര ത്തിന്റെ വലിയൊരു അലമാരയും കഴിഞ്ഞാൽ അതിനകത്ത് ഒരു തരിമ്പ് പോലും സ്ഥലം ബാക്കിയില്ലായിരുന്നു. വിശ്വംഭരൻ ഇരിക്കുന്ന കസേ രയുടെ മുകളിലായി ഗുരുദേവന്റെ ഒരു പടവും ആണിയടിച്ചു തൂക്കി യിട്ടുണ്ട്.

ജാനകിയമ്മ അജയനെ അറിയില്ലേ? ഇവനാണ് നമ്മുടെ ശാഖയുടെ ഇപ്പോഴത്തെ സെക്രട്ടറി.

ഇവനെ കണ്ടാൽ ശേഖരനെ അച്ചടിച്ചു വെച്ചിരിക്കുന്നതുപോലെ യല്ലേ വിശ്വംഭരാ.

അതു നേരാ ജാനകിയമ്മെ. രൂപംകൊണ്ട് മാത്രമല്ല ശേഖരന്റെ എല്ലാ ഗുണങ്ങളും അജയന് കിട്ടിയിട്ടുണ്ട്. ഇവൻ സെക്രട്ടറി ആയതിനു ശേഷമാണ് ശാഖയിലെ എല്ലാ കാര്യങ്ങൾക്കും ഒരു അടുക്കും ചിട്ടയും വന്നത്. ചുരുക്കിപ്പറഞ്ഞാൽ ഒറ്റയ്ക്കുള്ള എന്റെ കഷ്ടപ്പാട് കുറെ കുറഞ്ഞു എന്ന് സാരം.

ശേഖരന്റെ എല്ലാ ഗുണഗണങ്ങളും എന്നു കേട്ടപ്പോൾ എനിക്കു ചിരിക്കാനാണു തോന്നിയത്. അതു പുറത്തുകാണിക്കാതെ ഗൗരവം നടിച്ച് ഞാൻ ഇരുന്നു.

വാടക കൂട്ടുന്ന കാര്യം വളരെ ഗൗരവമായി തന്നെ ഞാൻ കുര്യാ ക്കോസിനോടും മിഖായേലിനോടും സംസാരിച്ചിരുന്നു. സദാനന്ദന്റെ കാര്യത്തിൽ വിഷയമില്ല. അവൻ നമ്മുടെ ആളാണല്ലോ. ശാഖ എടു ക്കുന്ന ഏതു തീരുമാനവും അംഗീകരിക്കാൻ അവൻ തയ്യാറാണെന്നും അറിയിച്ചിട്ടുണ്ട്. പക്ഷേ, മറ്റവർ രണ്ടുപേരും ഒരു നടയ്ക്കു പോകുന്ന ലക്ഷണമില്ല. മൂത്തിയ ഇനങ്ങളാണെന്ന് പറഞ്ഞെങ്കിലും ഇത്രയും ഞാൻ പ്രതീക്ഷിച്ചില്ല. അവരവിടെ വാടകയ്ക്ക് ഇരിക്കുവാൻ തുടങ്ങിയിട്ട് വർഷം കുറെ ആയതാണല്ലോ. അതു തന്നെയാണ് അവരുടെ തുറുപ്പ് ചീട്ട്. അതു പോരാതെ കെട്ടിടം നന്നാക്കിയ വകയിൽ അവരു മുടക്കിയ പണത്തിന്റെ കണക്കുകളും രസീതും അവരുടെ കൈവശമുണ്ട്. മിഖായേലിനെ ഏതെ ങ്കിലും വിധത്തിൽ നമ്മുടെ വഴിക്ക് കൊണ്ടുവരാമെന്നു കരുതിയാലും മറ്റപ്പിള്ളിയാണ് പ്രശ്നം. സൂക്ഷിച്ച് ഇടപെടേണ്ട ഒരു കാര്യമാണല്ലോ ഇത്. അവരുടെ കൈയിലുള്ള രേഖകളും പിടിച്ചുകൊണ്ട് വല്ല കോട

തിയിലും പോയാൽ വെളുക്കാൻ തേച്ചത് പാ................ ഒന്നു നിർത്തി
യിട്ട്, വലി പൊല്ലാപ്പാകും എന്നു പറഞ്ഞ് വിശ്വംഭരൻ അവസാനിപ്പിച്ചു.

വെളുക്കാൻ തേച്ചത് പാണ്ടാകും എന്നാണ് വിശ്വംഭരൻ പറയുവാൻ
വന്നത്. എന്റെ മുൻപിലിരുന്ന് അങ്ങനെ പറയുന്നതിലെ ഔചിത്യക്കുറവ്
ഓർത്ത് ബാക്കിഭാഗം അവൻ വിഴുങ്ങിയതാണെന്ന് മനസ്സിലാക്കാൻ
എനിക്കു വലിയ ബുദ്ധിമുട്ടൊന്നും ഉണ്ടായില്ല.

വിശ്വംഭരന്റെ വിശദീകരണം കേട്ടു കഴിഞ്ഞപ്പോൾ സത്യത്തിൽ
എനിക്കു കലശലായ ദേഷ്യമാണ് വന്നത്. മറ്റപ്പിള്ളിയാണ് പ്രശ്നമെന്ന്
എനിക്കും നല്ലതുപോലെ അറിയാവുന്ന കാര്യമാണ്. അതിനി ആരും
പറഞ്ഞുതരേണ്ട ആവശ്യവുമില്ല. അതിനൊരു പരിഹാരം കാണാനാ
ണല്ലോ കുറെ ദിവസങ്ങളായി ഞാനിവിടെ കയറിയിറങ്ങുന്നത്. ഒടുക്കം
കോടതിയുടെ പേരും പറഞ്ഞ് ഈ വിഷയത്തിൽനിന്നും തലയൂരാനാണ്
വിശ്വംഭരന്റെ പദ്ധതിയെന്നു തോന്നുന്നു.

എന്നു പറഞ്ഞാൽ എങ്ങനെയാണ് പ്രസിഡന്റേ. എഴുപതു രൂപയ്ക്ക്
ഇന്നത്തെ കാലത്ത് ജങ്ഷനിൽ ഒരു മുറി വാടകയ്ക്ക് കിട്ടുമോ? ജാന
കിയമ്മയുടെ നിസ്സഹായാവസ്ഥ അവരു മുതലെടുക്കുന്നതു നമ്മൾ
കണ്ടില്ലെന്നു നടിക്കണമെന്നാണോ പ്രസിഡന്റ് പറയുന്നത്. അതിനോട്
യോജിക്കാൻ എനിക്ക് ശകലം ബുദ്ധിമുട്ടുണ്ട്. മുറി ഒഴിഞ്ഞ് പോകാന
ല്ലല്ലോ നമ്മൾ ആവശ്യപ്പെടുന്നത്. മാന്യമായ വാടക കൊടുക്കണ്ട എന്ന്
ഒരു കോടതിയും പറയുമെന്ന് എനിക്ക് തോന്നുന്നില്ല.

ഞാൻ മനസ്സിൽ ഉദ്ദേശിച്ച കാര്യങ്ങൾ തന്നെ അജയൻ പറയുന്നതു
കേട്ടപ്പോൾ എനിക്കവനോടു തോന്നിയ താല്പര്യം വർദ്ധിക്കുകയാണ്
ചെയ്തത്.

അജയൻ പറയുന്നത് തികച്ചും ന്യായമായ കാര്യങ്ങൾ തന്നെയാണ്.
നിന്റെ ആത്മരോഷവും എനിക്കു മനസ്സിലാകുന്നുണ്ട്. പക്ഷേ,
എന്തിനെങ്കിലും ഇറങ്ങിപ്പുറപ്പെടുന്നതിനുമുമ്പ് ജാനകിയമ്മയുടെ ഇപ്പോ
ഴത്തെ അവസ്ഥ കൂടി നമ്മൾ കണക്കിലെടുക്കണം. വയസ്സ് എൺപതു
കഴിഞ്ഞു. ആകെയുണ്ടായിരുന്ന ഒരാൺതരിയും പോയി. ഈ വയസ്സു
കാലത്ത് ഇവരു കോടതി വരാന്ത കയറിയിറങ്ങി നടക്കണമെന്നാണോ
നീ പറയുന്നത്. കേസും പുക്കാറുമൊക്കെ ആയി കഴിഞ്ഞാൽ അതൊ
ക്കെ ഏതു കാലത്തു തീരുമെന്ന് ആർക്കെങ്കിലും പറയാൻ കഴിയുമോ.
ഇനി അഥവാ കേസിനു പോകാമെന്ന് വെച്ചാലും അതിനു ചിലവാകുന്ന
പണം ആരു മുടക്കുമെന്നാണ് നീ കരുതുന്നത്.

വിശ്വംഭരൻ ഇപ്പോൾ പറഞ്ഞതിൽ ഒരല്പം കാര്യമുണ്ടെന്നു
തോന്നിയതുകൊണ്ട് ഞാൻ കൂടുതൽ അഭിപ്രായത്തിനു മുതിർന്നില്ല.
എന്തോ കാര്യമായ ആലോചനയിൽ മുഴുകി കുറച്ചു സമയത്തേക്ക്
വിശ്വംഭരൻ ഒന്നും സംസാരിച്ചില്ല.

വിശ്വംഭരന്റെ ആ ഇരിപ്പു കണ്ടപ്പോൾ കൊവേന്തപ്പള്ളിയിൽ വർഷ
ങ്ങൾക്കുമുൻപ് ഉണ്ടായിരുന്ന മൈക്കിളച്ചനാണ് എന്റെ മനസ്സിലേക്ക്

കടന്നുവന്നത്. നാട്ടിലുള്ള മുഴുവൻ വിഷയങ്ങൾക്കും പരിഹാരമുണ്ടാ ക്കാൻ ബഹുകേമനായിരുന്നു അച്ചൻ. പക്ഷേ, എന്റെ വിഷമങ്ങൾ കേട്ട തിനു ശേഷം ഇതേപ്പോലെ ഒരു ഇരിപ്പായിരുന്നു. എനിക്ക് വേണ്ടി പ്രാർ ത്ഥിക്കാമെന്നു പറഞ്ഞാണ് അച്ചൻ അന്നു തിരിച്ചുപോയത്. പക്ഷേ, അച്ചന്റെ പ്രാർത്ഥന ഇതുവരെയായിട്ടും ഈശ്വരൻ കേട്ടില്ല. സമുദാ യത്തിന്റെ വേർതിരിവുകൾ നോക്കാതെ ജനങ്ങളെ സഹായിച്ചിരുന്ന അച്ചനെ നാട്ടുകാർക്ക് വലിയ സ്നേഹവും ബഹുമാനവുമായിരുന്നു. അങ്ങനെയുള്ള അച്ചൻമാർ ഇടവകയിലെ പ്രമാണിമാരുടെ കണ്ണിലെ കരടാവുന്നത് സ്വാഭാവികമാണല്ലോ. ഒടുക്കം പാൽപ്പൊടിയും ഗോതമ്പും എടുത്തു കൊടുക്കുവാൻ നിന്ന മാർഗ്ഗവാസി ദാനിയേലിന്റെ പെണ്ണി നെയും കൂട്ടി അനാവശ്യം പറഞ്ഞുണ്ടാക്കിയാണ് ആ പാവത്തിനെ ഈ നാട്ടിൽനിന്നും ഓടിച്ചത്.

ജാനികയമ്മയ്ക്ക് അവിടെ എത്ര സെന്റ് സ്ഥലമുണ്ട്? വിശ്വംഭര നോടാണ് അജ്ജയൻ അതു ചോദിച്ചത്. കൃത്യമായി അറിയാത്തതു കൊണ്ട് വിശ്വംഭരൻ ചോദ്യഭാവത്തിൽ എന്റെ നേർക്കു നോക്കി.

പന്ത്രണ്ടു സെന്റ്. ഞാൻ പറഞ്ഞു.

പഞ്ചായത്തിന് കിഴക്കുവശത്ത് കിടക്കുന്ന മത്തായിക്കുഞ്ഞിന്റെ ഇരുപത് സെന്റ് വസ്തു സെന്റൊന്നിന് ഇരുപത്തി രണ്ടായിരം രൂപ ക്കാണ് ഗൾഫുകാരൻ പീറ്റർ ഈയിടെ വാങ്ങിയത്. അതുവെച്ച് നോക്കു മ്പോൾ ഈ സ്ഥലത്തിന് ഏതൊരാളും മൂന്നു ലക്ഷത്തിൽ കുറയാത്ത വില പറയും. ആ കാശ് വല്ല ബാങ്കിലുമിട്ടാൽ മാസം മൂവായിരം രൂപയിൽ കുറയാതെ പലിശ എണ്ണി വാങ്ങിക്കാം. ശരിക്കും അതാണ് ചെയ്യേണ്ടത്. പിന്നെ ഇവന്മാരുടെ പുറകെ നടക്കേണ്ട ഗതികേട് ജാനകിയമ്മയ്ക്ക് വരില്ലല്ലോ.

എനിക്ക് അജ്ജയനോടു ഇതുവരെ ഉണ്ടായിരുന്ന എല്ലാ താല്പര്യവും ഈ അഭിപ്രായം കേട്ടതോടെ ഇല്ലാതായി. താമസിക്കുന്ന വീട് വിറ്റ് ബാങ്കിലിടാൻ വിവരമുള്ള ആരെങ്കിലും പറയുന്ന കാര്യമാണോ. ഇവന് ഇത്രയ്ക്ക് വകതിരുവ് ഇല്ലാതായിപ്പോയല്ലോ എന്റീശ്വരാ. അജ്ജയൻ പറ ഞ്ഞതിനുള്ള മറുപടി പറയാൻ നാവ് എടുത്തപ്പോഴേക്കും പരിച യമില്ലാത്ത ഒരാൾ മുറിയിലേക്ക് കയറിവന്നു.

എന്റെ പ്രസിഡന്റേ ഇന്നലെ വൈകുന്നേരത്തോടെ കുമ്മായം തീർന്നതാണ്. ഇതുവരെയായിട്ടും സാധനം കിട്ടിയിട്ടില്ല. ഒടുക്കം തച്ചു കൂടുതലായെന്നും പറഞ്ഞ് എന്റെ പുറത്ത് കുതിര കയറാൻ വന്നേക്ക രുത്, പറഞ്ഞില്ലെന്നു വേണ്ട.

ഓരോ തിരക്കിന്റെയും ഇടയിൽ ഞാനതു മറന്നുപോയി, ശശി. അര മണിക്കൂറിനുള്ളിൽ നിനക്ക് ആവശ്യത്തിന് കുമ്മായം കിട്ടും. അതു പോരെ?

വിശ്വംഭരൻ ചേട്ടൻ പറയുന്നതു കേട്ടാൽ തോന്നും കുമ്മായം എനിക്ക് കലക്കി കുടിക്കാനാണെന്ന്. ശാഖയുടെ കാര്യമായതുകൊണ്ട്

മാത്രമാണ് ഈ പെടാപ്പാട് മുഴുവൻ ഞാൻ പെടുന്നത്. തമിഴന്മാരാ
ണെന്നു പറഞ്ഞിട്ട് യാതൊരു കാര്യവുമില്ല. വൈകുന്നേരമാകുമ്പോൾ
കൃത്യമായി കൂലി എണ്ണിക്കൊടുത്തില്ലെങ്കിൽ അവരു തുണി പൊക്കി
കാണിക്കും.

വൃത്തികേടു പറയാതെ നീയൊന്നു മിണ്ടാതിരിക്ക് എന്റെ ശശി.
അജയൻ പോയി ശശിക്ക് വേണ്ട സാധനങ്ങൾ എന്താന്നു വെച്ചാൽ
വാങ്ങിച്ചു കൊടുക്ക്. ഇപ്പോൾത്തന്നെ വിചാരിച്ചതിലും കൂടുതലായി
പണികൾ. എന്തിനും ഏതിനും കുറ്റം കണ്ടുപിടിക്കാൻ നടക്കുന്ന
ആളുകൾ നമ്മുടെ കൂട്ടത്തിലും ഉണ്ടല്ലോ. നമ്മളായിട്ട് അവർക്കൊരു
അവസരം ഉണ്ടാക്കി കൊടുക്കണോ.

അജയനെ അവിടെനിന്നും   ഒഴിവാക്കുക എന്നൊരു ഉദ്ദേശ്യവും
കൂടി വിശ്വംഭരന് ഉണ്ടായിരുന്നു എന്നുവേണം കരുതാൻ. കൂടുതലൊന്നും
പറയാതെ അജയൻ അയാളെയും കൂട്ടി പുറത്തേക്ക് പോയി.

അജയൻ പറഞ്ഞത് ജാനകിയമ്മയ്ക്ക് ഇഷ്ടപ്പെട്ടില്ലെന്ന് എനിക്ക്
മനസ്സിലായി. പക്ഷേ, അവൻ പറഞ്ഞതിലും അല്പം കാര്യമുണ്ടെന്നുള്ള
പക്ഷക്കാരിയാണ് ഞാൻ.

വസ്തു വില്ക്കുന്ന കാര്യമാണെങ്കിൽ അതിനെപ്പറ്റി വിശ്വംഭരൻ
കൂടുതലൊന്നും എന്നോട് വിശദീകരിക്കണമെന്നില്ല. ഇപ്പോൾ കേട്ടതു
തന്നെ ധാരാളം, എനിക്ക് തൃപ്തിയായി. രവി മടങ്ങി വരുന്നതുവരെ
സ്ഥലം വില്ക്കുന്ന കാര്യം എനിക്ക് ചിന്തിക്കാൻപോലും കഴിയില്ലെന്ന്
നിനക്ക് നന്നായി അറിയാവുന്നതല്ലേ. അവൻ വന്നിട്ട് എന്താണെന്നു വെ
ച്ചാൽ തീരുമാനിച്ചോട്ടെ. അതിനിടയിലാണ് അവന്റെയൊരു വസ്തുക്ക
ച്ചവടം. എല്ലാം അറിഞ്ഞുവെച്ചു കൊണ്ട് നീയും അതിനെ ന്യായീകരി
ക്കുന്നുണ്ടല്ലോ വിശ്വംഭരാ. എനിക്ക് അതു കേൾക്കുമ്പോഴാണ് വിഷമം
തോന്നുന്നത്.

വസ്തു വില്ക്കണമെന്നല്ല ഞാൻ പറഞ്ഞു വരുന്നത്. ഈ വയസ്സു
കാലത്ത് ഒരാളും തുണയില്ലാതെയാണ് ജാനകിയമ്മ ആ വീട്ടിൽ
ഒറ്റയ്ക്കു താമസിക്കുന്നത്. പോരാത്തതിനു കവലയും. രാത്രി സമയത്ത്
എന്തെങ്കിലും ഒരത്യാവശ്യത്തിനു വിളിച്ചാൽ കേൾക്കാൻ ഒരു അയൽ
പക്കം പോലുമുണ്ടോ. ഇതുവരെ കഴിഞ്ഞതുപോലെയല്ല, ജാനകിയമ്മക്ക്
പ്രായം കൂടി വരികയാണെന്നുള്ള കാര്യം മറക്കരുത്.

അതൊക്കെ എനിക്കു നന്നായിട്ടറിയാം വിശ്വംഭരാ. ഞാൻ പിന്നെ
എന്തു ചെയ്യണമെന്നാണ് നീ പറയുന്നത്.

എന്തെങ്കിലും ഒരു പോംവഴി കണ്ടെത്തിയല്ലേ മതിയാകൂ. അടുത്ത
യാഴ്ച നമ്മുടെ ശാഖയിൽ വെച്ചു നടക്കുന്ന കമ്മിറ്റിയിൽ യൂണിയൻ
പ്രസിഡന്റും പങ്കെടുക്കുന്നുണ്ട്. പ്രസിഡന്റുമായി ജാനകിയമ്മയുടെ
കാര്യങ്ങൾ വിശദമായി സംസാരിക്കുവാനാണ് ഞാൻ ഉദ്ദേശിക്കുന്നത്.
യൂണിയന്റെ കീഴിൽ ആശുപത്രിയും വൃദ്ധസദനവുമൊക്കെ പ്രവർത്തി
ക്കുന്നുണ്ടല്ലോ. ജാനകിയമ്മയുടെ ഉത്തരവാദിത്വം ഏതെങ്കിലും വിധ

ത്തിൽ യൂണിയനെക്കൊണ്ട് ഏറ്റെടുപ്പിക്കുവാൻ കഴിയുമോയെന്ന് ഞാൻ നോക്കട്ടെ.

അവരെന്തിനാണ് എന്റെ ഉത്തരവാദിത്വം ഏറ്റെടുക്കുന്നത്? അല്ലെങ്കിലും അവർക്കതിന്റെ ആവശ്യമെന്താണ്? എനിക്കൊന്നും മനസ്സിലാകുന്നില്ല വിശ്വംഭരാ.

ജാനകിയമ്മ തല്ക്കാലത്തേക്ക് ഇത്രയും കാര്യങ്ങൾ അറിഞ്ഞാൽ മതി. എന്റെ മനസ്സിൽ ചില പദ്ധതികളൊക്കെയുണ്ട്. ഞാനാദ്യം യൂണി യനുമായി സംസാരിക്കട്ടെ. ബാക്കി കാര്യങ്ങളൊക്കെ അതിനുശേഷം നമുക്ക് ചർച്ച ചെയ്യാം. അതൊക്കെ ഒരു വഴിക്കു നടക്കട്ടെ. വാടകക്കാ ര്യത്തിൽ വരും ദിവസങ്ങളിൽത്തന്നെ അനുകൂലമായ ഒരു തീരുമാനം ഉണ്ടാക്കുവാൻ കഴിയുമെന്നാണ് ഞാൻ പ്രതീക്ഷിക്കുന്നത്. പ്രത്യേകിച്ച് ഇലക്ഷൻ അടുത്തു വരുന്ന ഈ സമയത്ത് ശാഖയെ പിണക്കാൻ മറ്റ പ്പിള്ളിയും അവരുടെ പാർട്ടിയും തയ്യാറാകില്ല. ആദ്യം നമുക്ക് അനു നയത്തിന്റെ വഴിയിലൂടെ പോയി നോക്കാം. എന്തു സംഭവിച്ചാലും ഈ പ്രശ്നത്തിൽ നിന്നും ശാഖ പുറകോട്ടു പോകുന്ന വിഷയം ഉദിക്കുന്നില്ല. അക്കാര്യത്തിൽ യാതൊരുവിധ ആശങ്കയും വേണ്ട. ജനകിയമ്മ ഇപ്പോൾ സമാധാനമായി പൊയ്ക്കൊള്ളൂ. എന്തെങ്കിലും പുരോഗതി ഉണ്ടായാൽ ഞാൻ അറിയിക്കാം.

തിരിച്ചുനടക്കുന്ന വഴിയിൽ വിശ്വംഭരൻ പറഞ്ഞ യൂണിയന്റെ കാര്യത്തെക്കുറിച്ചായിരുന്നു എന്റെ ചിന്ത മുഴുവനും. പക്ഷേ, എത്ര ആലോചിച്ചെങ്കിലും അവൻ എന്താണ് ഉദ്ദേശിച്ചിരിക്കുന്നതെന്ന് മനസ്സിലാക്കുവാൻ എനിക്ക് സാധിച്ചില്ല.

സരോജിനിയെ കാണണമെന്ന് കുറച്ചു ദിവസങ്ങളായി ഞാൻ വിചാരിക്കുന്നു. ഇന്നെന്തായാലും അവളുടെ അടുത്തുവരെ ഒന്നു പോകണം. അവൾ കിടപ്പിലായിട്ട് ഇപ്പോൾ നാളെത്ര കഴിഞ്ഞിരിക്കുന്നു. ഞാനും സരോജിനിയും സമപ്രായക്കാരാണെന്നു മാത്രമല്ല രണ്ടു വീട്ടിലും ആണും പെണ്ണുമായി ഞങ്ങൾ ഓരോരുത്തരെ ഉണ്ടായിരു ന്നുള്ളൂ. അതുകൊണ്ട് ഈ കവല ഉപേക്ഷിച്ച് വേറെയൊരിടത്തേക്കും പോകേണ്ട ഗതികേട് ഞങ്ങൾക്ക് വന്നില്ല. സരോജിനിയുടെ ഭർത്താവ് മരിച്ചതിനു ശേഷമാണ് അവൾ ഇത്രയും അവശതയായത്. ഒരു മുൻശു ണ്ടിക്കാരൻ ആയിരുന്നെങ്കിലും ഭാസി അവളെ പൊന്നുപോലെയാണ് നോക്കിയിരുന്നത്.

ഉച്ചയ്ക്കുള്ള ഊണിന്റെ സമയമായതുകൊണ്ട് ചായക്കടയിൽ സാമാന്യം നല്ല തിരക്കുണ്ടായിരുന്നു. സരോജിനിയുടെ അച്ഛനായിട്ടാണ് കവലയിൽ ചായപ്പീടിക തുടങ്ങിയത്. കടയുടെ പുറകുവശത്തു തന്നെയാണ് അവരുടെ താമസവും. അവളുടെ മോൻ ജയരാജനാണ് ഇപ്പോൾ കട നോക്കി നടത്തുന്നത്. അവന്റെ അച്ഛന്റെ യാതൊരുവിധ ഗുണങ്ങളും ആ മൃഗത്തിനു കിട്ടിയിട്ടില്ല. ചില നേരത്തുള്ള അവന്റെ നോട്ടവും ഭാവവുമൊക്കെ കണ്ടാൽ തോന്നും ഞാനവിടെ പിച്ചയെടുക്കാൻ

ചെല്ലുന്നതാണെന്ന്.

ചായക്കടയോട് ചേർന്നുള്ള ചെറിയ മരത്തിന്റെ ഗെയിറ്റ് കടന്നു വേണമായിരുന്നു സരോജിനിയുടെ വീട്ടിലേക്കു പോകാൻ. ജയരാജന്റെ മുമ്പിൽച്ചെന്നു പെടുമോയെന്നു പേടിച്ചാണ് ഞാൻ ആ വഴിക്കു പോയതു തന്നെ. ഈശ്വരാനുഗ്രഹംകൊണ്ട് ഇന്നെന്തായാലും ആ കാർക്കോട കന്റെ ദൃഷ്ടിയിൽ ഞാൻ പെട്ടില്ല. ഇറയത്തേക്ക് ചെന്നു കയറിയപ്പോൾ തന്നെ രേണുക എന്റെ അടുത്തേക്ക് വന്നു.

മോളിന്നു കോളേജിൽ പോയില്ലേ?

ഇന്നു ശനിയാഴ്ചയല്ലേ അമ്മായി, അല്ലെങ്കിലും സമരമായതു കൊണ്ട് ഈ ആഴ്ചയിൽ ഒരൊറ്റ ദിവസംപോലും ക്ലാസുണ്ടായിരുന്നില്ല. സരോജിനിയുടെ കൊച്ചു മകളാണ് രേണുക. അമ്മായി എന്നാണ് എന്നെ ചെറുപ്പം മുതൽ അവൾ വിളിച്ചു ശീലിച്ചത്.

അച്ഛമ്മയുടെ അവസ്ഥയിൽ കാര്യമായ വ്യത്യാസമൊന്നുമില്ല അമ്മായി. ഈയിടെയായി ഭക്ഷണം കഴിക്കുന്നതും തീരെ കുറവായി തുടങ്ങി. അമ്മായി അങ്ങോട്ട് ചെല്ല് അപ്പോഴേക്കും ഞാൻ ചോറ് വിളമ്പി വെക്കാം.

രേണുക പറഞ്ഞതുപോലെ സരോജിനിയുടെ അവസ്ഥയിൽ യാതൊരു മാറ്റവും ഇല്ലായിരുന്നു. ഇടയ്ക്ക് ഒന്നു രണ്ടു വട്ടം കണ്ണ് തുറ ന്നെങ്കിലും എന്നെയൊട്ട് അവൾക്ക് മനസ്സിലായതുമില്ല. ഈ അവ സ്ഥയിൽ അവളെ കാണാനുള്ള ബുദ്ധിമുട്ട് കൊണ്ടാണ് ഇങ്ങോട്ടുള്ള വരവ് കഴിവതും ഞാൻ ഒഴിവാക്കുന്നത്. പഴയ കാര്യങ്ങളൊക്കെ ഓർത്ത് കുറച്ചുനേരം ഇരുന്നപ്പോഴേക്കും രേണുക എന്നെ ഊണു കഴിക്കാൻ വിളിച്ചു.

സരോജിനിയുടെ ഇളയമകൾ സതിയും രേണുകയെപ്പോലെ സ്നേ ഹവും വകതിരിവുമുള്ള പെണ്ണായിരുന്നു. എന്റെ മോൻ രവിയെക്കൊണ്ട് അവളെ കല്യാണം കഴിപ്പിക്കണമെന്ന് സരോജിനി എപ്പോഴും പറയുമാ യിരുന്നു. വിധിയെന്നല്ലാതെ എന്തു പറയാനാണ്. പത്താം ക്ലാസിൽ പഠി ക്കുന്ന കാലത്താണ് ആ കുട്ടി പുഴയിൽ ചാടി ആത്മഹത്യ ചെയ്തത്. അവൾക്ക് ആരോ വയറ്റിലുണ്ടാക്കി കൊടുത്തു എന്നാണ് അന്നാളിൽ പരക്കെ ഉണ്ടായ സംസാരം. അതൊക്കെ നേരാണോ എന്തോ.

വല്ലകാലത്തും എന്നെ കാണാൻ സതി വീട്ടിൽ വരാറുള്ളതുകൊണ്ട് എന്റെ രവിയാണ് അവളുടെ ഗർഭത്തിന്റെ ഉത്തരവാദിയെന്നുവരെ ഇവിടെയുള്ള പോക്കണം കെട്ടവന്മാർ പറഞ്ഞുണ്ടാക്കി. അതിനെക്കുറിച്ച് ഒരിക്കൽപ്പോലും ഞാൻ രവിയോടു ചോദിക്കുവാനും പോയിട്ടില്ല. എന്റെ മോൻ അങ്ങനെ ചെയ്തിട്ടുണ്ടെങ്കിൽ ആണുങ്ങളെപ്പോലെ അവളെ വിളി ച്ചുകൊണ്ടുവന്ന് കൂടെ പൊറുപ്പിക്കാനുള്ള തന്റേടം കാണിക്കുമെന്നുള്ള കാര്യത്തിൽ എനിക്കൊരു സന്ദേഹവും ഇല്ലായിരുന്നു. ആ സംഭവം നടന്നിട്ട് ആറുമാസം തികയുന്നതിനുമുമ്പ് രവിയും പോയതോടെ അതി നെച്ചൊല്ലി ജന്മമെടുത്ത കഥകളുടെ ആയുസ്സും തീർന്നു.

ഊണു കഴിച്ചു ഞാൻ തിരിച്ചു പോരാൻ തുടങ്ങുമ്പോൾ രേണുക ഒരു ചെറിയ കടലാസു പൊതി എന്റെ കൈയിൽ വെച്ചു തന്നു.

ഇത് രണ്ട് പരിപ്പുവടയാണ് അമ്മായി, വൈകുന്നേരത്തെ ചായയുടെ കൂടെ കഴിക്കാം.

ഞാൻ അതും വാങ്ങി പുറത്തേക്ക് നടന്നു. ഗെയിറ്റിനു വെളിയിലേക്ക് കാലെടുത്ത് വെച്ചപ്പോൾ ജയരാജന്റെ കടന്നൽ കുത്തിയ കണക്കുള്ള മോറായിരുന്നു എന്നെ എതിരേറ്റത്. എന്റെ കൈയിലിരി ക്കുന്ന എണ്ണമയമുള്ള പൊതി കണ്ടിട്ടാണെന്ന് തോന്നുന്നു, അവനെന്തോ പിറുപിറുക്കുന്നുണ്ടായിരുന്നു. ഞാനതു കണ്ട ഭാവം വെക്കാനും പോയില്ല.

ചായക്കട കഴിഞ്ഞ് ഒരല്പം കിഴക്കോട്ട് നടന്നാൽ യൂണിയൻ ബാങ്ക് ആയി. കോലിയക്കുടി ഫിലിപ്പിന്റെ കെട്ടിടത്തിലാണ് ബാങ്ക് വാടകയ്ക്ക് ഇരിക്കുന്നത്. ബാങ്ക് കഴിഞ്ഞാൽ ഉടനെ സിനിമാ ടാക്കീസും അതിനോട് ചേർന്ന് പഞ്ചായത്താഫീസും കവലയുടെ ഒത്ത നടുക്ക് റോഡിന്റെ വടക്കു വശത്താണ് ഞങ്ങളുടെ പീടിക കെട്ടിടം ഇരിക്കുന്നത്.

എഫ് ഐ ടി കമ്പനി പൂട്ടുന്നതുവരെ അച്ഛൻ ഇവിടെ പലചരക്കു കച്ചവടം നടത്തിയിരുന്നു. അക്കാലത്ത് അച്ഛന് നിന്നു തിരിയാൻ പോലും സമയം കിട്ടാറില്ല. ശനിയും ഞായറും ദിവസങ്ങളിൽ ഒരു പൂരത്തിനുള്ള ആളുകളാണ് കടയിലേക്ക് സാധനങ്ങൾ വാങ്ങാൻ വരുന്നത്. അക്കാ ലത്ത് ഈ അടുത്ത പരിസരത്തെങ്ങും വേറെ പലചരക്കു കടകൾ ഉണ്ടാ യിരുന്നില്ല. വലിയ കെട്ടുവള്ളങ്ങളിലാണ് കൊച്ചിയിലും ആലപ്പുഴയിലും നിന്നുള്ള ചരക്കുകൾ കൊണ്ടുവന്നിരുന്നത്. കവലയിലുള്ള ചുമട്ടുകാ രെല്ലാം പള്ളിക്കടവിലേക്ക് ഓടുന്നതു കണ്ടാൽ ചരക്കുവള്ളം എത്തിയി ട്ടുണ്ടെന്ന് ഉറപ്പിക്കാം. ചാക്കുകെട്ട് തലയിൽ ചുമന്നുകൊണ്ട് നിര നിരയായി വരുന്ന ചുമട്ടുകാരെ കണ്ടാൽ കുനിയനുറുമ്പുകൾ വരുന്ന തുപോലെ തോന്നിപ്പോകും. നല്ല രസമായിരുന്നു ആ കാഴ്ച കണ്ടുനില് ക്കാൻ. പീടിക കെട്ടിടത്തിന്റെ കിഴക്കേ അറ്റത്താണ് ഞങ്ങളുടെ താമസം. ബാക്കിയുള്ള മൂന്ന് മുറികളിലാണ് അച്ഛൻ കച്ചവടം നടത്തിയിരുന്നത്. സാധനങ്ങൾ എടുത്തുകൊടുക്കാൻ മാത്രം നാലു ശമ്പളക്കാരാണ് ഉണ്ടായിരുന്നത്. അതൊരു പ്രതാപകാലം തന്നെ ആയിരുന്നു.

കമ്പനി അടച്ചു പൂട്ടിയതോടെ കാര്യങ്ങളെല്ലാം തകിടം മറിഞ്ഞു. കച്ചവടം കുറഞ്ഞതോടെ ചിലവു ചുരുക്കലിന്റെ ഭാഗമായി ജോലിക്കാരെ ഓരോരുത്തരെയായി പറഞ്ഞുവിടുകയല്ലാതെ അച്ഛന്റെ മുൻപിൽ വേറെ വഴിയൊന്നുമില്ലായിരുന്നു. ചുരുക്കിച്ചുരുക്കി ഒടുക്കം മുതലാളിയും തൊഴിലാളിയുമൊക്കെയായി അച്ഛൻ മാത്രം ബാക്കിയായി. ഞങ്ങളുടെ കടയിൽ സാധനങ്ങൾ എടുത്തു കൊടുക്കാൻനിന്ന രമണൻ വടക്കും ഭാഗത്ത് പുതിയ പലചരക്ക് കട തുടങ്ങിയതോടെ അച്ഛൻ ആ കച്ചവടം പൂർണ്ണമായും അവസാനിപ്പിച്ചു.

അച്ഛൻ മരിച്ചിട്ട് ഒന്നരക്കൊല്ലം കൂടി കഴിഞ്ഞാണ് പീടിക മുറികൾ

മൂന്നു പേർക്കായി വാടകയ്ക്ക് കൊടുത്തത്. ശേഖരനമ്മാവൻ എടുത്ത ആ തീരുമാനത്തോട് എന്നെപ്പോലെ തന്നെ കാർത്ത്യാനിയമ്മയ്ക്കും തീരെ യോജിപ്പുണ്ടായിരുന്നില്ല. രവീടച്ഛൻ മടങ്ങി വന്നിട്ട് അവിടെ സ്വന്തമായി എന്തെങ്കിലും കച്ചവടം തുടങ്ങണമെന്നായിരുന്നു എന്റെ ആഗ്രഹം. പക്ഷേ, അന്നത്തെ ചുറ്റുപാടിൽ അമ്മാവനെ ധിക്കരിച്ചു പറയാനുള്ള ആവത് ഞങ്ങൾക്കില്ലായിരുന്നു. മനസ്സില്ലാമനസ്സോടെ ആണെങ്കിലും പീടികമുറികൾ വാടകയ്ക്ക് കൊടുക്കാൻ തോന്നിയത് എത്രയോ നന്നായെന്ന് പിന്നീടുള്ള ജീവിതാനുഭവങ്ങൾ എനിക്ക് തെളിയിച്ചു തന്നു. രവീടച്ഛൻ വരുന്നതും നോക്കിയിരുന്നെങ്കിൽ പട്ടിണി കിടന്ന് പണ്ടേക്കു പണ്ടേ ഞങ്ങൾ അന്ത്യാശ്വാസം വലിച്ചേനെ.

വീടിനോട് തൊട്ടുചേർന്നുള്ള കുടുസ്സു മുറിയാണ് കുരിയാക്കോസ് അയാളുടെ പാർട്ടിയുടെ ആഫീസായി ഉപയോഗിക്കുന്നത്. അച്ഛൻ കട നടത്തുന്ന കാലത്തു ഈ മുറിയിലാണ് ഉപ്പുചാക്കുകളും കയറും അട്ടിവെച്ചിരുന്നത്. ഏറ്റവും അറ്റത്തുള്ള മുറിയിൽ മിഖായേലും നടു വിലത്തേതിൽ സദാനന്ദനുമാണ് കച്ചവടം നടത്തുന്നത്. കുരിയാക്കോ സിനെ ഒരു സമയത്തും അതിനകത്തു കാണാൻ കിട്ടാറില്ല. പകൽ സമയം മുഴുവനും പാർട്ടി കാര്യങ്ങളുമായി ഊരുതെണ്ടലാണ് അയാളുടെ പ്രധാന പരിപാടി. രാവിലെ വന്ന് പീടിക തുറന്നാൽ കുറച്ചു നേരം അവിടെയിരുന്ന പത്രം വായിക്കുന്നത് കാണാം. അതു കഴിഞ്ഞാൽ പിന്നെ ഒരു പോക്കാണ്. ഏത് നേരത്ത് തിരിച്ചുവരുമെന്ന് ഒരാൾക്കും പറയാൻ സാധിക്കില്ല. ചിലപ്പോൾ വന്നില്ലെന്നും വരും. ഒട്ടുമിക്ക ദിവസങ്ങളിലും മിഖായേൽ തന്നെയാണ് രാത്രിയിൽ കട പൂട്ടുന്നത്. ആരെങ്കിലും അതിനകത്തിരിക്കുന്ന സാധനങ്ങൾ എടുത്തുകൊണ്ട് പോകുമെന്നുള്ള പേടിയുടെ ആവശ്യമില്ല. അഞ്ചാറ് വള്ളി പൊട്ടിയ കസേരകളും മരത്തിന്റെ പഴയ ഒരു മേശയും കുറച്ച് ചിതലരിച്ച പുസ്ത കങ്ങളുമല്ലാതെ വിലപിടിപ്പുള്ള യാതൊന്നും ആ മുറിക്കകത്തില്ല. ഭിത്തി നിറയെ പൂർവ്വികരുടെ പടം കണക്ക് കുറെ പാർട്ടിക്കാരുടെ ഫോട്ടോകളും തൂക്കിയിട്ടുണ്ട്. ഇനി വെറുതെ കൊടുക്കാമെന്ന് പറഞ്ഞാലും ഇതൊന്നും ആരുമൊട്ട് കൊണ്ടു പോവുകയുമില്ല.

കാശുണ്ടാക്കുന്ന കാര്യത്തിൽ മിഖായേലിനെ വെല്ലാൻ ഈ പരി സരത്തെങ്ങും വേറെ ആളുണ്ടാകാൻ വഴിയില്ല. ഉപ്പു തൊട്ടു കർപ്പൂരം വരെ അവന്റെ കടയിൽ കിട്ടാത്ത സാധനങ്ങളും ഇല്ലായിരുന്നു. അതിനും പോയിട്ട് സദാനന്ദന്റെ കാര്യം പറയാതിരിക്കുന്നതാണ് ഭേദം. ഇക്കണ്ട കാലം മുഴുവൻ കച്ചവടം നടത്തിയിട്ടും അവനു മാത്രം യാതൊരു മേൽ ഗതിയും ഉണ്ടായില്ല. നാലു ഭരണിയും വെച്ചുകൊണ്ടിരുന്നാൽ ഇന്നത്തെ കാലത്ത് എന്തു കിട്ടാനാണ്. അല്ലെങ്കിലും മാപ്പിളമാരെപ്പോലെ കാശു ണ്ടാക്കാനുള്ള കഴിവും വക്രബുദ്ധിയുമൊന്നും നമ്മുടെ ആളുകൾക്കില്ല. അതുതന്നെയാണ് അടിസ്ഥാന പ്രശ്നം.

വെളുത്ത ജീവിതം

ട്ടൗൺ കപ്പോളയിലെ തിരുനാളിന് കൊടിയേറിയതോടെ കവല മുഴുവൻ തോരണങ്ങളും പെരുന്നാൾ കച്ചവടക്കാരെയുംകൊണ്ട് നിറഞ്ഞു. അമ്പലങ്ങളിലെ ഉത്സവങ്ങൾക്കും പള്ളിപ്പെരുന്നാളിനും ഒരു പോലെ കാണുന്ന കൂട്ടരാണ് ഈ പെട്ടിക്കടക്കാരും ചെണ്ടക്കാരും. ജാതി യുടെയും മതത്തിന്റെയും അതിർവരമ്പുകൾ ബാക്കിയുള്ള സമസ്ത മനുഷ്യർക്കും ജാതി തിരിച്ചുള്ള ലക്ഷ്മണ രേഖകളുണ്ട്. സമുദായങ്ങൾ തമ്മിലുള്ള മത്സരം പണ്ടുകാലത്തും ഉണ്ടായിരുന്നതാണ്. പക്ഷേ, ഇതെല്ലാം സൗഹാർദ്ദപരമായിരുന്നു. ഇന്നത്തെ സ്ഥിതിവിശേഷം അത ല്ലല്ലോ. സമുദായങ്ങളുടെ ആധിപത്യം സ്ഥാപിച്ചെടുക്കാനുള്ള കിടമത്സ രത്തിനിടയിൽ മനുഷ്യരുടെ മനസ്സിലേക്ക് വർഗ്ഗീയതയുടെ വിഷം കുത്തി നിറയ്ക്കപ്പെടുകയാണ്. കവലയിലൂടെ കടന്നുപോകുന്ന പെരുന്നാൾ പ്രദക്ഷിണവും കാവടി ഘോഷയാത്രയുമൊക്കെ ഇന്ന് വെറും ശക്തി പ്രകടനങ്ങളായി മാറിക്കഴിഞ്ഞു. വിദ്യാഭ്യാസവും വിവരവുമുണ്ടെന്ന് അവകാശപ്പെടുന്ന പുതിയ തലമുറ പോലും ഇക്കൂട്ടരുടെ ഇരകളാകുന്നത് കാണുമ്പോൾ സത്യത്തിൽ എനിക്കും വിഷമം തോന്നാറുണ്ട്.

തിരുന്നാൾ പ്രമാണിച്ച് സിനിമക്കൊട്ടകയിൽ പ്രദർശിപ്പിക്കുന്ന പുതിയ ഏതോ പടത്തിന്റെ അനൗൺസ്മെന്റ് വണ്ടി രാവിലെ മുതൽ നാടുചുറ്റാൻ തുടങ്ങിയിട്ടുണ്ട്. പഴയ കാലത്തേതുപോലെ സിനിമ കാണാ നുള്ള തള്ളിക്കയറ്റമൊന്നും ഇപ്പോൾ കാണുന്നില്ല. എന്റെയൊക്കെ ചെറു പ്പത്തിൽ സിനിമയ്ക്ക് പോകുന്നത് വലിയൊരു ആർഭാടം തന്നെയായി രുന്നു. രവീടച്ഛന്റെ കൂടെ ഉത്സവത്തിന് പോയപ്പോഴാണ് ജീവിതത്തിൽ ആദ്യമായി ഞാൻ സിനിമ കാണുന്നത്. അന്നുകണ്ട പടത്തിന്റെ പേരൊക്കെ മറന്നുപോയെങ്കിലും അയ്യപ്പസ്വാമിയുടെ ജീവിതചരിത്രമാ

യിരുന്നു അതിലെ ഇതിവൃത്തമെന്നുമാത്രം ഇപ്പോഴും എനിക്കോർമ്മ യുണ്ട്. അക്കാലത്ത് കഥാപ്രസംഗവും ബാലെയും ഗുസ്തിയുമൊക്കെ യാണ് നാട്ടുമ്പുറങ്ങളിൽ കൂടുതലായി പ്രചാരത്തിൽ ഉണ്ടായിരുന്നത്. എനിക്ക് പതിനെട്ട് വയസ്സുതികഞ്ഞ കൊല്ലമാണ് ഈ നാട്ടിലെ ആദ്യ ഗുസ്തിമത്സരം അരങ്ങേറിയത്. ആ മത്സരത്തിന്റെ ചുവടുപിടിച്ചാണ് ജീവിതത്തിനോടുള്ള എന്റെ ഗുസ്തിപിടുത്തവും ആരംഭിച്ചത്.

കുന്നേൽ മാത്തച്ചൻ മുതലാളിയും അക്കരേന്ന് വന്ന് താമസിക്കുന്ന കുരിശുതറ ജോണിച്ചനും തമ്മിൽ ചീട്ടുകളി സ്ഥലത്ത് വെച്ചുണ്ടായ വാക്കുതർക്കമാണ് ഒടുവിൽ ഗുസ്തി മത്സരത്തിൽ ചെന്ന് കലാശിച്ചത്. ഞായറാഴ്ചയിലെ ഉച്ചക്കുർബ്ബാന കഴിഞ്ഞ് ഉപ്പുതറ ജോസിന്റെ ജാതിത്തോട്ടത്തിലുള്ള കെട്ടിടത്തിൽ മാത്തച്ചൻ മുതലാളിയും ജോണിച്ചനുമടങ്ങുന്ന പ്രമാണിമാരുടെ ചീട്ടുകളി ഒരു പതിവായിരുന്നു. വടക്കേ കവലയിലുള്ള കുരിശടിയിലെ പെരുന്നാൾ നടത്തിപ്പുമായി ബന്ധപ്പെട്ട വിഷയത്തിലാണ് അവരുതമ്മിലുള്ള തർക്കം ഉടലെടുത്ത്. നാട്ടുകാരുടെ മുൻപിൽ ആളാകുവാൻ കിട്ടിയ അവസരം നഷ്ടപ്പെ ടുത്താൻ ജോണിച്ചനും തയ്യാറല്ലായിരുന്നു. മാത്തച്ചൻ മുതലാളിയുടെ ഒപ്പത്തിന് എത്തിയില്ലെങ്കിലും ജോണിച്ചനും ധാരാളം ഭൂസ്വത്തുക്കൾ ഉണ്ടായിരുന്നു. ഗുസ്തിമത്സരം മുതലാളിമാരുടെ അഭിമാനപ്രശ്നമാക്കി മാറ്റുവാൻ കൂടെയുള്ളവർ അവരുടെ കഴിവിന്റെ പരമാവധി ഉത്സാഹിച്ചു. ഏറ്റവും പ്രഗത്ഭരായ ഗുസ്തിക്കാരെത്തന്നെ ഗോദയിൽ ഇറക്കുമെന്ന് രണ്ട് മുതലാളിമാരുടെയും പ്രഖ്യാപനം വന്നതോടെ ജനങ്ങളുടെ പ്രതീക്ഷകളും വാനോളം ഉയർന്നു.

ഫയൽവാൻ രാജൻ ബാവ ജോണിച്ചന്റെ ആളായി ഇറങ്ങിയപ്പോൾ വൈക്കം ജിംഖാനയുടെ പള്ളിപ്പുറം ശിവദാസ് ഫയൽവാനെയായിരുന്നു മാത്തച്ചൻ മുതലാളി ഗോദയിലിറക്കിയത്. രണ്ടുപേരും അക്കാലത്തെ ഏറ്റവും പെരെടുത്ത ഫയൽവാന്മാരായിരുന്നു. ആനക്കാട്ടിലെ ബേബി ച്ചന്റെ മോൻ അലോഷി സിനിമാക്കോട്ട പണിയുന്നതിനുമുൻപ് കാലി യായിക്കിടന്നിരുന്ന പറമ്പിന്റെ ഒത്ത നടുക്കാണ് ഗുസ്തിത്തറ ഒരു ക്കിയത്. മത്സരത്തിന്റെ മുന്നോടിയായി രണ്ട് ഫയൽവാന്മാരും ഗുസ്തി ത്തറയിൽ എത്തി കൈ കൊടുത്ത് പിരിഞ്ഞതിനുശേഷം വരുന്ന പതി നഞ്ചാം നാളിലായിരുന്നു മത്സരം അരങ്ങേറുന്നത്. ഫയൽവാന്മാർക്കും അവരുടെ സഹായികൾക്കും മത്സരം നടക്കുന്ന ദിവസംവരെയുള്ള എല്ലാ സൗകര്യങ്ങളും ഒരുക്കി കൊടുക്കാനുള്ള ഉത്തരവാദിത്വം അതാത് മുതലാളിമാർക്കുതന്നെ ആയിരുന്നു.

പഞ്ചായത്ത് കെട്ടിടത്തിന് പിറകിലുള്ള പല്ലിപ്പറൻ കുഞ്ഞച്ചന്റെ വീട്ടിലാണ് ശിവദാസ് ഫയൽവാനും കൂട്ടരെയും താമസിപ്പിച്ചത്. ഒറ്റത്തടി ആയിരുന്നു കുഞ്ഞച്ചൻ. അന്നാളിൽ മാത്തച്ചൻ മുതലാളിയുടെ കൂപ്പിന്റെ കണക്കെഴുത്തുകാരനായിരുന്നു. പുഴയിറമ്പിലെ തെങ്ങുംതോപ്പിൽ അതിരാവിലെ മുതൽ തുടങ്ങുന്ന ഗുസ്തിക്കാരുടെ അഭ്യാസപ്രകടന

ങ്ങൾ കാണുന്നതിന് ആളുകളുടെ ഒരു ഒഴുക്കായിരുന്നു. സരോജിനിയു
മൊരുമിച്ച് അവിടെ പോകണമെന്ന് എനിക്ക് കലശലായ ആഗ്രഹം ഉണ്ടാ
യിരുന്നെങ്കിലും പതിവുപോലെ കാർത്ത്യായനിയമ്മ അതിന് വിലങ്ങു
തടിയായി വന്നു.

പുര നിറഞ്ഞുനില്ക്കുന്ന പെണ്ണാണ്, അതും അമ്മയില്ലാതെ വളർ
ന്നതും. ഇതിനെ എന്റെ കൈയിലേക്ക് പെറ്റിട്ടിട്ടാണ് സുഭാഷിണി
പോയത്. എന്റെ കണ്ണടയുന്നതിന് മുൻപ് ചീത്തപ്പേരൊന്നും കേൾപ്പി
ക്കാതെ ഇവളെ ആർക്കെങ്കിലും പിടിച്ചുകൊടുക്കാൻ കഴിയണേന്ന്
മാത്രമാണ് എന്റെ പ്രാർത്ഥന. നീ ഇതുവല്ലതും കേൾക്കുന്നുണ്ടോ എന്റെ
രാഘവാ?

കണക്കുനോക്കുന്ന തിരക്കിനിടയിൽ അച്ചരൻ എന്നെ നോക്കി
ചിരിച്ചതല്ലാതെ അതിന് മറുപടിയൊന്നും പറഞ്ഞില്ല. പക്ഷേ, ആ
ചിരിയുടെ അർത്ഥം പോകേണ്ട എന്നാണെന്ന് എനിക്ക് നല്ലതുപോലെ
അറിയാം.

അച്ചരന്റെ ഇളയ സഹോദരിയാണ് കാർത്ത്യായനിയമ്മ. കണ
ക്കിന് അമ്മായി ആണെങ്കിലും കാർത്ത്യായനിയമ്മ എനിക്ക് സ്വന്തം
അമ്മയെപ്പോലെയായിരുന്നു. ഓർമ്മവെച്ച കാലം മുതൽ കാർത്ത്യായ
നിയമ്മയാണ് എന്നെ വെള്ളം തോർത്തിയെടുത്ത് വലിവിന്റെ അസു
ഖമുള്ളതുകൊണ്ടാണ് കല്യാണം കഴിക്കാത്തതെന്ന് സ്വന്തക്കാരോടും
അതല്ല അമ്മയില്ലാത്ത എന്നെ വളർത്തുന്ന ഉത്തരവാദിത്വം ഏറ്റെടുത്ത്
കല്യാണം വേണ്ടെന്നുവച്ചതാണെന്ന് ബാക്കിയുള്ളവരോടും അവസര
ത്തിനൊപ്പിച്ച് കാർത്ത്യായനിയമ്മ പറയുമായിരുന്നു. യഥാർത്ഥത്തിൽ
ഇതുരണ്ടുമല്ല ആ തീരുമാനത്തിന് പിന്നിലെന്ന് എനിക്കു നല്ലതുപോലെ
അറിയാം. കാർത്ത്യായനിയമ്മ ഒരു തികഞ്ഞ പുരുഷവിരോധി
ആയിരുന്നു. ആൺ വർഗ്ഗത്തെ ഒരുകാലത്തും വിശ്വസിക്കാൻ കൊള്ളി
ല്ലെന്നാണ് അമ്മായിയുടെ ഭാഷ്യം. അവർ ചതിയന്മാരാണത്രേ!

പുഴയിറമ്പിൽ പോകാതെ തന്നെ അന്ന് സന്ധ്യക്ക് ഫയൽവാനെ
കാണാനുള്ള അവസരം എനിക്ക് വന്നുകിട്ടി. കവലയിൽ നടക്കാനിരി
ക്കുന്ന ഗുസ്തിയിലെ ഫയൽവാനും കൂട്ടരും ഞങ്ങളുടെ കടയിലേക്ക്
വരുമ്പോൾ ഞാൻ അച്ചരന്റെ കണക്കുമേശയുടെ അരികിൽ അട്ടിവെച്ചി
രുന്ന പരുത്തിച്ചാക്കിന്റെ മുകളിൽ ഇരിക്കുകയായിരുന്നു. നാടൻ താറാ
വുമുട്ട കിട്ടുമോയെന്ന് അറിയാനാണ് അവർ വന്നത്. ആലപ്പുഴയിൽ
നിന്നുള്ള അസ്സൽ നാടൻ മുട്ടയുണ്ടെന്ന് അച്ചരൻ പറഞ്ഞപ്പോൾ ഫയൽ
വാൻ കടത്തിണ്ണയിലേക്ക് കയറി വന്നു. മേശപ്പുറത്ത് എടുത്തുവെച്ച
താറാവുമുട്ട അയാൾ പച്ചയ്ക്ക് തന്നെ പൊട്ടിച്ച് വായിലേക്ക് ഒഴിക്കു
ന്നതു കണ്ടപ്പോൾ എനിക്ക് ഓക്കാനം വന്നുപോയി.

അകത്തുനിന്നും കാർത്ത്യായിനിയമ്മയുടെ വിളി കേട്ടപ്പോൾ
ത്തന്നെ അതിന് പിന്നിലെ ചേതോവികാരം എനിക്ക് പിടികിട്ടി. അവരുടെ
മുൻപിൽ പോയി നിന്നതിന് കാർത്ത്യായനിയമ്മയുടെ വായിലിരിക്കുന്നത്

മൂന്നു ചുവരുകൾ
ജോമോൻ ജോസഫ് എടത്തല

കേൾക്കാൻ തയ്യാറായിട്ടാണ് ഞാൻ അകത്തേക്ക് ചെന്നത്. ഇതിന്റെ പേരിൽ രണ്ട് ചീത്ത കേട്ടാലും അതെനിക്കൊരു പ്രശ്നമല്ലായിരുന്നു. ഫയൽവാനെ ശരിക്കും അടുത്തുകാണാൻ ഒത്തല്ലോ. അതെല്ലാവർക്കും കിട്ടുന്ന ഭാഗ്യമാണോ?.

ഈയിടെയായി ആണുങ്ങളെ കാണുമ്പോൾ നിനക്കിത്തിരി ഇളക്കം കൂടിയിട്ടുണ്ട്. ഉണക്കമീൻ കണ്ട പൂച്ചയുടെ കണക്കല്ലേ വല്ലവന്മാരുടെയും മുൻപിൽ പോയി മുലയും കാണിച്ചുകൊണ്ട് നില്ക്കുന്നത്. ഈ പോക്ക് പോയാൽ അധികം വൈകാതെ പെണ്ണ് ആരുടെയെങ്കിലും കൈയിൽനിന്നും വാങ്ങിക്കെട്ടും. നിന്നെ കുറ്റം പറഞ്ഞിട്ട് എന്തുകാര്യം. നിന്റെ തന്തയ്ക്ക് അങ്ങനെയുള്ള വല്ല വിചാരമുണ്ടോ. പിന്നെയും എന്തെ ക്കെയോ പിറുപിറുത്തുകൊണ്ട് കാർത്ത്യായിനിയമ്മ അടുക്കളയിലേക്ക് പോയി.

അച്ഛനുമായി കുറച്ചുനേരം കൂടി സംസാരിച്ചതിന് ശേഷമാണ് അവർ തിരിച്ചുപോയത്. അന്നുമുതൽ ഫയൽവാന്മാർക്കുള്ള താരാമു ട്ടയും എണ്ണയും ഞങ്ങളുടെ കടയിൽനിന്നും കൊണ്ടുപോകാൻ തുടങ്ങി. ശിവദാസ് ഫയൽവാനുമായി അച്ഛൻ ചങ്ങാത്തത്തിലായത് വളരെ പെട്ടെന്നായിരുന്നു. ഫയൽവാന്റെ ശരിക്കുള്ള പേര് പള്ളിപ്പുറം ശിവദാ സൻ നായർ എന്നാണെന്നുപോലും അച്ഛന് അറിയാമായിരുന്നു. നായ ന്മാരെ അച്ഛന് പണ്ടുമുതലേ വലിയ ബഹുമാനമാണ്. ഉച്ചയൂണ് കഴി ഞ്ഞുള്ള പതിവ് ഉറക്കം പോലും മാറ്റിവെച്ച് ഫയൽവാനോടൊപ്പം സമയം ചെലവഴിക്കുവാൻ അച്ഛൻ തയ്യാറായി.

ഒരു ഞായറാഴ്ച ദിവസമായിരുന്നു ജനങ്ങൾ വളരെ ആകാംക്ഷ യോടെ കാത്തിരുന്ന ഗുസ്തിമത്സരം അരങ്ങേറിയത്. എന്റെ ജീവി തത്തിൽ ആദ്യമായിട്ടാണ് കവലയിൽ അത്രയും ആളുകളെ ഞാൻ ഒരു മിച്ച് കാണുന്നത്. കാർത്ത്യായനിയമ്മയുടെ കണ്ണുവെട്ടിച്ച് ഗുസ്തി മത്സരം കാണാൻ പോകണമെന്ന് കലശലായ ആഗ്രഹമുണ്ടായിരുന്നു. പക്ഷേ, ആ പരിസരത്തേക്ക് അടുക്കുവാൻ പറ്റാത്ത രീതിയിലുള്ള തിരക്ക് കണ്ടതോടെ ആ പൂതി ഞാൻ തന്നെ ഉപേക്ഷിച്ചു. സന്ധ്യയോടടുപ്പി ച്ചാണ് മത്സരം തുടങ്ങിയത്. ഓരോ തവണയും ആർപ്പുവിളികൾ ഉയരു മ്പോൾ ഞാൻ മുൻവശത്തെ ജനാലയിലൂടെ കവലയിലേക്ക് നോക്കി ക്കൊണ്ടിരുന്നു. ഒന്നുരണ്ട് മണിക്കൂർ കഴിഞ്ഞപ്പോൾ നിർത്താതെ പടക്കം പൊട്ടുന്നതുകേട്ടതോടെ മത്സരം കഴിഞ്ഞുവെന്ന് എനിക്ക് ഉറപ്പായി. ഗുസ്തി കഴിയുമ്പോൾ പടക്കം പൊട്ടിക്കുന്ന പതിവുണ്ടെന്ന് മുൻകൂട്ടി അറിഞ്ഞിരുന്നുവെങ്കിൽ അക്കണ്ട നേരം മുഴുവനും എനിക്ക് ജനാലയുടെ അടുത്തേക്ക് ഓടേണ്ടിവരില്ലായിരുന്നു. മത്സരം കഴിഞ്ഞതോടെ ആരാണ് ജയിച്ചതെന്ന് അറിയുവാനുള്ള ആകാംക്ഷ ബാക്കിയായി ചെവി വട്ടം പിടിച്ചുകൊണ്ട് ഞാൻ ജനാലയുടെ പിറകിൽത്തന്നെ നിലയുറപ്പിച്ചു.

എന്റെ കാത്തിരിപ്പ് അധികം നീണ്ടുനിന്നില്ല. കടയുടെ മുൻപിൽ വെച്ചിരുന്ന സൈക്കിളെടുക്കാൻവന്ന ആളുകളുടെ സംസാരത്തിൽനിന്നും

ശിവദാസ് ഫയൽവാൻ രാജൻ ബാവയെ മലർത്തിയടിച്ചുവെന്ന് മനസ്സി ലായി. യഥാർത്ഥത്തിൽ ജയിച്ചത് മാത്തച്ചൻ മുതലാളിയും തോറ്റത് പാവം ജോണിക്കുഞ്ഞും ആണല്ലോയെന്ന് ഓർത്തപ്പോൾ എനിക്കു നേരിയ വിഷമം തോന്നാതിരുന്നില്ല. ജോണിക്കുഞ്ഞിനോട് പ്രത്യേക മമതയൊന്നും ഉണ്ടായിട്ടല്ല. മാത്തച്ചൻ മുതലാളിയെ പണ്ടുമുതലേ എനിക്ക് ഇഷ്ടമല്ലായിരുന്നു. എന്തായാലും രണ്ട് പ്രമാണിമാരുടെ ചെല വിൽ നാട്ടുകാർക്ക് നല്ലൊരു ഗുസ്തി മത്സരം കാണാൻ സാധിച്ചു.

അച്ഛൻ വരാൻ വൈകുന്നതുകൊണ്ട് ഞാൻ പോയി കിടന്നു. പിന്നീടെപ്പോഴോ അച്ഛൻ കയറിയപ്പോൾ കാർത്ത്യായനിയമ്മയാണ് കതക് തുറന്നുകൊടുത്തത്. അന്നേരം ഞാൻ ഉണർന്നുകിടന്നതുകൊണ്ട് അവരു തമ്മിലുള്ള സംസാരം കേൾക്കുവാൻ ഇടയായി.

നമ്മുടെ ശിവദാസ് ഫയൽവാൻ ജയിച്ച വിവരം നീ അറിഞ്ഞോ കാർത്ത്യാനി. നല്ല ഉഗ്രൻ മത്സരം ആയിരുന്നു. ബാവ പരമാവധി പിടിച്ചു നോക്കി. പക്ഷേ, ഒടുക്കം ആശാന്റെ മുൻപിൽ അടിപറഞ്ഞു.

ഫയൽവാന്മാർ അടിപറഞ്ഞ കാര്യം അന്വേഷിച്ചുകൊണ്ട് നടക്കുന്നതല്ല എന്റെ പണി. എനിക്കിവിടെ നൂറുകൂട്ടം വേറെ ജോലിക ളുണ്ട് രാഘവാ. അവന്മാരുടെ കാര്യം കേൾക്കുന്നതുതന്നെ എനിക്ക് അരോചകമാണ്, ഒരു പണിക്കും പോകാതെ ഗുസ്തിയെന്നും പറഞ്ഞു കൂത്താടി നടക്കുന്ന കള്ളക്കൂട്ടം. വെറുതെ എന്നെ ഭ്രാന്തുപിടിപ്പിക്കാതെ എന്തെങ്കിലും കഴിച്ചിട്ട് നീ പോയി കിടക്കാൻ നോക്ക്.

ഞാൻ കഴിച്ചതാണ്. പിന്നെ കാർത്ത്യാനി, നാളെ ഫയൽവാനും കൂടെയൊരു മൂന്നുപേരും ഉച്ചയൂണിനുണ്ടാകും. നീ ജാനകിയോടു നല്ല കുപ്പായമൊക്കെയിട്ട് വൃത്തിയും മെനയുമായിട്ട് നില്ക്കാൻ പറയണം.

അവരുവരുന്നതിന് എന്റെ കൊച്ചെന്തിനാണ് ഉടുത്തൊരുങ്ങി നില് ക്കുന്നത്. അതിരിക്കട്ടെ, എന്തുഭാവിച്ചാണ് നീ അവരെ ഇങ്ങോട്ട് കൊണ്ടുവരുന്നത്. നിന്റെ തലക്കു വല്ല അസുഖവുമുണ്ടോ രാഘവാ? ജാനകി ഇപ്പോഴും കൊച്ചുകുട്ടിയാന്നാണോ നിന്റെ വിചാരം, വയസ്സ് പതിനെട്ട് കഴിഞ്ഞു. ഏതെങ്കിലും ആണൊരുത്തനെ കണ്ടുപിടിച്ച് അതിനെ കെട്ടിച്ചുവിടാൻ നോക്ക്. അല്ലാതെ ഗുസ്തിക്കാർക്ക് ചോറും കറിയും വിളമ്പാൻ നിർത്തുകയല്ല വേണ്ടത്.

എടീ, മരക്കഴുതേ, അവളെ കെട്ടിക്കാൻ തന്നെയാണ് എന്റെ ഉദ്ദേശ്യം. ജാനകിയെ പെണ്ണുകാണാനാണ് നാളെ അവരിങ്ങോട് വരു ന്നത്. ഫയൽവാന്റെ കൂട്ടത്തിലുള്ള നായരുപയ്യനാണ് ചെറുക്കൻ. അവന് വീടും വീട്ടുകാരൊന്നും ഇല്ല. തന്തയും തള്ളയും ചെറുപ്പത്തിൽ തന്നെ മരിച്ചുപോയതുകൊണ്ട് കുറെ കൊല്ലങ്ങളായി ഫയൽവാന്റെ കൂട്ട ത്തിലാണ് അവന്റെ പൊറുതി. വേണ്ടാധീനം സ്വഭാവങ്ങളൊന്നും ഇല്ലായെന്ന് മാത്രമല്ല വീടും കുടിയും ഇല്ലാത്തതുകൊണ്ട് ഇവിടെ നമ്മുടെ കൂടെത്തന്നെയങ്ങ് കൂടിക്കൊള്ളും. എങ്ങനെയുണ്ട് എന്റെ ബുദ്ധി? അച്ഛൻ വലിയ ആവേശത്തിലായിരുന്നു.

കാർത്ത്യായനിയമ്മയുണ്ടോ വിട്ടുകൊടുക്കാൻ. ഭയങ്കര ബുദ്ധി തന്നെയാണ്. നിന്നെപ്പോലെ വിവരമില്ലാത്ത ഒരാളെ എന്റെ ജീവി തത്തിൽ ഇന്നോളം ഞാൻ കണ്ടിട്ടില്ല. ഊരും പേരും അറിയാത്ത ഒരു ത്തനാണോ ആകെയുള്ള ഒരെണ്ണത്തിനെ പിടിച്ചുകൊടുക്കാൻ പോകുന്നത്. അതും നാടുമുഴുവൻ തെണ്ടിനടക്കുന്ന ഗുസ്തിക്കാരൻ. നിന്റെ തലയിൽ നെല്ലിക്കാത്തളം വെക്കേണ്ട സമയം കഴിഞ്ഞിരിക്കുക യാണ് എന്റെ രാഘവാ.

അതിന് മറുപടിയൊന്നും പറയാതെ അച്ചരൻ പോയി കിടന്നു. തിരികെ വന്നുകിടന്നിട്ടും കാർത്ത്യായനിയമ്മ എന്തൊക്കെയോ പുല മ്പുന്നുണ്ടായിരുന്നു. ഉറക്കം നടിച്ച് കിടന്നതുകൊണ്ട് എന്നെ വിളിച്ചു ണർത്താൻ ഏതായാലും കാർത്ത്യായനിയമ്മ മെനക്കെട്ടതുമില്ല. വളരെ രസകരമായ ഒരു പെണ്ണുകാണൽ ചടങ്ങായിരുന്നു പിറ്റേന്ന് നടന്നത്. അച്ചൻ പറഞ്ഞതുപോലെ ഉച്ചയായപ്പോൾ ഫയൽവാനും കൂട്ടരും കടയിൽ എത്തി. കുറച്ചുനേരം അച്ചരനോടു വർത്തമാനം പറഞ്ഞിട്ട് ഊണ് കഴിക്കാനായി എല്ലാവരുംകൂടി വീടിനകത്തേക്ക് വന്നു. ചായക്കട യിൽ ചോറു വിളമ്പുന്നതുപോലെ ഞാനും കാർത്ത്യായനിയമ്മയും മാറിമാറി അവർക്ക് ചോറും കറികളും വിളമ്പിക്കൊണ്ടിരുന്നു. ഫയൽ വാന്റെ കൂട്ടത്തിൽ ഉണ്ടായിരുന്ന പ്രായം കുറഞ്ഞ ആളാകും എന്റെ ചെറുക്കനെന്ന് ഞാൻ ഊഹിച്ചു. പക്ഷേ, ഭക്ഷണത്തിൽ ശ്രദ്ധിച്ചതല്ലാതെ അയാൾ എന്നെയൊന്ന് നോക്കുകപോലും ചെയ്യാതായപ്പോൾ എനി ക്കാകെ അങ്കലാപ്പായി. ഈശ്വരാ ഇനിയീ കിളവന്മാർ ആരെങ്കിലുമാണോ എന്നെ കെട്ടാൻ പോകുന്നത്.

ഞാൻ ആശങ്കപ്പെട്ടതുപോലെയൊന്നും സംഭവിച്ചില്ല, ഊണ് കഴിഞ്ഞ് കൈകഴുകി വന്നതിനുശേഷം ശിവദാസനാശാൻ ആ ചെറു ക്കനെ തന്നെ ചൂണ്ടിക്കാണിച്ചിട്ട് എന്നോട് ചോദിച്ചു, നിനക്കിഷ്ടമായോടീ പെണ്ണെ ഇവനെ?

ഞാൻ മറുപടിയൊന്നും പറയാതെ പതുക്കെ അടുക്കളയിലേക്ക് വലിഞ്ഞു. രവീടച്ചരനെ കാണാൻ നല്ല ചന്തമായിരുന്നു. ഒറ്റ നോട്ട ത്തിൽത്തന്നെ എനിക്കുബോധിച്ചെന്ന് പക്ഷേ, അവരോട് പറയാൻ പറ്റുമോ.

പെണ്ണുകാണൽ കഴിഞ്ഞ് രണ്ടാഴ്ച തികയുന്നതിനുമുൻപ് ഞങ്ങ ളുടെ കല്യാണവും നടത്തി. ശാന്ത പ്രകൃതക്കാരനായിരുന്ന രവീടച്ചരന് എല്ലാവരേയും കൈയിലെടുക്കാൻ അധികസമയം വേണ്ടിവന്നില്ല. ജന്മ നാൽ പുരുഷവിരോധിയായിരുന്ന കാർത്ത്യായനിയമ്മയ്ക്ക് പോലും രവീടച്ചരനെക്കുറിച്ച് നല്ലത് മാത്രമാണ് പറയാനുണ്ടായിരുന്നത്. രവീടച്ചരനെ കണ്ടുപിടിച്ച കാര്യത്തിനാണ് ജീവിതത്തിൽ ആദ്യമായി അച്ചനെ അഭിനന്ദിക്കുവാൻ കാർത്ത്യായനിയമ്മ തയ്യാറായത്. അച്ചനെ കുറ്റം പറയുന്നത് കാർത്ത്യായനിയമ്മയുടെ ശീലമായിരുന്നു. സ്നേഹം കൊണ്ടാണ് അങ്ങനെ പറയുന്നതെന്ന് അച്ചരനും അറിയാമായിരുന്നു.

കല്യാണം കഴിഞ്ഞുള്ള രണ്ടാമത്തെ കർക്കിടകത്തിലാണ് രവി ജനിച്ചത്. ഞങ്ങളുടെ വീട്ടിൽ ഒരാൺകുഞ്ഞ് ജനിക്കുന്നതിൽ ഏറ്റവും മധികം ആഗ്രഹിച്ചിരുന്നുവെന്ന് രവി ജനിക്കുന്നത് വരെ എനിക്ക് അറിയില്ലായിരുന്നു. അവനെ ഒരുനിമിഷംപോലും താഴെവെക്കാതെയാണ് അച്ഛൻ കൊണ്ടുനടന്നത്. ജീവിതത്തിൽ എല്ലാം തികഞ്ഞുവെന്ന് എനിക്ക് തോന്നിപ്പോയ കാലമായിരുന്നു അത്. പക്ഷേ, ആ സന്തോഷത്തിന് അധികം ആയുസ്സുണ്ടായിരുന്നില്ല.

രവിക്ക് രണ്ട് വയസ്സ് തികഞ്ഞ മറ്റൊരു കർക്കിടകത്തിലാണ് ശിവദാസനാശാൻ പറഞ്ഞയച്ച ഒരാൾ രവീടച്ഛരനെ അന്വേഷിച്ച് വീട്ടിൽ വന്നത്. ആശാന്റെ സഹായിയുടെ നടുവ് വിലങ്ങിയതുകൊണ്ട് രവീടച്ഛരനെ കോട്ടപ്പുറത്ത് ഗുസ്തി നടക്കുന്ന സ്ഥലത്തേക്ക് കൊണ്ടുപോകാനാണ് അയാൾ വന്നത്. ഒരാഴ്ചത്തേക്ക് ആയിരുന്നെങ്കിൽ കൂടി ഞങ്ങളെ പിരിഞ്ഞു നില്ക്കാൻ രവീടച്ഛരന് തീരെ മനസ്സുണ്ടായിരുന്നില്ല. പറഞ്ഞയക്കുവാൻ ഞങ്ങൾക്ക് വിഷമമമായിരുന്നു. പക്ഷേ, ആശാന്റെ കാര്യമായതുകൊണ്ട് മറിച്ചൊന്നും പറയാൻ ആർക്കും കഴിഞ്ഞില്ല. പെട്ടെന്ന് തന്നെ തിരിച്ചെത്താമെന്ന് പറഞ്ഞിട്ടാണ് രവീടച്ഛരൻ അന്ന് വീട്ടിൽനിന്നും ഇറങ്ങിയത്.

ആഴ്ചകൾ പലതുകഴിഞ്ഞിട്ടും രവീടച്ഛരൻ മടങ്ങിവന്നില്ല. ഓരോ നിമിഷവും കണ്ണിലെണ്ണയൊഴിച്ച് ഞാൻ അയാൾക്കുവേണ്ടി കാത്തിരുന്നു. പിന്നീട് അച്ഛരനും ശേഖരനമ്മാവനുംകൂടി കോട്ടപ്പുറത്ത് പോയി അന്വേഷിച്ചപ്പോഴാണ് അങ്ങനെയൊരു ഗുസ്തി മത്സരം ഉണ്ടായിരുന്നില്ല എന്ന് മനസ്സിലായത്. പിന്നീട് അച്ഛൻ വൈക്കത്ത് പോയി ശിവദാസനാശാനെ കണ്ടെങ്കിലും രവീടച്ഛരനെക്കുറിച്ച് എന്തെങ്കിലും വിവരം നല്കാൻ ആശാന് കഴിഞ്ഞില്ല. കഷ്ടകാലം വന്നപ്പോൾ എല്ലാം ഒരുമിച്ചാണ് വന്നത്. എഫ് ഐ ടി കമ്പനി അടച്ചുപൂട്ടിയതോടെ പലചരക്ക് കട തീർത്തും ലാഭകരമല്ലാതായി. അധികം വൈകാതെ അച്ഛൻ ആ കച്ചവടം ഉപേക്ഷിച്ചു.

രവീടച്ഛൻ മടങ്ങിവന്നില്ല. അയാൾ എന്നെ ഉപേക്ഷിച്ച് പോയ താണെന്ന് ഒളിച്ചും തെളിച്ചും പലരും എന്നോട് പറഞ്ഞെങ്കിലും അങ്ങനെ വിശ്വസിക്കുവാൻ ഇന്നും എനിക്ക് കഴിഞ്ഞിട്ടില്ല. ഉപേക്ഷിക്കാൻ ആയിരുന്നെങ്കിൽ ഇങ്ങനെയൊരു വളഞ്ഞ വഴി സ്വീകരിക്കേണ്ട ആവശ്യം എന്തായിരുന്നു. അങ്ങനെയൊരു ഉദ്ദേശ്യം രവീടച്ഛന് ഉണ്ടായിരുന്നെങ്കിൽ അതിന്റെ എന്തെങ്കിലും ഒരു സൂചന എനിക്ക് ഉറപ്പായും കിട്ടുമായിരുന്നു. ഞങ്ങൾ ഒരുമിച്ച് ജീവിച്ച കാലമത്രയും രവീടച്ഛൻ ഉത്തരവാദിത്വമുള്ള ഒരു ഭർത്താവും അച്ഛനുമായിരുന്നു.

രവീടച്ഛൻ പോയ അന്നുമുതൽ നല്ലതൊന്നും എന്റെ ജീവിതത്തിൽ സംഭവിച്ചിട്ടില്ല. പിന്നീട് ഓരോരുത്തരെയായി എനിക്ക് നഷ്ടപ്പെടാനും തുടങ്ങി. അച്ഛൻ, കാർത്ത്യായനിയമ്മ, ഒടുക്കം എന്റെ രവിയും കൂടി പോയതോടെ ഞാൻ തീർത്തും ഒറ്റപ്പെട്ടു പോകുകയായിരുന്നു.

പിന്നീടുള്ള ജീവിതത്തിലെ ഓരോ ദിവസങ്ങളും പുരുഷന്റെ തണൽ ഇല്ലാതെ ജീവിക്കുന്ന ഒരു സ്ത്രീയുടെ നിസ്സഹായാവസ്ഥ വെളിവാക്കു ന്നതായിരുന്നു.

ജാനകി എന്ന സ്ത്രീയിൽനിന്നും പാണ്ടിച്ചിയിലേക്കുള്ള എന്റെ പ്രയാണം ശരവേഗത്തിലായിരുന്നു. ഉള്ളംതുടയിൽ കാലണ വലുപ്പ ത്തിലുള്ള ഒരു വെളുത്ത പാട് വന്നായിരുന്നു തുടക്കം. അത് പിന്നീട് ശരീരത്തിന്റെ പല ഭാഗങ്ങളിലേക്കും വ്യാപിച്ചു. നടയിലെ പാറു വല്യ മ്മയാണ് അത് പാണ്ടാണെന്ന് ആദ്യമായി സ്ഥിരീകരിച്ചത്. ഉത്തമൻ വൈദ്യരുടെ മരുന്നിനും മന്ത്രത്തിനുമൊന്നും പിടികൊടുക്കാതെ എന്റെ പാണ്ട് പടർന്നു പന്തലിച്ചു. ഭഗവതിയുടെ ശാപം കൊണ്ടാണ് പാണ്ട് വരുന്നതെന്ന് ഏതോ കുട്ടികൾ പറയുന്നതും കേട്ട് കരഞ്ഞുകൊണ്ടാണ് രവി ഒരു ദിവസം സ്കൂളിൽനിന്നും മടങ്ങിവന്നത്. പാണ്ട് ഭഗവതിയുടെ അനുഗ്രഹമാണെന്ന് അവനെ പറഞ്ഞ് മനസ്സിലാക്കിക്കാൻ എനിക്ക് നന്നേ പാടുപെടേണ്ടിവന്നു. യഥാർത്ഥത്തിൽ ഈ പാണ്ട് എനിക്കൊരു അനുഗ്രഹം തന്നെയായിരുന്നു. ശരീരത്തിന്റെ പല ഭാഗങ്ങളും വെളു ത്തുതുടങ്ങിയതോടെ ആർത്തിപൂണ്ടുള്ള നോട്ടങ്ങളത്രയും അറപ്പിലേക്ക് വഴിമാറി. ആൺതുണയില്ലാത്ത സ്ത്രീകൾക്ക് ദേവിക്ക് നല്കാവുന്ന ഏറ്റവും വലിയ അനുഗ്രഹമാണ് പാണ്ടെന്ന് എന്റെ അനുഭവങ്ങൾ എന്നെ പഠിപ്പിച്ചു.

സ്കൂളിൽ വെച്ച് പാണ്ടിച്ചിയുടെ മോനെന്ന് വിളിച്ചതിനാണ് രവി അന്ന് മൂപ്പത്തി രാജമ്മയുടെ മോനെ തല്ലിയത്. അന്നവന് പന്ത്രണ്ട് വയ സ്സായിരുന്നു പ്രായം. ചോര ഒലിപ്പിച്ചുകൊണ്ട് രവി വീട്ടിൽ വന്നുകയറി യതിന്റെ പിറകെ ആ തേവിടിശ്ശി എന്റെ ഉമ്മറത്ത് വന്ന് എന്തൊക്കെ അനാവശ്യങ്ങളാണെന്നോ വിളിച്ചുപറഞ്ഞത്. പക്ഷേ, രവിക്ക് അതൊന്നും കേട്ടിട്ട് യാതൊരു കൂസലുമുണ്ടായിരുന്നില്ല. അവൻ പുറത്തേ ക്കിറങ്ങിച്ചെന്ന് രാജമ്മയോട് പറഞ്ഞ മറുപടി ഇന്നും ഞാൻ മറന്നിട്ടില്ല.

പവിത്രൻ ഇനി ഒരു തവണ കൂടി എന്റമ്മയെ പാണ്ടിച്ചിയെന്ന് വിളി ച്ചാൽ അവനെ ജീവനോട് ഞാൻ ബാക്കി വെക്കില്ല, ഇതെന്റെ ശപ ഥമാണ്. ഏഴാം ക്ലാസിൽ പഠിക്കുന്ന ഒരു കുട്ടിയുടെ നിശ്ചയദാർഢ്യം ആയിരുന്നില്ല അവന്റെ വാക്കുകളിൽ പ്രകടമായത്. പിന്നീടധികം സമയം രാജമ്മ അവിടെ നിന്നില്ല. തിരിച്ച് വീട്ടിലേക്ക് കയറിവന്ന അവന്റെ മുഖഭാവം കണ്ടിട്ട് എനിക്കുപോലും ഭയം തോന്നിപ്പോയി.

പത്താംക്ലാസിൽ തോറ്റതോടെ രവി പഠിപ്പുനിർത്തി. പിന്നീട് സദാ അച്ഛന്റെ ചാരുകസേരയിൽ ആലോചനയിൽ മുഴുകി ഒരേ കിടപ്പ് തന്നെ ആയിരുന്നു. സന്ധ്യക്ക് തെക്കേപ്പുഴയിൽ കുളിക്കാൻ പോകുന്നതൊഴിച്ച് ബാക്കി സമയം മുഴുവൻ വീടിനകത്തുതന്നെ ഇരിക്കാനായിരുന്നു അവനിഷ്ടം. ഏതു സമയത്തും അച്ഛനെക്കുറിച്ച് മാത്രമാണ് അവൻ ചോദിക്കാനുണ്ടായിരുന്നത്. അച്ഛനെ കണ്ടാൽ ആരേപ്പോലെയാണെന്ന് ഒരിക്കൽ അവൻ ചോദിച്ചപ്പോൾ കുറെ ആലോചിച്ചിട്ടും കൃത്യമായ ഒരു

മറുപടി പറയാൻ എനിക്ക് കഴിഞ്ഞില്ല. രവീടച്ഛരനെപ്പോലെ ആരുംതന്നെ ഈ നാട്ടിലുണ്ടായിരുന്നില്ല എന്നതാണ് യാഥാർത്ഥ്യം. ഒടുവിൽ രവിയെപ്പോലെതന്നെയാണ് അച്ഛരനെ കണ്ടാലെന്നുപറഞ്ഞ് ഞാൻ വിഷയം മാറ്റി. രവി ഇരുനിറത്തിൽ നന്നേ മെല്ലിച്ചിട്ടായിരുന്നു. അവന്റെ അച്ഛന്റെ ദേഹപ്രകൃതമാണ് അവന് കിട്ടിയിരിക്കുന്നതെന്ന് തോന്നുന്നു. പക്ഷേ, രവീടച്ഛരൻ നന്നായി വെളുത്തിട്ട് ഒരു ഒത്ത മനുഷ്യനായിരുന്നു. പണ്ട് കടയിൽ വരുന്ന ചില ഒരുമ്പെട്ട പെണ്ണുങ്ങൾ രവീടച്ഛരനെ ആർത്തിയോടെ നോക്കി നില്ക്കുന്നത് കാണുമ്പോൾ എനിക്ക് കലി കയറാൻ തുടങ്ങും. അതൊക്കെ ഒരു കാലമായിരുന്നു.

രവി എന്നെ തനിച്ചാക്കിയിട്ട് പോയ ആ ദിവസം ഒരിക്കലും മറക്കാൻ കഴിയില്ല. എന്റെ ജീവിതത്തിലെ പ്രതീക്ഷയുടെ അവസാനത്തെ നാളവും കോരിച്ചൊരിയുന്ന കർക്കിടക മഴയിൽ അണഞ്ഞുപോയ ആ ദിവസം രാവിലെ മുതൽ നിർത്താതെ പെയ്തുകൊണ്ടിരുന്ന മഴയ്ക്ക് സന്ധ്യയായതോടെയാണ് അല്പമെങ്കിലും ഒരു ശമനം വന്നത്. പിറ്റേന്ന് പിതൃക്കൾക്ക് ബലിയിടാനുള്ളതുകൊണ്ട് ഞാൻ 'ഒരിക്കൽ' നോക്കുക യായിരുന്നു. രാവിലെ മുതൽ രവിയുടെ മുഖത്ത് വല്ലാത്തൊരു മാറ്റം പ്രകടമായിരുന്നു. പതിവിന് വിപരീതമായി വീടിന്റെ ഓരോ മുക്കിലും മൂലയിലും അവൻ എന്തോ അരിച്ചുപെറുക്കിക്കൊണ്ടിരുന്നു. എന്താ ണവൻ തിരയുന്നതെന്ന് ഞാൻ ആവർത്തിച്ച് ചോദിച്ചെങ്കിലും കൃത്യമായി ഒരു മറുപടി പറയാൻ അവൻ കൂട്ടാക്കിയില്ല. കൂടുതൽ ചോദിച്ച് അവനെ ശുണ്ഠി പിടിപ്പിക്കേണ്ടെന്ന് കരുതി ഞാൻ പിന്നെ ആ ഭാഗത്തേക്ക് പോയില്ല. അലമാരയും മേശയും എന്തിനുപറയാൻ തട്ടുമ്പുറം പോലും ബാക്കിവെക്കാതെ അവൻ തിരച്ചിൽ നടത്തിക്കൊണ്ടിരുന്നു. മഴയുടെ തോർച്ചയ്ക്ക് മണ്ണെണ്ണ വാങ്ങാനായി ഞാൻ റേഷൻകടയിലേക്ക് പോകാനിറങ്ങി. എന്തോ കാര്യമായ ആലോചനയിൽ മുഴുകി രവി ചാരു കസേരയിൽ ഇരിക്കുന്നത് കണ്ടിട്ടാണ് ഞാൻ പോയത്. അവനിഷ്ടമുള്ള ഉണക്കമുള്ളനും വാങ്ങി തിരിച്ചെത്തിയപ്പോഴേക്കും നേരം ഇരുട്ടിയിരുന്നു. രവി അന്നേരം വീട്ടിലുണ്ടായിരുന്നില്ല. സന്ധ്യക്ക് പുഴയിൽ കുളിക്കാൻ പോകുന്ന ശീലം അവന് പണ്ടുമുതലേ ഉള്ളതുകൊണ്ട് ഞാനത് വലിയ കാര്യമാക്കിയില്ല.

രാത്രി ഏറെ വൈകിയിട്ടും അവൻ തിരിച്ചുവരാതായപ്പോൾ എന്റെ ഉള്ളിൽ ആധികയറാൻ തുടങ്ങി. രവി വരുന്നതുംനോക്കി ആ രാത്രി മുഴുവൻ ഒരുപോള കണ്ണടയ്ക്കാതെ ഞാനിരുന്നു. ഒരു പ്രകാരം നേരം വെളുപ്പിച്ചെടുത്ത് ഞാൻ രവിയെ അന്വേഷിച്ചിറങ്ങി. ബലിയിടാൻ പോകുന്ന ആളുകളുടെ തിരക്ക് അതിരാവിലെ മുതൽ തുടങ്ങിയിരുന്നു. ആരോട് ചോദിക്കണമെന്ന് നിശ്ചയമില്ലാതെ അവൻ പോകാനിടയുള്ള മുഴുവൻ സ്ഥലങ്ങളിലും ഞാൻ രവിയെ തിരക്കി ചെന്നു. പള്ളിക്കടവിലെ പുലിമുട്ടിൽ അസമയത്ത് ആരോ ഇരിക്കുന്നത് കണ്ടെന്ന് കടത്തുകാരൻ വാറുണ്ണി പറഞ്ഞതോടെ എന്റെ ആധി ഇരട്ടിയായി. കല്ലുകൊത്തുകാരൻ

പവനൻ ആയിരിക്കുമെന്ന് കരുതിയാണ് വാറുണ്ണി അതാരാണെന്ന് പോയി നോക്കാതിരുന്നത്. പണിശാലയിൽ പോയി പവനനെ കണ്ടെ ങ്കിലും കഞ്ചാവിന്റെ കെട്ടിൽ അവനെന്തൊക്കെയോ പിച്ചും പേയും പറ ഞ്ഞുകൊണ്ടിരുന്നു. ആരോടെന്നില്ലാതെ എന്റെ മുൻപിൽ കണ്ട എല്ലാ വരോടും രവിയെക്കുറിച്ച് തിരക്കിയെങ്കിലും ഒരാളുപോലും അവനെ കണ്ടതായി പറഞ്ഞില്ല. ഉച്ച ആയപ്പോഴേക്കും അവനെ അന്വേഷിക്കാൻ ഒരു സ്ഥലമോ ചോദിക്കാൻ ഒരാളോ എനിക്ക് ബാക്കിയില്ലാതായി.

മലവെള്ളത്തിൽ തടി പിടിക്കാൻ പോയവരുടെ കൂട്ടത്തിലുണ്ടാ യിരുന്ന മണിയൻ തലേന്നുരാത്രി കടവിന്റെ പരിസരത്തുവെച്ച് രവിയെ കണ്ടെന്ന് ഉറപ്പിച്ചു പറഞ്ഞതോടെ എന്റെ മനസ്സിൽ ഇരുട്ടുകയറാൻ തുടങ്ങി. ആർത്തലെച്ചുവരുന്ന മലവെള്ളത്തിൽ രവി ഒഴുകിപ്പോയെന്ന് എന്റെ മനസ്സിൽ ആരോ മന്ത്രിക്കുവാൻ തുടങ്ങി. കലങ്ങിമറിഞ്ഞ് ഒഴുകുന്ന വെള്ളത്തിലേക്ക് അമ്മേയെന്ന് വിളിച്ചുകൊണ്ട് അവൻ മുങ്ങിത്താഴ്ന്ന് പോകുന്ന രംഗം എന്റെ മുൻപിൽ തെളിഞ്ഞുവന്നു. അവന്റെ നിലവിളി എനിക്ക് ചുറ്റിലും അലയടിച്ചുകൊണ്ടിരുന്നു.

രവിയെക്കൂടി നഷ്ടപ്പെട്ടു എന്ന തിരിച്ചറിവ് എനിക്ക് താങ്ങാവുന്ന തിലും അപ്പുറത്തായിരുന്നു. കർക്കിടകവാവിൽ എന്നെത്തന്നെ പിതൃ ക്കൾക്ക് ബലി കൊടുക്കുവാൻ ആ നിമിഷം ഞാൻ തീരുമാനമെടുത്തു. പുഴയുടെ അഗാധതയിൽ എവിടെയെങ്കിലും വെച്ച് എനിക്കെന്റെ രവിയെ കാണാനാകുമെന്ന പ്രതീക്ഷയോടെ ഞാൻ പള്ളിക്കടവ് ലക്ഷ്യമാക്കി നടന്നു. പക്ഷേ, കാത്തിരിപ്പിനുവേണ്ടി മാത്രം വിധിക്കപ്പെട്ട എന്റെ ജീവിതം അവസാനിപ്പിക്കുവാൻ ഈശ്വരൻ അനുവദിച്ചില്ല. കപ്പലണ്ടി ക്കാരൻ സുഗതൻ എന്റെ കൈയിൽ തട്ടി വിളിച്ചപ്പോഴാണ് എനിക്ക് സ്ഥലകാലബോധം തിരിച്ചുകിട്ടിയത്. തലേന്ന് രാത്രി കപ്പ ബ്ലോക്കിൽ നിന്നും വന്ന ഏതോ പാണ്ടിലോറിയിൽ രവി കയറിപ്പോകുന്നത് സുഗതൻ കണ്ടിരുന്നു. ഉച്ചതിരിഞ്ഞ് കച്ചവടത്തിന് കവലയിൽ എത്തിയപ്പോഴാണ് രവിയെ കാണാതായെന്നുള്ള പുകിലൊക്കെ അവൻ അറിയുന്നത്.

മരണത്തിന്റെ നിത്യമായ ശാന്തതയിലേക്ക് നടന്നടുത്ത എന്നെ വിധി വീണ്ടും ജീവിതത്തിലേക്ക് മടക്കിക്കൊണ്ടുവന്നു. അതുവരെ ഭർ ത്താവിന് വേണ്ടി കാത്തിരുന്നു, അന്നുമുതൽ മകനും അച്ഛനും വേണ്ടി യുള്ള കാത്തിരിപ്പിന് തുടക്കം കുറിച്ചു. ഇന്നും തീരാത്ത കാത്തിരിപ്പ്.

എഴുപ്പുകളിലെ വേദന അസഹ്യമായതുകൊണ്ട് ഇരുന്നിടത്തുനിന്ന് എഴുന്നേല്ക്കാൻപോലും ഇപ്പോൾ മടിയാവുകയാണ്. ഉത്തമൻ വൈദ്യ രുടെ കഷായം തീർന്നിട്ട് രണ്ടാഴ്ചയെങ്കിലും കഴിഞ്ഞിട്ടുണ്ടാവും. അയാൾ ക്കാണെങ്കിൽ വൈദ്യശാലയിൽ വരാൻ പോലും നേരമില്ല. ശിവൻ കുന്നിലെ ആശ്രമത്തിൽപ്പോയി ചേർന്നതിന് ശേഷം അവിടെത്ത ന്നെയാണ് മുഴുവൻ സമയവും വൈദ്യരുടെ പൊറുതി. ഈയിടെയായി വൈകുന്നേരങ്ങളിൽമാത്രമാണ് വൈദ്യശാല തുറക്കുന്നതെന്ന് സൈ ക്കിൾഷാപ്പിലെ സുരേന്ദ്രനാണ് പറഞ്ഞത്. വൈകിട്ടെങ്കിൽ വൈകിട്ട്.

ഇന്നെന്തായാലും വൈദ്യരെ കണ്ടുപിടിച്ചിട്ടുതന്നെ കാര്യം. ഇന്നലെ മുതൽ ഒരു മേക്കാച്ചിലും തുടങ്ങിയിട്ടുണ്ട്. ഇനിയും ഇത് വെച്ചുകൊണ്ടിരുന്നാൽ ചിലപ്പോൾ കിടന്ന കിടപ്പാവും.

അരി കഴുകി അടുപ്പത്തിടാൻ തുടങ്ങിയപ്പോഴാണ് മുൻവശത്തെ വാതിലിൽ ആരോ മുട്ടുന്നത് കേട്ടത്. കതക് തുറന്നുനോക്കിയപ്പോൾ ശാഖയിൽവെച്ച് കണ്ട അജയനായിരുന്നു അത്. ഇതാര് അജയനോ? കുറച്ചുദിവസമായി ഒരനക്കവും കാണാതായപ്പോൾ എന്റെ വിഷയം ശാഖ ഉപേക്ഷിച്ചുവെന്നാണ് ഞാൻ കരുതിയത്.

ശാഖയെക്കുറിച്ച് അങ്ങനെയാണോ ജാനകിയമ്മ കരുതി വെച്ചിരിക്കുന്നത്. യൂണിയൻ പ്രസിഡന്റുമായി നേരിൽ സംസാരിക്കാൻ കാത്തിരുന്നതുകൊണ്ടാണ് ഒരു മറുപടി താരൻ ഇത്രയും വൈകിപ്പോയത്. ഇന്നലെ വൈകിട്ടാണ് പ്രസിഡന്റിനെ കാണാൻ ഒത്തത്. കുറച്ച് സമയ മെടുത്തെങ്കിലും ഒടുക്കം ജാനകിയമ്മയുടെ പ്രശ്നങ്ങൾക്ക് ഒരു ശാശ്വത പരിഹാരം ഉരുത്തിരിഞ്ഞുവന്നിട്ടുണ്ട്. ഇതിനെക്കുറിച്ച് പറയാനാണ് ഞാൻ വന്നത്.

എന്താ മോനേ, വാടക കൂട്ടിത്തരാമെന്ന് അവന്മാരു സമ്മതിച്ചോ?

അതിലും വലിയ കാര്യങ്ങളല്ലേ ഇന്നലെ ഒറ്റ രാത്രികൊണ്ട് തീരുമാനമായത്. കമ്മിറ്റി കഴിഞ്ഞ് ജാനകിയമ്മയുടെ വിഷയം പ്രസിഡ ന്റുമായി ഞങ്ങൾ വിശദമായി സംസാരിച്ചു. അതിന്റെ അടിസ്ഥാനത്തിൽ വളരെ പ്രധാനപ്പെട്ട ചില തീരുമാനങ്ങൾ എടുക്കുകയും ചെയ്തിട്ടുണ്ട്. ഇന്ന് വൈകുന്നേരം അഞ്ചുമണിയോട് അടുപ്പിച്ച് ജാനകിയമ്മ ശാഖയിലേക്ക് വന്നാൽ കാര്യങ്ങളൊക്കെ വിശ്വംഭരൻ ചേട്ടൻ നേരിട്ട് പറയും.

എനിക്കൊന്നും മനസ്സിലാകുന്നില്ല മോനേ

വൈകുന്നേരം വരെ ഒന്ന് ക്ഷമിക്ക്. വളരെയധികം പ്രാധാന്യമുള്ള ഒരു കാര്യമാകുമ്പോൾ പ്രസിഡന്റ് തന്നെ ജാനകിയമ്മയോട് പറയുന്ന താകും അഭികാമ്യം. കൂടുതലൊന്നും പറയാൻ നിൽക്കാതെ വൈകു ന്നേരം കാണാമെന്ന് പറഞ്ഞ് അവൻ തിരിച്ചുപോവുകയും ചെയ്തു.

കഴിഞ്ഞതവണ കണ്ടപ്പോൾ വിശ്വംഭരനും ഇന്നിപ്പോൾ ഇവനും പറയുന്ന യൂണിയന്റെ കാര്യം എന്താണെന്ന് ഇതുവരെയായിട്ടും എനി ക്കൊരു എത്തുംപിടിയും കിട്ടിയിട്ടില്ല. രവി മടങ്ങിവരാതെ ആരുവിചാ രിച്ചാലും എന്റെ പ്രശ്നങ്ങൾക്ക് ഒരു പരിഹാരവും ഉണ്ടാകാൻ പോകു ന്നില്ല. ഇക്കാര്യത്തിൽ യൂണിയന് എന്തുചെയ്യാൻ കഴിയുമെന്നാണ് അവർ പറയുന്നത്. എന്തും വരട്ടെ. വൈകുന്നേരം വിശ്വംഭരനെ കാണു ന്നതോടെ എന്താണ് അവരുടെ ഉദ്ദേശ്യമെന്ന് മനസ്സിലാക്കാമല്ലോ. തിരിച്ചുവരുന്ന വഴിക്ക് വൈദ്യശാലയിൽ കയറുന്ന കാര്യവും നടക്കും.

അജയൻ മടങ്ങിപ്പോയതിന്റെ പുറകെ കുര്യാക്കോസിന്റെ വിളി വന്നു. ജാനകിച്ചേത്തി ഒന്നിവിടംവരെ വന്നേ.

എന്താ മാപ്ലേ പതിവില്ലാതെ ഇതിനകത്തുകയറി ഇരിക്കുന്നത്.

ചോവത്തി എന്ന് ആരെങ്കിലും വിളിക്കുന്നത് എനിക്ക് തീരെ ഇഷ്ട
മില്ലാത്ത കാര്യമാണ്. പക്ഷേ, ഈ വടുകൻ മാപ്പ്ല അങ്ങനെയേ വിളിക്കൂ.

ഇതെന്താണ് ജാനകിച്ചോത്തി, പതിവില്ലാത്ത വിധം സമുദായക്കാ
രൊക്കെ ഇവിടെ കയറിയിറങ്ങുന്നുണ്ടല്ലോ. ഇടയ്ക്ക് ശാഖയുടെ പരി
സരത്ത് ചോത്തി ചുറ്റിക്കറങ്ങുന്നത് കണ്ടുവെന്ന് ആരോ പറയുകയും
ചെയ്തു. ഈ വയസ്സാംകാലത്ത് ശാഖയുടെ ഭാരവാഹി വല്ലതും ആകാ
നുള്ള പുറപ്പാടാണോ? പരിഹാസം കലർത്തിയാണ് അയാളത് ചോദി
ച്ചത്.

വാടകയുടെ കാര്യം വല്ലതുമാണെങ്കിൽ അതെന്നോട് പറഞ്ഞാൽ
പോരേ? അല്ലാതെ അവന്മാരെയൊക്കെ ഇടപെടുത്തിയാൽ ദോഷമല്ലാതെ
ഗുണം വല്ലതും ഉണ്ടാകുമെന്നാണോ ചോത്തി കരുതിയിരിക്കുന്നത്?

ഇതുകേട്ടപ്പോൾ എനിക്കെന്റെ സകല നിയന്ത്രണവും നഷ്ടപ്പെട്ടു.

എടോ നാണംകെട്ട മാപ്പ്ലേ. വാടക കൂട്ടിത്തരണമെന്ന് പറഞ്ഞ് തന്റെ
പുറകെ ഞാൻ നടക്കാൻ തുടങ്ങിയിട്ട് കൊല്ലം രണ്ട് കഴിഞ്ഞു. ഇത്രയും
നാളുകൊണ്ട് താൻ എന്തുതീരുമാനമാണ് ഉണ്ടാക്കിത്തന്നത്. എഴുപ
തുരൂപയും തന്നാണ് താനിവിടെ ഇരിക്കുന്നതെന്ന് നാട്ടുകാരെല്ലാവരും
അറിയട്ടെ. ഒരു ജനസേവകൻ വന്നിരിക്കുന്നു. ഈ വയസ്സത്തിയെ
പറ്റിച്ചുകൊണ്ടല്ലേ താൻ നാട്ടുകാരെ സേവിക്കാൻ നടക്കുന്നത്.

എന്റെ സംസാരം അല്പം ഉച്ചതിലായതുകൊണ്ട് ബസ് കയറാൻ
നിന്ന ആളുകളെല്ലാം ഞങ്ങളെത്തന്നെ ശ്രദ്ധിക്കുവാൻതുടങ്ങി. അതു
കണ്ടപ്പോഴാണ് എനിക്ക് പരിസരബോധം വന്നത്. ആളുകൾ കേട്ടുവെന്ന്
മനസ്സിലായതോടെ ഞാൻ പറഞ്ഞ കാര്യവുമായി യാതൊരു ബന്ധവും
ഇല്ലാത്തതുപോലെ കുര്യാക്കോസ് പത്രം വായിച്ചുകൊണ്ടിരുന്നു. കൂടു
തലൊന്നും പറയാൻ നില്ക്കാതെ ഞാനും വീടിനകത്തേക്ക് കയറി
പ്പോന്നു. ശാഖയെ ഇടപെടുത്തിയത് കുര്യാക്കോസിന് തീരെ രസിച്ചിട്ടില്ല
എന്ന കാര്യം അതോടെ എനിക്ക് ഉറപ്പായി. എന്തൊക്കെ കുഴപ്പങ്ങ
ളാണോ ഈശ്വരാ ഇനി ഇതിന്റെ പേരിൽ ഉണ്ടാകുവാൻ പോകുന്നത്.

അഞ്ചുമണി ആകുന്നതിനുമുൻപുതന്നെ ഞാൻ ശാഖയിലെത്തി.
ഞാൻ നടന്നുവരുന്നത് കണ്ടിട്ട് ചാക്കോച്ചന്റെ ചായക്കടയിൽ ഇരിക്കു
കയായിരുന്ന അജയൻ എന്റെയടുത്തേക്ക് വന്നു. വിശ്വംഭരൻ അന്നേ
രവും എത്തിയിട്ടില്ലായിരുന്നു. എന്നെ അകത്തുള്ള മുറിയിൽ കൊണ്ടു
പോയി ഇരുത്തിയതിനുശേഷം വിശ്വംഭരനെ തിരക്കി അജയൻ വെളി
യിലേക്ക് പോയി. മുറിയുടെയുള്ളിൽ തങ്ങിനിന്നിരുന്ന കുമ്മായത്തിന്റെ
ഗന്ധം അസഹ്യമായപ്പോൾ ഞാൻ പുറത്തുള്ള വരാന്തയിലേക്ക് കടന്നു
നിന്നു. കുറച്ചുനേരം കഴിഞ്ഞപ്പോൾ അജയനും വിശ്വംഭരനും എത്തി.

ജാനകിയമ്മ വന്നിട്ട് അധികനേരം ആയില്ലല്ലോ? കൃഷിഭവനിൽ
നിന്നും ഇറങ്ങാൻ ഞാനല്പം താമസിച്ചുപോയി. അവിടെ ഇന്ന് വാഴ
ക്കന്ന് വിതരണമായിരുന്നു. നമ്മുടെ ഭാഗത്തുനിന്നും ഉത്തരവാദിത്വപ്പെട്ട
ആരെങ്കിലും ഇല്ലെങ്കിൽ മൊത്തം മറ്റവന്മാർ അടിച്ചുകൊണ്ടുപോകും.

നമ്മുടെ ആളുകളുടെ കാര്യം എപ്പോഴും ഇങ്ങനെ തന്നെയാണ്. വേണ്ട സമയത്ത് ഒന്നും ചെയ്യില്ല. എന്നിട്ട് വേണ്ടതിനും വേണ്ടാത്തതിനും ശാഖയെ കുറ്റം പറഞ്ഞുകൊണ്ട് നടക്കുകയും ചെയ്യും. ഇത്തവണ അതിനുള്ള അവസരം കൊടുക്കില്ലെന്ന് ഞാനുമങ്ങ് തീരുമാനിച്ചു.

അതുനന്നായി വിശ്വംഭരാ, ആട്ടെ നീ എന്തിനാണ് എന്നോട് വരാൻ പറഞ്ഞത്?

ഇന്നലെ വൈകിട്ട് നമ്മുടെ ശാഖയിൽ യൂണിയൻ ഭാരവാഹികൾ കൂടി പങ്കെടുത്ത ഒരു കമ്മിറ്റി ഉണ്ടായിരുന്നു. അതിനെക്കുറിച്ച് ഞാൻ മുൻപ് ജാനകിയമ്മയോട് സൂചിപ്പിച്ചിരുന്നു എന്നാണ് എന്റെ ഓർമ്മ. കമ്മിറ്റി കഴിഞ്ഞ് ജാനകിയമ്മയുടെ കാര്യങ്ങൾ വളരെ വിശദമായി യൂണിയൻ പ്രസിഡന്റിനോട് സംസാരിക്കുവാൻ ഞങ്ങൾക്ക് അവസരം കിട്ടി. സാഗരൻ ചേട്ടനാണ് നമ്മുടെ യൂണിയന്റെ ഇപ്പോഴത്തെ പ്രസി ഡന്റ്. ജാനകിയമ്മ അറിയില്ലേ?

ഞാൻ കേട്ടിട്ടുണ്ട് വിശ്വംഭരാ. എനിക്ക് ആളെ അറിയില്ലെങ്കിലും വെറുതെ സമ്മതിച്ചു കൊടുത്തതോടെ വിശ്വംഭരന്റെ ആവേശം ഇരട്ടിയായി.

ഞങ്ങൾ തമ്മിലുള്ള പരിചയത്തിന് വർഷങ്ങളുടെ പഴക്കമുണ്ട്. എന്റെ സുഹൃത്ത് ആയതുകൊണ്ട് പറയുന്നതല്ല, അദ്ദേഹത്തെപ്പോലെ സമുദായസ്നേഹമുള്ള ആളുകൾ ഇക്കാലത്ത് വളരെ വിരളമാണ്. ഞാൻ പറഞ്ഞ കാര്യങ്ങൾ കേട്ടുകഴിഞ്ഞപ്പോൾ കൂടുതലൊന്നും ആലോചി ക്കാതെ ജാനകിയമ്മയുടെ ഉത്തരവാദിത്വം ഇനിമുതൽ യൂണിയൻ ഏറ്റെ ടുക്കുമെന്ന് പറയാൻ വേറെ ആര് തയ്യാറാകും. അതാണ് ആ മനുഷ്യന്റെ മഹത്ത്വം. ഉള്ളതു പറയണമല്ലോ, ഇത്രയും പെട്ടെന്ന് കാര്യങ്ങൾക്ക് തീരുമാനം ഉണ്ടാകുമെന്ന് ഞാൻ കരുതിയതല്ല. എല്ലാം ഈശ്വര നിശ്ച യമാണ്. ഇതിൽപ്പുരം ഇനി എന്താണ് ജാനകിയമ്മയ്ക്ക് വേണ്ടത്?

എനിക്കൊന്നും മനസ്സിലാകുന്നില്ല വിശ്വംഭരാ.

ജാനകിയമ്മയ്ക്ക് ഇപ്പോൾ വയസ്സ് എൺപതുകഴിഞ്ഞില്ലേ? രവിക്ക് എന്നേക്കാൾ രണ്ടോ മൂന്നോ വയസ്സിന്റെ എളുപ്പമേ കാണൂ. അവൻ നാടു വിട്ടു പോയിട്ട് ചുരുങ്ങിയത് നാല്പത് കൊല്ലമെങ്കിലും ആയിട്ടുണ്ടാകും. എന്താ ശരിയല്ലേ?

ഞാനതിന് മറുപടിയൊന്നും പറഞ്ഞില്ല.

ഇത്രയും കാലത്തെ കാര്യം പോട്ടെ. പക്ഷേ, ഇനിയും ജാനകിയമ്മ ആ വീട്ടിൽ ഒറ്റയ്ക്ക് താമസിക്കുന്നത് ഒട്ടും ബുദ്ധിയല്ല. മനുഷ്യന്റെ കാര്യ മാണ്. എന്തും എപ്പോൾ വേണമെങ്കിലും സംഭവിക്കാം. ജാനകിയമ്മ വല്ല കിടപ്പിലുമായാൽ ഒരൊറ്റ സ്വന്തക്കാരുപോലും തിരിഞ്ഞുനോക്കാൻ ഉണ്ടാകില്ലെന്ന് നമുക്ക് രണ്ടുകൂട്ടർക്കും അറിയാം. അതുകൊണ്ടാണ് ഇനി യുള്ള കാലം ജാനകിയമ്മയെ യൂണിയൻ നോക്കണമെന്ന് ഞാൻ ആവശ്യപ്പെട്ടതും ഒടുക്കം അവരതിന് സമ്മതിച്ചതും. ഇപ്പോൾ മനസ്സി ലായയോ?

വിശ്വംഭരന്റെ സംസാരത്തിലെ വളച്ചുകെട്ടലുകൾ കേട്ടപ്പോൾ എന്റെ സംശയം ബലപ്പെടുകയാണ് ചെയ്തത്.

യൂണിയൻ എന്തിനാണ് ഒരു കാരണവുമില്ലാതെ എന്നെ നോക്കാൻ തയ്യാറാകുന്നത്.

ഒരു കാര്യവുമില്ലെന്ന് ആരാണ് പറഞ്ഞത്. ഇതെല്ലാം യൂണിയന്റെ ഉത്തരവാദിത്വങ്ങളിൽപ്പെട്ട കാര്യങ്ങളാണ് ജാനകിയമ്മേ. നമ്മുടെ സമുദായത്തിൽ അവശതയനുഭവിക്കുന്ന ആളുകളുടെ ഉന്നമനത്തിന് വേണ്ടിയാണ് യൂണിയനും ശാഖയുമൊക്കെ പ്രവർത്തിക്കുന്നത്. നമ്മുടെ ശാഖയ്ക്ക് തല്ക്കാലം അതിനുള്ള പണവും സൗകര്യവും ഇല്ലാത്തതു കൊണ്ടാണ് നമുക്ക് യൂണിയനെ ആശ്രയിക്കേണ്ടിവരുന്നത്. അല്ലെങ്കിൽ ഇതൊക്കെ ശാഖതന്നെ ചെയ്യും. ഒരു സംശയവുംവേണ്ട. യൂണിയന്റെ കീഴിൽ സ്വന്തമായി ആശുപത്രിയും വൃദ്ധസദനവും പ്രവർത്തിക്കു ന്നുണ്ട്. ഇത്തരം സംവിധാനങ്ങളുള്ള അപൂർവ്വം യൂണിയനുകളിൽ ഒന്നാണ് നമ്മുടേത്. അവിടെയാകുമ്പോൾ ജാനകിയമ്മയുടെ താമസവും ഭക്ഷണവും എന്തിന് ചികിത്സപോലും യാതൊരു അല്ലലുമില്ലാതെ നടക്കും.

കേൾക്കാൻ നല്ല സുഖമുണ്ട് വിശ്വംഭരാ. ഇതിനുവേണ്ടി ഞാൻ എന്താണ് ചെയ്യേണ്ടതെന്നുമാത്രം നീയിതുവരെ പറഞ്ഞില്ല.

പറയാം ജാനകിയമ്മേ, ഇതിനൊക്കെ വേണ്ടിവരുന്ന പണം യൂണി യൻതന്നെ കണ്ടെത്തണമല്ലോ. നമ്മുടെ സമുദായത്തിലെ ഉദാരമതിക ളായ അംഗങ്ങൾ നല്കുന്ന സംഭാവനകൾ കൊണ്ടാണ് യൂണിയൻ ഇത്തരത്തിലുള്ള പ്രവർത്തനങ്ങളൊക്കെ നടത്തുന്നത്. അതുപോലെ തന്നെ ഈ സ്ഥാപനങ്ങൾ ഇരിക്കുന്ന സ്ഥലങ്ങൾപോലും യൂണിയൻ പല വ്യക്തികൾ ഇഷ്ടദാനമായി കൊടുത്തിട്ടുള്ളതാണെന്ന് ജാനകിയമ്മ മനസ്സിലാക്കണം. ഇപ്പോൾ ജാനിയമ്മയുടെ കാര്യംതന്നെ എടുത്താൽ, മരണശേഷവും രവി മടങ്ങിവരാതിരുന്നാൽ ഈ സ്വത്തുക്കൾ സ്വാഭാവി കമായും നിങ്ങളുടെ അമ്മാവൻ ശേഖരന്റെ അവകാശികൾക്ക് ലഭിക്കും.

എന്നാൽ അതിന് ജാനകിയമ്മ ആഗ്രഹിക്കുന്നുണ്ടോ? ഒരിക്കലും ഉണ്ടാകില്ലെന്ന് എനിക്കറിയാം. ശേഖരൻ ചേട്ടൻ മരിച്ചതിനുശേഷം ഒറ്റ യൊരണ്ണം നിങ്ങളെ തിരിഞ്ഞുപോലും നോക്കിയിട്ടുണ്ടോ? പക്ഷേ, നിയ മപ്രകാരം സ്വത്തിന്റെ മേലുള്ള അവകാശം അക്കാരണം കൊണ്ട് ഇല്ലാ താവാൻ പോകുന്നില്ല. അതുവെച്ചു നോക്കുമ്പോൾ യാതൊരു രക്ത ബന്ധവുമില്ലാത്ത യൂണിയൻ ഇനിയുള്ള കാലം മുഴുവൻ ജാനകിയ മ്മയെ നോക്കാൻ തയ്യാറാകുന്ന സ്ഥിതിക്ക് സ്വത്തുക്കൾ യൂണിയന്റെ പേരിലേക്ക് കൊടുക്കുന്നതാണല്ലോ അതിന്റെ മാന്യത. ഇപ്പോൾ അതിനകത്തു നില്ക്കുന്ന കെട്ടിടം പൊളിച്ച് യൂണിയൻ അവിടെയൊരു ഗുരുമന്ദിരം പണിയും. അക്കൂട്ടത്തിൽ കുറച്ച് കടമുറികൾ കൂടി വാർ ത്തിടാൻ സാധിച്ചാൽ നമ്മുടെ ശാഖയ്ക്ക് അതൊരു സ്ഥിരവരുമാനം ആവുകയും ചെയ്യും. കവലയിലൊരു ഗുരുമന്ദിരം വരുന്നതിൽ നമ്മളെ

ല്ലാവരും അഭിമാനിക്കുകയയല്ലേ വേണ്ടത്. അതിനു നിമിത്തമായ ജാനകി യമ്മയെ നമ്മുടെ സമുദായം എക്കാലവും നന്ദിയോടെ സ്മരിക്കുകയയും ചെയ്യും.

വിശ്വംഭരൻ പറഞ്ഞു തുടങ്ങിയപ്പോൾ മുതൽ അതിലെന്തോ ദുരു ദ്ദേശ്യം ഉണ്ടെന്ന് എനിക്ക് തോന്നിയതാണ്. എന്നോടുള്ള സമുദായ സ്നേഹമല്ല മറിച്ച് ഒരു കച്ചവടമായിരുന്നു അവൻ ഉന്നം വെക്കുന്നതെന്ന് ഇപ്പോഴാണ് എനിക്ക് വ്യക്തമായത്. അവനോടു പറയാനുള്ള മറു പടിയെക്കുറിച്ച് എനിക്കധികം ആലോചിക്കണ്ടേ ആവശ്യമില്ലായിരുന്നു.

എന്റെ ദുരവസ്ഥയെക്കുറിച്ച് വിശ്വംഭരൻ പറഞ്ഞ കാര്യങ്ങളൊക്കെ അക്ഷരംപ്രതി ശരിയാണ്. മൂന്ന് കൊല്ലത്തെ പൊറുതി കഴിഞ്ഞ് ഭർ ത്താവ് എന്നെ ഉപേക്ഷിച്ചു പോയി. ആകെയുണ്ടായിരുന്ന ആൺതരി യിലായിരുന്നു പിന്നീടുള്ള എന്റെ മുഴുവൻ പ്രതീക്ഷയും. അവനും അവന്റെ അച്ചന്റെ വഴി തന്നെ തെരഞ്ഞെടുത്തുകൊണ്ട് വീടുവിട്ടിറങ്ങി. രവീടച്ഛൻ തിരിച്ചു വരുമെന്നുള്ള പ്രതീക്ഷയൊക്കെ പണ്ടേ ഞാൻ അവ സാനിപ്പിച്ചതാണ്. പക്ഷേ, എന്റെ മോൻ രവി മടങ്ങിവരും വിശ്വംഭരാ, അവൻ വരും. ഞാൻ നിന്നോട് ഇതിനു മുൻപ് പറഞ്ഞ കാര്യം തന്നെയാണ് ഇപ്പോഴും ആവർത്തിക്കുവാനുള്ളത്, എന്റെ വസ്തു രവിക്കു മാത്രം അവകാശപ്പെട്ടതാണ്. എന്തൊക്കെ സംഭവിച്ചാലും ഞാൻ മരിക്കുന്നതുവരെ അതു മറ്റാർക്കെങ്കിലും എഴുതിക്കൊടുക്കുന്ന കാര്യത്തെക്കുറിച്ച് നീ ആലോചിക്കുകപോലും വേണ്ട.

എന്റെ മറുപടി കേട്ടതോടെ വിശ്വംഭരന്റെ മുഖം ദേഷ്യംകൊണ്ട് ചുമന്നു.

എന്ത് ഭ്രാന്താണ് നിങ്ങൾ പറയുന്നത്? യൂണിയൻ പ്രസിഡന്റിന്റെ കാലുവരെ പിടിച്ചാണ് ഞാനിക്കാര്യം സമ്മതിപ്പിച്ചെടുത്ത്. നിങ്ങൾക്ക് മുഴുവട്ടാണ് ജാനകയമ്മേ. നാല്പതു കൊല്ലമായിട്ടും തിരിച്ചുവരാത്ത രവി ഇനി വരുമെന്നാണോ നിങ്ങൾ പ്രതീക്ഷിക്കുന്നത്? അവൻ ജീവി ച്ചിരിക്കുന്നുണ്ടെന്ന് നിങ്ങളല്ലാതെ ഈ ലോകത്തിൽ വേറെയാരും കരു തുന്നില്ല. മരിച്ചുപോയ മകനുവേണ്ടി നിങ്ങളുടെ ജീവിതം കൂടി ബലി കൊടുക്കുന്നതിനെ ഭ്രാന്തെന്നല്ലാതെ മറ്റെന്തു പറയാനാണ്.

ഇതിനൊക്കെവേണ്ടി ഇറങ്ങിപ്പുറപ്പെട്ട ഞാനാണ് ഇപ്പോൾ വിഡ്ഢി യായത്. വന്നത്, വന്നു ഞാനിവിടെ പ്രസിഡന്റായി ഇരിക്കുന്നിടത്തോളം കാലം ശാഖയിൽനിന്നും എന്തെങ്കിലും സഹായം കിട്ടുമെന്ന് ജാന കിയമ്മ ഇനി പ്രതീക്ഷിക്കണ്ട. ആ ഭാർഗ്ഗവി നിലയത്തിൽ കിടന്ന് ചാകാ നായിരിക്കും നിങ്ങളുടെ വിധി.

വിശ്വംഭരന്റെ വാക്കുകൾ എന്നെ വളരെയധികം വേദനിപ്പിച്ചു. അത് പുറത്ത് കാണാതിരിക്കാൻ എനിക്കു നന്നെ ബുദ്ധിമുട്ടേണ്ടി വന്നു.

ഇക്കണ്ട കാലമത്രയും ഒരാളുടെയും സഹായമില്ലാതെയാണ് വിശ്വംഭരാ ഞാൻ ജീവിച്ചത്. ശാഖയും യൂണിയനുമൊക്കെ എന്നു മുത ലാണ് ഉണ്ടായത്. നല്ല ഓർമ്മകളും ഭാവിയെക്കുറിച്ചുള്ള പ്രതീക്ഷക

ളുമാണ് മനുഷ്യനെ ജീവിക്കാൻ പ്രേരിപ്പിക്കുന്നത്. പക്ഷേ, നല്ലതെന്നു പറയാവുന്ന ഒന്നും എന്റെ ജീവിതത്തിൽ ഉണ്ടായിട്ടില്ല. എന്നെങ്കിലുമൊ രിക്കൽ എന്റെ മകൻ തിരിച്ചുവരുമെന്നുള്ള ഏക പ്രതീക്ഷയാണ് ഇത്രയും ഗതികേടുകളുടെ നടുവിലും ജീവിക്കാൻ എന്നെ പ്രേരിപ്പി ക്കുന്നത്. ആ പ്രതീക്ഷകൂടി തല്ലിക്കെടുത്തുന്ന കാര്യങ്ങൾ ഇനിയൊ രിക്കലും നീ എന്നോട് പറയരുത് വിശ്വംഭരാ, ഇതെന്റെയൊരു അപേ ക്ഷയാണ്.

കൂടുതലെന്തെങ്കിലും പറയാനുള്ള അവസരം കൊടുക്കാതെ സംസാരം മതിയാക്കി ഞാൻ എഴുന്നേറ്റു. പെട്ടെന്നുള്ള ക്ഷോഭത്തിന് അങ്ങനെയൊക്കെ പറഞ്ഞതിന്റെ വൈക്ലബ്യം വിശ്വംഭരന്റെ മുഖത്ത് കാണാമായിരുന്നു.

ഞാൻ തിരിച്ച് ഗെയിറ്റിന്റെ അടുത്തുവരെ നടന്നെത്തിയപ്പോഴേക്കും അജയൻ എന്റെ പുറകെ വന്നു.

ജാനകിയമ്മ ഇതൊന്നും കേട്ട് വിഷമിക്കരുത്. പെട്ടെന്നുള്ള ദേഷ്യ ത്തിന് വിശ്വംഭരൻ ചേട്ടൻ അങ്ങനെയൊക്കെ പറഞ്ഞതാണെന്നു മാത്രം കരുതിയാൽ മതി. ആളൊരു ശുദ്ധനാണെന്ന് അറിയാവുന്നതാണല്ലോ. ജാനകിയമ്മയ്ക്ക് നല്ലതു വരണമെന്നു മാത്രമേ ഞങ്ങൾ ആഗ്രഹി ച്ചിട്ടുള്ളൂ. അമ്മയുടെ മോൻ രവിയെപ്പോലെതന്നെ എന്നെയും കരുതി യാൽ മതി, എന്താവശ്യത്തിനും ഞാനുണ്ടാകും ജാനകിയമ്മയുടെ കൂടെ.

അജയനോട് മറുപടിയൊന്നും പറയാതെ ഞാൻ പുറത്തേക്ക് നടന്നു. അവന്റെ വാക്കുകൾ എനിക്ക് വലിയൊരു ആശ്വാസമായി അനു ഭവപ്പെട്ടെങ്കിലും വിശ്വംഭരൻ നെഞ്ചിനകത്തു കോരിയിട്ട തീ അണയ് ക്കുവാൻ അത് മതിയാകുമായിരുന്നില്ല. പരിഹാസങ്ങളും കുത്തുവാക്കു കളുമൊക്കെ എത്രയോ വർഷങ്ങളായി ഞാൻ കേൾക്കാൻ തുടങ്ങിയിട്ട്. അതിനോടൊക്കെ പണ്ടേക്കുപണ്ടേ ഞാൻ പൊരുത്തപ്പെട്ടു കഴിഞ്ഞു. പക്ഷേ, രവി മരിച്ചുപോയെന്നു പറഞ്ഞാൽ അതു താങ്ങാനുള്ള കരുത്ത് എനിക്കില്ല.

ഓരോ കാര്യങ്ങൾ ആലോചിച്ച് നടന്നതുകൊണ്ട് വീടെത്തിയ തുപോലും അറിഞ്ഞില്ല. വൈദ്യശാലയിൽ പോകുന്ന കാര്യം ഇതിനിട യിൽ മറന്നുപോവുകയും ചെയ്തു. അല്ലെങ്കിലും ശരീരത്തേക്കാൾ കൂടു തൽ ഇപ്പോൾ ക്ഷീണം അനുഭവപ്പെടുന്നത് മനസ്സിനാണ്. അതിനുള്ള ചികിത്സയൊന്നും ഉത്തമൻ വൈദ്യരുടെ കൈവശം ഉണ്ടാകില്ലല്ലോ.

മാറ്റക്കച്ചവടം

പുറകുവശത്തെ കതകിൽ ആരോ ശക്തിയായി മുട്ടുന്ന ശബ്ദം കേട്ടാണ് ഞാൻ കണ്ണു തുറന്നത്. ചായ്പ്പിലേക്കുള്ള കതക് തുറന്ന് ഞാൻ പുറത്തിറങ്ങി നോക്കിയെങ്കിലും എനിക്കവിടെ ആരെയും കാണാൻ സാധിച്ചില്ല. അകത്തു കയറി കതകടയ്ക്കാൻ തുടങ്ങുന്ന സമയത്താണ് എന്നെ അമ്പരിപ്പിച്ചുകൊണ്ട് പെട്ടെന്ന് രവീ എന്റെ മുൻപിലേക്ക് കടന്നു വരുന്നത് അവന്റെ മുഖത്ത് പക്ഷേ, വലിയ ദേഷ്യമായിരുന്നു.

യൂണിയന്റെ പേരിലേക്ക് വസ്തു ആധാരം ചെയ്തു കൊടുക്കാൻ വിശ്വംഭരനുമായി അമ്മ ധാരണയുണ്ടാക്കിയ വിവരം ഞാൻ അറിയി ല്ലെന്നു കരുതിയോ.

എന്റെ ഗതികേടു കൊണ്ടാണ് രവീ അങ്ങനെയൊരു തീരുമാനം എടുക്കാൻ ഞാൻ നിർബ്ബന്ധിതയായത്.

ഈ വീടും പുരയിടവും എനിക്കുമാത്രം അവകാശപ്പെട്ടതാണെന്ന് അമ്മയ്ക്ക് അറിയാവുന്നതല്ലേ? എന്നിട്ടാണോ തന്നിഷ്ടപ്രകാരം അമ്മ ഇതു വില്ക്കാൻ തീരുമാനിച്ചത്. ഞാൻ മരിച്ചുപോയെന്നു എല്ലാവരെയും പോലെ അമ്മയും കരുതി, അതല്ലേ ശരി? അമ്മ ഇത്രയ്ക്ക് വിവരദോഷി ആയിപ്പോയല്ലോ, ഒരു മകന്റെ സംരക്ഷണം നല്കാൻ യൂണിയന് കഴിയുമെന്നാണോ അമ്മ കരുതുന്നത്.

രവിയുടെ ചോദ്യങ്ങൾക്ക് എനിക്ക് ഉത്തരമില്ലായിരുന്നു. കുറ്റ ബോധം കൊണ്ട് അവന്റെ മുഖത്തേക്ക് നോക്കാൻപോലും എനിക്ക് സാധിച്ചില്ല. എന്റെ മകന്റെ മുൻപിൽ ജീവിതത്തിൽ ആദ്യമായി ഒരു കുറ്റവാളിയെപ്പോലെ ഞാൻ തലകുനിച്ചു നിന്നു.

വസ്തുവിന്റെ പ്രമാണം ഇനിയും അമ്മയുടെ കൈവശം ഏല്പി ക്കുന്നത് ബുദ്ധിമോശമാണെന്ന് എനിക്കറിയാം. ഇനി മുതൽ ഞാൻ

തന്നെ അതു സൂക്ഷിച്ചുകൊള്ളാം. അമ്മ വേഗം പോയി ആ പ്രമാണം എടുത്തിട്ടു വരൂ. എനിക്ക് പോകാൻ തിടുക്കമുണ്ട്.

അവന്റെ മട്ടും ഭാവവും കണ്ടപ്പോൾ എനിക്ക് വല്ലാത്ത ഭയം തോന്നി പ്പോയി. കൂടുതലൊന്നും പറയാൻ നില്ക്കാതെ അലമാരയിലെ മേശ വരിപ്പിൽ വെച്ചിരുന്ന പ്രമാണം എടുക്കാനായി ഞാൻ അകത്തേക്ക് ഓടിവന്നു. പക്ഷേ, എത്ര നോക്കിയിട്ടും ആ പ്രമാണം കണ്ടുപിടിക്കാൻ എനിക്കു സാധിച്ചില്ല. ആധാരം എഴുതാനായി അതു വിശ്വംഭരനെ ഏല്പിച്ച കാര്യം അപ്പോഴാണ് എനിക്ക് ഓർമ്മ വന്നത്. രവിയോട് എന്തു സമാധാനം പറയണമെന്നറിയാതെ ഞാൻ വല്ലാതെ പരിഭ്രമിച്ചു. പെട്ടെന്ന് വെളിയിലൊരു നിലവിളി ശബ്ദം കേട്ടതോടെ ഞാൻ വീണ്ടും ചായ്പ്പിലേക്ക് വന്നു. അന്നേരം രവിയെ ഞാൻ അവിടെയെങ്ങും കണ്ടില്ല.

മുറ്റത്തേക്കിറങ്ങി നോക്കിയപ്പോഴാണ് കോമാവിന്റെ കൊമ്പിൽ ഒരു ശവശരീരം തൂങ്ങിക്കിടക്കുന്നത് ഞാൻ കണ്ടത്. അതു ഗോവിന്ദനല്ലെന്ന് ഒറ്റ നോട്ടത്തിൽ തന്നെ എനിക്കു ബോദ്ധ്യമായി. തൂങ്ങിക്കിടക്കുന്ന ആളിന്റെ പുറകുവശം മാത്രമാണ് എനിക്കു കാണാൻ സാധിച്ചത്. അവിടെവരെ നടന്നുപോയി അതാരാണെന്നു നോക്കാനുള്ള ത്രാണി എന്റെ കാലുകൾക്ക് ഉണ്ടായില്ല. കാറ്റത്ത് ആ ശവശരീരം എന്റെ നേർക്കു തിരിഞ്ഞുവരുന്നതും നോക്കി ഞാൻ അവിടെത്തന്നെ നിന്നു. അതു രവി ആകരുതേ എന്നു മാത്രമായിരുന്നു എന്റെ പ്രാർത്ഥന.

ഞെട്ടിയെഴുന്നേല്ക്കുമ്പോൾ ഞാൻ തികച്ചും അപരിചിതമായ ഒരു സ്ഥലത്തായിരുന്നു കിടക്കുന്നത്. വല്ലാതെ കിതയ്ക്കുന്നതു കണ്ട് ശ്വാസം എടുക്കാൻപോലും കുറച്ചു നേരത്തേക്ക് എനിക്ക് സാധിച്ചില്ല. അതൊരു സ്വപ്നമായിരുന്നു എന്ന് ബോദ്ധ്യമായതിനു ശേഷമാണു എന്റെ ശ്വാസം നേരെ വീണത്. എന്റെ ചുറ്റിലും കിടക്കുന്ന രോഗികളെ കണ്ടപ്പോഴാണ് ഞാനേതോ ആശുപത്രിയിൽ ആണെന്നുള്ള ബോധം എനിക്കുണ്ടായത്. പരിചയമുള്ള ഒരു മുഖംപോലും എനിക്കവിടെ കാണാൻ സാധിച്ചില്ല. എത്ര ശ്രമിച്ചിട്ടും എങ്ങനെയാണ് ഞാനിവിടെ എത്തിപ്പെട്ടതെന്ന് ഓർത്തെടുക്കുവാൻ എനിക്കു കഴിഞ്ഞില്ല.

കുറച്ചുനേരം അങ്ങനെ കിടന്നപ്പോൾ ഒരു നേഴ്സു കൊച്ച് എന്റെ കട്ടിലിന്റെ അടുത്തേക്ക് വന്നു.

ആവൂ, വല്യമ്മ കണ്ണ് തുറന്നല്ലോ. ഇപ്പോൾ എങ്ങനെയുണ്ട്?

എന്റെ മറുപടിക്ക് വേണ്ടി കാത്തുനില്ക്കാനുള്ള ക്ഷമ ആ കുട്ടിക്ക് ഉണ്ടായിരുന്നില്ല. ഞാൻ ഡോക്ടറെ വിളിച്ചിട്ട് വരാമെന്നു പറഞ്ഞ് ധൃതി യിൽ അവൾ നടന്നുപോയി.

ആ കുട്ടി എന്നോട് സംസാരിക്കുന്നത് കേട്ടിട്ടാവണം തൊട്ടപ്പുറ ത്തുള്ള കട്ടിലിന്റെ അരുകിൽ മാസിക വായിച്ചു കൊണ്ടിരുന്ന പെണ്ണ് എന്റെ അടുത്തേക്ക് വന്നത്.

എങ്ങനെയുണ്ട് വല്യമ്മേ?

ഇതെവിടെയാണ് മോളെ ഞാൻ?

വല്യമ്മയിപ്പോൾ ദേവഗിരി ആശുപത്രിയിലാണ്. മിനിയാന്ന് ഉച്ച യ്ക്കാണ് വല്യമ്മയെ ഇവിടെ കൊണ്ടു വന്നത്. അന്നേരം പനിച്ചു വിറച്ച് ഓർമ്മയൊന്നും ഇല്ലാത്ത പരുവത്തിലായിരുന്നു. ആ രാത്രി തികയ്ക്കില്ല എന്നാണ് ഞങ്ങളൊക്കെ കരുതിയത്. ദൈവാനുഗ്രഹം ഒന്നുകൊണ്ട് മാത്രമാണ് വല്യമ്മ രക്ഷപ്പെട്ടത്.

ആരാണ് എന്നെ ഇവിടെ കൊണ്ടുവന്നത്?

നിങ്ങളുടെ സമുദായത്തിന്റെ ആളുകളാണ്. പേരൊന്നും ഞാൻ ചോദിച്ചില്ല. അവരു രണ്ടുമൂന്ന് പേരുണ്ടായിരുന്നു. വല്യമ്മ ഒറ്റയ്ക്കാണ് താമസിച്ചിരുതെന്ന് കൂടെ വന്ന പ്രായമുള്ള ആളു പറഞ്ഞാണ് ഞാൻ അറിയുന്നത്. പനി കൂടി രണ്ടു ദിവസത്തോളം വല്യമ്മ ഓർമ്മയൊന്നു മില്ലാതെ വീടിനകത്തു കിടക്കുകയായിരുന്നുവത്രേ.

ദേ ഡോക്ടർ വരുന്നുണ്ട്. വർത്തമാനം നിർത്തിയിട്ട് അവൾ കട്ടിലിന്റെ ഒരു വശത്തേക്കു മാറി നിന്നു.

നേരത്തെ കണ്ട നേഴ്സുകൊച്ചിന്റെ കൂടെ ഏതാണ്ടൊരു മുപ്പതു വയസ്സിൽ താഴെ പ്രായം തോന്നിക്കുന്ന ഒരു മിടുക്കി കുട്ടി എന്റെ അടു ത്തേക്ക് വന്നു.

ജാനകിയമ്മയ്ക്ക് ഇപ്പോൾ എങ്ങനെയുണ്ട്? എന്തെങ്കിലും അസ്വ സ്ഥത തോന്നുണ്ടോ?

ഇല്ലെന്നു ഞാൻ തലയാട്ടി.

ജാനകിയമ്മ എല്ലാവരെയും പേടിപ്പിച്ചു കളഞ്ഞു. തുടക്കത്തിൽ തന്നെ മരുന്ന് കഴിക്കാഞ്ഞതുകൊണ്ടാണ് പനി ഇത്രയും കൂടുവാൻ ഇടയായത്. എന്തായാലും ഇനി ഭയപ്പെടാൻ ഒന്നുമില്ല. ഇപ്പോൾ തോന്നുന്ന ക്ഷീണമൊക്കെ പെട്ടെന്നു തന്നെ മാറിക്കോളും. നന്നായി വിശ്രമിച്ചോളൂ എന്ന് എന്റെ തോളിൽ തട്ടി പറഞ്ഞുകൊണ്ട് ആ കുട്ടി തിരിച്ചുപോയി.

ജാനകിയമ്മ എന്നാണ് പേര് അല്ലെ? ഞാൻ ഫിലോമിന.

ആ കിടക്കുന്നത് എന്റെ അമ്മായിയമ്മയാണ്. ഞങ്ങളിവിടെ വന്നിട്ട് ഇപ്പോൾ ഒരാഴ്ച കഴിഞ്ഞെങ്കിലും അമ്മയ്ക്ക് കാര്യമായ കുറവൊന്നും ആയിട്ടില്ല.

അമ്മയ്ക്ക് എന്താണ് അസുഖം ഫിലോമിനെ?

ക്ഷയരോഗമാണ് വല്യമ്മെ. ഇതു തുടങ്ങിയിട്ട് കാലം കുറെ ആയ താണ്. പോഷകാഹാരം കൊടുക്കാനാണ് ഡോക്ടറുമാർ പറയുന്നത്. മൂന്ന് നേരവും കഷ്ടിയാണ് ഞങ്ങൾ വല്ലതും കഴിക്കുന്നത്. അതി നിടയിൽ ഞാൻ എവിടെനിന്നാണ് പോഷകാഹാരം കൊണ്ടു വരുന്നത്. എന്റെ കെട്ടിയോൻ ഉണ്ടായിരുന്ന കാലമായിരുന്നെങ്കിൽ അതൊക്കെ നടന്നേനെ.

പറഞ്ഞിട്ട് കാര്യമൊന്നുമില്ല. നല്ല മനുഷ്യർക്ക് ദൈവം അധികം ആയുസ്സ് കൊടുക്കില്ലല്ലോ. അതിയാൻ നല്ല ഒന്നാന്തരം തടിവെട്ടുകാര നായിരുന്നു. പണിസ്ഥലത്തുനിന്നും മടങ്ങിവരുന്ന വഴിക്ക് കട്ട ലോറി

മറിഞ്ഞ് അങ്ങേർ മരിച്ചു. അതുവരെ യാതൊരുവിധ അല്ലലും കൂടാതെ യാണ് ഞങ്ങൾ ജീവിച്ചത്. പിന്നീടങ്ങോട്ട് കാര്യങ്ങൾ മൊത്തം കൈവിട്ടു പോകാൻ തുടങ്ങി. കരച്ചിലും പിഴിച്ചിലുമായി കുറെ ദിവസങ്ങൾ അങ്ങനെ കടന്നുപോയി. വയസ്സായ ഈ അമ്മയെ കൂടാതെ നാല് വയസ്സുള്ള ഒരു പെൺകൊച്ചിനെയും എന്നെ ഏല്പിച്ചിട്ടാണ് അതിയാൻ അങ്ങേലോകത്തേക്കു പോയതെന്ന് ഓർക്കണം. ഒടുക്കം അടുപ്പ് പുക യാൻ വഴിയില്ലാതെ ആയപ്പോൾ സങ്കടമൊക്കെ മാറ്റി വച്ച് ഞാൻ ജോലി അന്വേഷിച്ചിറങ്ങി. ദൈവത്തിന്റെ അനുഗ്രഹം കൊണ്ട് പട്ടിണി ഇല്ലാതെ കഴിഞ്ഞ് കൂടാനുള്ളത് ഞാൻ സമ്പാദിക്കുന്നുണ്ട്. പത്താംക്ലാസ് കഴി ഞ്ഞതോടെ മോളെ കൊണ്ടുപോയി കന്യാസ്ത്രീ മഠത്തിലും ചേർത്തു. എന്റെ ചെറുപ്പത്തിൽ മഠത്തിൽ ചേരാൻ പറഞ്ഞ് അമ്മമാരു പുറകെ നടന്നതാണ്; പക്ഷേ, ഞാൻ പോകാൻ കൂട്ടാക്കിയില്ല. ഇങ്ങനെയൊക്കെ വരുമെന്ന് അന്നാളിൽ ആരെങ്കിലും വിചാരിച്ചോ.

വല്യമ്മയ്ക്ക് മക്കളൊന്നും ഇല്ലേ? ഉടനെ വന്നു അടുത്ത ചോദ്യം.

എന്തു മറുപടി പറയണമെന്ന് ഒരു നിമിഷം ആലോചിച്ചു. ഉള്ള സത്യം തുറന്നു പറഞ്ഞാൽ ഇവൾക്ക് കയറിമറിയാൻ ഇതിലും നല്ലൊരു വിഷയം വേറെയുണ്ടാവില്ല.

ആകെയുള്ളത് ഒരു മകനാണ്, അവൻ കുറച്ച് ദൂരെയാണ് ജോലി ചെയ്യുന്നത്. ഞാനും വിട്ടു കൊടുത്തില്ല.

എന്തോ ഭാഗ്യത്തിന് ഫിലോമിനയുടെ അമ്മ അവളെ വിളിച്ചതു കൊണ്ട് തല്ക്കാലത്തേക്ക് ആ സംസാരം അവിടം കൊണ്ട് തീർന്നത്. പെട്ടെന്നു തിരിച്ചുവരാമെന്നു പറഞ്ഞ് മനസ്സില്ലാമനസ്സോടെ ആയിരുന്നു അവളുടെ പോക്ക്. എന്തായാലും ആ തക്കത്തിന് ഞാൻ പതുക്കെ അപ്പു റത്തെ വശത്തേക്ക് ചരിഞ്ഞ് കിടന്നു. എന്റെ ഊഹം തെറ്റിയില്ല. ഒട്ടും സമയം കളയാതെ തന്നെ ഫിലോമിന മടങ്ങിയെത്തി. എന്നെ രണ്ടുവട്ടം വിളിച്ചെങ്കിലും ഉറക്കം നടിച്ച് ഞാൻ അനങ്ങാതെ അവിടെ കിടന്നു.

കുറെ നേരം അങ്ങനെ കിടന്നു കഴിഞ്ഞപ്പോൾ ഒന്നെഴുന്നേറ്റ് ഇരി ക്കണമെന്ന് എനിക്കുതോന്നി. അതിനുവേണ്ടി ഞാനൊന്ന് പരിശ്രമി ച്ചെങ്കിലും കൈത്തണ്ടയിൽ സൂചി കുത്തിവച്ചിരുന്നതുകൊണ്ട് ആ ശ്രമം പാതിവഴിയിൽ ഉപേക്ഷിക്കേണ്ടിവന്നു.

വല്യമ്മയ്ക്ക് എഴുന്നേറ്റ് ഇരിക്കണമെന്നു തോന്നുന്നുണ്ടോ? ഫിലോമിനയായിരുന്നു അത്.

ഇവളൊരു അവസരം നോക്കിയാണ് നിന്നതെന്ന് അതോടെ എനിക്കു പൂർണ്ണ ബോദ്ധ്യമായി. കട്ടിലിൽ ചാരി ഇരിക്കാൻ വളരെ ഉത്സാ ഹത്തോടെയാണ് ഫിലോമിന എന്നെ സഹായിച്ചത്.

വല്യമ്മ ആശുപത്രിയിൽ ആണെന്നുള്ള വിവരം മകനെ അറിയി ച്ചില്ലേ? അറിയിച്ചു കാണാൻ വഴിയില്ല. അല്ലെങ്കിൽ മോനിപ്പം വരേണ്ട തല്ലായിരുന്നോ. അതെന്താണ് വല്യമ്മ അവരുടെ കൂടെ താമസിക്കാതെ ഒറ്റയ്ക്ക് കഴിയുന്നത്?

ജോമോൻ ജോസഫ് എടത്തല

മാലപ്പടക്കം പോലെയാണ് ഫിലോമിനയുടെ ചോദ്യങ്ങൾ വന്നത്. ഞാനതിനു മറുപടിയൊന്നു പറഞ്ഞില്ലെങ്കിലും അവൾ വിടാനുള്ള ഭാവമില്ലായിരുന്നു. മോനും കുടുംബവുമായിട്ട് നല്ല സുഖത്തിലല്ലെന്നുള്ള കാര്യം വല്യമ്മയുടെ മുഖത്ത് എഴുതി വെച്ചിട്ടുണ്ട്. മരുമകളായിരിക്കും പ്രശ്നക്കാരി, അല്ലയോ? വല്യമ്മ ധൈര്യമായിട്ട് പറഞ്ഞോ, ഇതൊക്കെ എല്ലാ വീടുകളിലും പതിവുള്ള കാര്യങ്ങളൊക്കെ തന്നെയാണ്.

എന്തിനാണ് വല്ലവരുടെയും കാര്യം പറയുന്നത്, ഈ ഞാൻ പോലും കല്യാണം കഴിഞ്ഞുവന്ന സമയത്ത് അമ്മായിയമ്മയുമായി ഒരു തരത്തിലും പൊരുത്തപ്പെട്ട് പോകില്ലായിരുന്നു. അതിയാൻ മരിച്ചതിൽ പിന്നെ അണ്ടിയാണോ മാങ്ങയാണോ മൂത്തത് എന്നുള്ള മത്സരം ഞങ്ങളങ്ങു നിർത്തി. നിന്നുപോയി എന്നു പറയുന്നതാകും ശരി. അതു വരെ ഒരു തരിമ്പുപോലും ഞാൻ വിട്ടു കൊടുക്കില്ലായിരുന്നു. തള്ളയും ഒട്ടും മോശക്കാരി ആയിരുന്നില്ല. എന്തായാലും ആ സംഭവത്തിന് ശേഷം ഞങ്ങൾ വലിയ സൊരുമയിലായി. ദോഷം പറയരുതല്ലോ, ഇപ്പോൾ ഞാനെന്നു പറഞ്ഞാൽ അമ്മയ്ക്ക് ജീവനാണ്. എനിക്കും അങ്ങനെ തന്നെയാണ് കേട്ടോ.

ഇവളുടെ അടുത്ത് നിന്നും ഏത് വിധേനയാണ് രക്ഷപ്പെടുക എന്ന് ആലോചിക്കുന്ന സമയത്താണ് കാവി മുണ്ടും ജുബ്ബയും ധരിച്ച് സന്ന്യാ സിയെപ്പോലെ തോന്നിക്കുന്ന ഒരാൾ എനിക്കുള്ള ഭക്ഷണവുമായി വന്നത്. ഒരു സ്റ്റീൽ കിണ്ണം നിറയെ കഞ്ഞി പകർത്തി കട്ടിലിന്റെ തലയ് ക്കലുള്ള ചെറിയ മേശയിൽ വച്ചു. ഒരു പിഞ്ഞാണത്തിൽ തോരനും പപ്പ ടവും ഒരു കഷണം അച്ചാറും വിളമ്പി. കഞ്ഞി കുടിച്ചു കഴിഞ്ഞാൽ പാത്രം അവിടെത്തന്നെ വെച്ചാൽ മതിയെന്നു പറഞ്ഞിട്ട് അയാൾ പോവു കയും ചെയ്തു.

ഇതു വയസ്സായവരെ നോക്കുന്ന ആശ്രമത്തിൽനിന്നും കൊണ്ടു വരുന്നതാണ്. ഫിലോമിന പറഞ്ഞു. സമയാസമയത്തിനു ഭക്ഷണം കിട്ടുന്ന ഇതുപോലുള്ള വല്ല ആശ്രമത്തിലോ അനാഥശാലയിലോ എന്നെ എടുത്തെങ്കിൽ നൂറ് മനസ്സോടെ ഞാൻ പോയേനെ. അതിന് കാൽ കാശിന് പോലും ഗതിയില്ലാത്തവരെ നോക്കാൻ ഈ ലോകത്തിൽ ഒരു സ്ഥലവും ഇല്ലല്ലോ. കുടുംബജീവിതത്തിന്റെ സുഖം മോഹിച്ച് മഠത്തിൽ പോകാൻ കൂട്ടാക്കാതിരുന്നതാണ് എനിക്കു പറ്റിയ ഏറ്റവും വലിയ അമളി. വൈകുന്നേരം ചായക്കട അടയ്ക്കുന്നതിന് മുമ്പ് എന്തെങ്കിലും വാങ്ങി വച്ചില്ലെങ്കിൽ, ഇന്നു വായു ഭക്ഷണം കഴിച്ച് ഉറങ്ങേണ്ടി വരും.

സത്യത്തിൽ എനിക്കന്നേരം കാര്യമായ വിശപ്പൊന്നും ഉണ്ടായിരു ന്നില്ല. പക്ഷേ, തല്ക്കാലത്തേക്ക് ഫിലോമിനയുടെ കൈയിൽ നിന്നും രക്ഷപ്പെടാൻ കഞ്ഞികുടി അല്ലാതെ മറ്റു മാർഗ്ഗമൊന്നും ഞാൻ നോക്കി യിട്ടു കണ്ടില്ല.

നന്നായി വിശക്കുന്നുണ്ട് ഫിലോമിനെ, ഞാൻ കുറച്ചു കഞ്ഞി കുടി ക്കട്ടെ. ഇനിയുള്ള സംസാരം അതിനു ശേഷമാകും. അതു പോരെ?

അങ്ങനെ ഒരുവട്ടം കൂടി ഫിലോമിനയുടെ പിടിയിൽനിന്നും ഞാൻ രക്ഷപ്പെട്ടു. ഏറെ പെണ്ണുങ്ങളെ ഞാൻ കണ്ടിട്ടുണ്ട്. പക്ഷേ, ഇതുപോ ലെ ഒരെണ്ണത്തിനെ ജീവിതത്തിൽ ആദ്യമായിട്ടാണ് കാണുന്നത്. ഇവ ളുടെ അടുത്ത് പിടിച്ച് നില്ക്കാൻ ഞാൻ ശരിക്കും വിയർക്കേണ്ടി വരും. അതെനിക്ക് ഏകദേശം ഉറപ്പായി.

രാത്രിയിൽ എന്തോ ഒച്ചയും അനക്കവും കേട്ടാണ് ഞാൻ കണ്ണു തുറന്നത്. തട്ടുമ്പുറത്തെ എലികളെ പ്രാകാൻ തുടങ്ങുമ്പോഴാണ് ആ ശുപത്രിയിലാണെന്നുള്ള കാര്യം എനിക്ക് ഓർമ്മ വന്നത്. ചുറ്റിലും കണ്ണോടിച്ചപ്പോൾ ഫിലോമിനയുടെ അമ്മ കിടക്കുന്ന കട്ടിലിന്റെ അടുത്ത് നാലഞ്ചു പേർ കൂട്ടംകൂടി നില്ക്കുന്നത് കണ്ടു. താഴെ വിരിച്ചിട്ടുള്ള പായ യിൽ ഇരുന്ന് ഫിലോമിന കരയുകയാണ്. ലക്ഷണം കണ്ടിട്ട് അവളുടെ അമ്മ മരിച്ചു പോയെന്നാണ് തോന്നുന്നത്.

ആ സ്ത്രീയുടെ ചലനമറ്റ കിടപ്പു കണ്ടപ്പോൾ എനിക്ക് വല്ലാത്ത ഭയം തോന്നാൻ തുടങ്ങി. ഒരു തവണകൂടി അവരുടെ മുഖത്തേക്ക് നോ ക്കാനുള്ള മനോധൈര്യം എനിക്കുണ്ടായിരുന്നില്ല. കാലൻ കൈപ്പാടക ലെ ഉണ്ടായിരുന്നു എന്ന ചിന്ത എന്റെയുള്ളിൽ കടന്നുകൂടി ഭീതി ഇരട്ടി യാക്കി. അവിടെ മുഴുവൻ തളംകെട്ടി നില്ക്കുന്ന മരണത്തിന്റെ ഗന്ധം എന്റെ മൂക്കിനകത്തേക്ക് തുളച്ചു കയറി വന്നു. കണ്ണുകൾ ഇറുക്കിയ ടച്ചു ഞാൻ കിടന്നു.

മൂന്ന് നാല് ദിവസത്തെ ആശുപത്രി വാസംകൊണ്ട് എന്റെ പഴയ ആരോഗ്യമൊക്കെ തിരിച്ചുവന്നു. നേരത്തിനും കാലത്തിനും വല്ലതും കഴിക്കാൻ തുടങ്ങിയതോടെ പകുതി വിമ്മിട്ടങ്ങളും മാറി. കാലങ്ങളായി എന്നെ അലട്ടിക്കൊണ്ടിരുന്ന ഇഴപ്പുകളിലെ വേദന ഇപ്പോൾ തീർത്തും ഇല്ലാതായെന്നു വേണം പറയാൻ. പക്ഷേ, കിതപ്പിനു മാത്രം ഇപ്പോഴും കാര്യമായി കുറവൊന്നും വന്നിട്ടില്ല.

രാവിലെയുള്ള കഞ്ഞികുടി കഴിഞ്ഞതോടെ ഞാൻ നേരെ ആശുപ ത്രിയുടെ മുൻവശത്തുള്ള വരാന്തയിൽവന്ന് ഇരുന്നു. ഇവിടെയാകു മ്പോൾ നിറയെ ആളുകളും വണ്ടുകളുമൊക്കെ ഉള്ളതുകൊണ്ട് ശരിക്കും എന്റെ കവലയിൽ ഇരിക്കുന്ന പ്രതീതിയാണ് കിട്ടുന്നത്. ഒരൊറ്റ വ്യത്യാ സമേ ഉള്ളു, ഇവിടെ കാണുന്ന എല്ലാവരുടെയും മുഖത്ത് നിസ്സംഗതയും നിരാശയുമാണ് നിഴലിക്കുന്നത്. എന്റെ കവലയിൽ ഞാനൊഴികെ മറ്റെ ല്ലാവരും സന്തോഷമുള്ളവരാണ്, ഇവിടെയാണെങ്കിൽ നേരെ തിരിച്ചും.

ഓരോ കാഴ്ചകളൊക്കെ കണ്ട് അങ്ങനെ ഇരിക്കുന്നതിന്റെ ഇടയി ലാണ് എന്നെ ഡോക്ടറുടെ അടുത്തേക്ക് കൂട്ടിക്കൊണ്ട് പോകാൻ ഒരു നേഴ്സുകൊച്ച് വന്നത്. ആ കുട്ടിയുടെ കൂടെത്തന്നെ ഞാൻ ഡോക്ടറുടെ മുറിയിലേക്കു പോയി. മുറിയുടെ പുറത്ത് രോഗികളുടെ വലിയ തിര ക്കായിരുന്നു. പൊതുവെ രജനി ഡോക്ടറുടെ ചികിത്സയെക്കുറിച്ച് എല്ലാ വർക്കും വലിയ മതിപ്പാണ്.

രജനിയുടെ മുറിയിലേക്ക് കടന്നു ചെല്ലുമ്പോൾ വിശ്വംഭരൻ അതി

നകത്ത് ഉണ്ടായിരുന്നു. ഇതെന്തൊരു മറിമായമാണെന്ന് ഞാൻ അമ്പു തപ്പിട്ടുപോയി. ഇക്കണ്ട നേരം മുഴുവൻ ഞാൻ ആ വരാന്തയിലിരുന്നിട്ട് എന്റെ കണ്ണുവെട്ടിച്ച് ഇവനിത് എങ്ങനെയാണാവോ അകത്തു കയറി പറ്റിയത്.

ജാനകിയമ്മ നല്ല ഉഷാറായല്ലോ. എന്നെ കണ്ടതോടെ വിശ്വംഭരൻ പറഞ്ഞു.

കേട്ടോ ഡോക്ടറെ, ഇവർക്കിതു സംഭവിക്കുന്നതിന് ഏതാനും ദിവസങ്ങൾക്ക് മുമ്പ് ഞങ്ങൾ തമ്മിൽ കണ്ടിരുന്നു. ആ വീട്ടിൽ ഒറ്റയ്ക്ക് കഴിയുന്നതിന്റെ അപകടം ഞാനന്ന് ഇവരോടു പറഞ്ഞതാണ്. അതിനകത്ത് കിടന്ന് ചത്താൽ കൂടി ഒരു മനുഷ്യൻ അറിയില്ലെന്ന് ഞാൻ പറഞ്ഞപ്പോൾ ഇവർക്കെന്നോട് പുച്ഛമായിരുന്നു. എന്നിട്ടിപ്പോൾ എന്തായി? ഞാൻ പറഞ്ഞതുപോലെ സംഭവിച്ചില്ലേയെന്ന് നോക്കിയേ.

വിശ്വംഭരൻ ചേട്ടന്റെ കരിനാക്ക് വല്ലതും ആണോ? ചിരിച്ചു കൊണ്ടാണ് രജനി അതു ചോദിച്ചത്.

അവന്റെ സംസാരം എനിക്ക് മാത്രമല്ല ആ കുട്ടിക്കും ഇഷ്ടപ്പെട്ടില്ല എന്നുവേണം കരുതാൻ. ആപത്തു സമയത്ത് ചെയ്ത സഹായം ഓർത്തിട്ട് ഒന്നും മിണ്ടാതെ ഞാനവിടെ തന്നെ നിന്നു.

ജാനകിയമ്മ ഇരിക്കു. ഈ വിശ്വംഭരൻ ചേട്ടൻ പറഞ്ഞപ്പോഴാണ് ജാനകിയമ്മയുടെ അവസ്ഥകളൊക്കെ ഞാൻ അറിയുന്നത്. ഈ പ്രായത്തിൽ ഇങ്ങനെ ഒറ്റയ്ക്കു താമസിക്കുന്നത് അല്പം കുഴപ്പം പിടിച്ച കാര്യം തന്നെയാണ്. പ്രായത്തിന്റേതായ അസുഖങ്ങൾക്കു പുറമെ ജാനകിയമ്മയുടെ നെഞ്ചിടിപ്പ് സാധാരണ വേണ്ടതിലും കുറവാണ്. അതും അത്ര ലക്ഷണമല്ല. സമയത്തിന് മരുന്നും ഭക്ഷണവും കഴിക്കാ ത്തതിന്റെ കുറവും ആരോഗ്യത്തെ കാര്യമായി ബാധിച്ചിട്ടുണ്ട്.

ജാനകിയമ്മയ്ക്ക് സ്വന്തക്കാരായി ആരുമില്ലേ?

ഡോക്ടറുടെ ചോദ്യത്തിന് വിശ്വംഭരനാണ് മറുപടി പറഞ്ഞത്.

സ്വന്തക്കാരെന്നു പറയാൻ ആകെയുള്ളത് ഇവരുടെ അമ്മയുടെ വക യിലുള്ള ഒരു കൂട്ടരാണ്. അവരാണെങ്കിൽ ആ ഭാഗത്തേക്കു തിരിഞ്ഞു പോലും നോക്കാൻ തയ്യാറല്ല. ഇവരുടെ അവസ്ഥ കണ്ടിട്ട് ഞാൻ യൂണി യൻ പ്രസിഡന്റിന്റെ കാലുവരെ പിടിച്ചിട്ടാണ് ഇവിടെയുള്ള വൃദ്ധസദ നത്തിൽ ചേർക്കാമെന്നു സമ്മതിപ്പിച്ചെടുത്ത്. പത്തുനാല്പതു കൊല്ലം മുമ്പ് നാട് വിട്ടുപോയ മകന്റെ കാര്യവും പറഞ്ഞ് ഇവരതിനു തടസ്സം നിന്നു. ഇവരുടെ ഒരു കാര്യത്തിലും ഇടപെടില്ലെന്ന് അന്നു ഞാൻ തീരുമാനിച്ചതാണ്. പക്ഷേ, എന്തു ചെയ്യാനാ, ശാഖാ പ്രസിഡന്റ് ആയി പ്പോയില്ലേ. നമ്മുടെ സമുദായത്തിലെ ഒരാൾ ചാകാൻ കിടക്കുന്നത് കണ്ടില്ലെന്ന് നടിക്കാൻ ഞാൻ പഠിച്ചിട്ടില്ല. ഡോക്ടർതന്നെ ഇവർക്ക് നല്ല ബുദ്ധി പറഞ്ഞു കൊടുക്ക്.

വൃദ്ധസദനത്തിൽ ചേരണമെന്ന് പറയാൻ എനിക്കു കഴിയില്ല. അതു തികച്ചും ജാനകിയമ്മയുടെ വ്യക്തിപരമായ തീരുമാനമാണ്. പക്ഷേ, ഈ

അവസ്ഥയിൽ ഒറ്റയ്ക്ക് കഴിയുന്നത് അഭികാമ്യമല്ലെന്ന് എനിക്ക് ഉറപ്പിച്ചു പറയാൻ കഴിയും. ഇപ്പോൾ രോഗികളുടെ നല്ല തിരക്കുള്ള സമയമാണ്. വൈകിട്ട് സ്വസ്ഥമായി ഞാൻ ജാനകിയമ്മയുമായി സംസാരിക്കാം. വിശ്വംഭരൻ ചേട്ടൻ പോയിട്ട് രണ്ടു ദിവസം കഴിഞ്ഞു വന്നാൽ മതി. അപ്പോഴേക്കും ജാനകിയമ്മയെ ഡിസ്ചാർജ് ചെയ്യാൻ കഴിയുമെന്നാണ് ഞാൻ പ്രതീക്ഷിക്കുന്നത്.

വിശ്വംഭരൻ പോയതിനുശേഷം ഞാൻ വീണ്ടും വരാന്തയിൽ വന്ന് ഇരുന്നു.

രണ്ടുദിവസം കഴിഞ്ഞ് വീട്ടിലേക്ക് പോകാമെന്ന് കേട്ടപ്പോൾ ആദ്യ മൊരു സന്തോഷം തോന്നിയെങ്കിലും പിന്നീടതു മാറി. അവിടെവെച്ച് ഇനിയും ഇതുപോലെ എന്തെങ്കിലും സംഭവിച്ചാൽ എന്താകും എന്റെ സ്ഥിതി. ഒരു ചങ്കൂറ്റത്തിന്റെ പുറത്താണ് ഇത്രയും കാലം ഞാൻ ജീവി ച്ചത്. പക്ഷേ, ഓരോ ദിവസങ്ങൾ പിന്നിടുമ്പോഴും എന്റെ ആത്മവിശ്വാസം കുറേശ്ശെയായി ചോർന്ന് പോവുകയാണ്.

സന്ധ്യയോടടുപ്പിച്ചാണ് രജനിയുടെ അടുത്തേക്ക് എന്നെ വീണ്ടും വിളിപ്പിച്ചത്. ഞാൻ ചെല്ലുമ്പോൾ ആ മുറിയിൽ മറ്റാരും ഉണ്ടായിരുന്നില്ല. എന്നോട് ഇരിക്കാൻ പറഞ്ഞിട്ട് രജനി കാര്യമായ എന്തോ ആലോചന യിൽ മുഴുകി. ആ കുട്ടിയുടെ കണ്ണ് നിറയുന്നതു കണ്ടപ്പോൾ സുഖകര മല്ലാത്ത എന്തോ ആണ് അവൾ ചിന്തിക്കുന്നത് എന്ന് മനസ്സിലായെ ങ്കിലും ഞാനൊന്നും ചോദിക്കുവാൻ പോയില്ല. സാരിയുടെ തലപ്പു കൊണ്ട് കണ്ണു തുടച്ചിട്ടാണ് രജനി സംസാരിച്ചു തുടങ്ങിയത്.

എനിക്ക് നാല് വയസ്സുള്ളപ്പോഴാണ് എന്റെ അച്ഛൻ മരിച്ചത്. പിന്നീ ടങ്ങോട്ട് ഒത്തിരി കഷ്ടപ്പാടുകൾ സഹിച്ചാണ് എന്റെ അമ്മ എന്നെ വളർത്തി വലുതാക്കിയത്. ഒരു ഡോക്ടറാകാൻ സാധിക്കുമെന്ന് ഞാൻ ഒരിക്കലും കരുതിയില്ല. എല്ലാം ഈശ്വര നിശ്ചയം ആയിരുന്നു. ഞാനൊരു നല്ല നിലയിൽ എത്തിയതു കാണാൻ ഭാഗ്യമില്ലാതെ എന്നെന്നേക്കുമായി എന്റെ അമ്മയും എന്നെ വിട്ടുപോയി. ആശുപത്രിയിലെ രോഗികളും വൃദ്ധസദനത്തിലെ അന്തേവാസികളിലും ഒതുങ്ങി നില്ക്കുന്നതാണ് ഇന്നത്തെ എന്റെ ലോകം. എന്റെ പെറ്റമ്മയെ എനിക്ക് നഷ്ടപ്പെട്ടെങ്കിലും ആരോരുമില്ലാത്തവരും ഉപേക്ഷിക്കപ്പെട്ടവരുമായ കുറെയേറെ അമ്മ മാരെയാണ് ഈശ്വരൻ എനിക്കു തന്നത്. അവരോടൊപ്പം വൃദ്ധസദനത്തിൽ തന്നെയാണ് ഞാനും താമസിക്കുന്നത്. അവിടെയുള്ള ഓരോരുത്തരിലും എന്റെ അമ്മയെ എനിക്കു കാണുവാൻ കഴിയുന്നുണ്ട്. അമ്മയുടെ സ്നേഹവും ലാളനയും അവരിലൂടെയാണ് ഇന്നു ഞാൻ അനുഭവിച്ചറിയുന്നത്.

ജാനകിയമ്മയുടെ മകന്റെ പേരെന്താണ്?

രവി. ഞാൻ പറഞ്ഞു.

എത്ര വർഷം മുൻപാണ് രവി വീട്ടിൽനിന്നും പോയത്? അന്ന യാൾക്ക് എന്തു പ്രായമുണ്ടായിരുന്നു.

ഈ കർക്കിടകം വരുമ്പോൾ അവൻ പോയിട്ട് മുപ്പത്തിയെട്ടു കൊല്ലം തികയും. രവിക്ക് പതിനെട്ടു വയസ്സുള്ളപ്പോഴാണ് അവൻ പോയത്.

അപ്പോൾ അമ്മയുടെ മകനിപ്പോൾ അൻപത്തിയാറു വയസ്സു ആയിട്ടുണ്ടാകും. ഇത്രയും നാൾ വരാതിരുന്ന രവി ഇനി തിരിച്ചു വരു മെന്നാണോ അമ്മ വിശ്വസിക്കുന്നത്? അമ്മയ്ക്കിപ്പോൾ വയസ്സ് എഴുപ ത്തിയെട്ടായി, ഈ പ്രായം വരെയും അമ്മ ജീവിച്ചിരിക്കുമെന്ന് രവിക്ക് എങ്ങനെ കരുതാൻ പറ്റും.

കുറച്ചു സമയത്തേക്ക് രജനി ഒന്നും സംസാരിച്ചില്ല.

അമ്മയ്ക്ക് വിഷമം ഉണ്ടാക്കുന്ന ഒരു കാര്യമാണ് ഇനി ഞാൻ പറ യുവാൻ പോകുന്നത്. എന്റെ അഭിപ്രായത്തിൽ രവി ജീവിച്ചിരിക്കാനുള്ള സാദ്ധ്യതകൾ വളരെ വിരളമാണ് അമ്മേ.

മോളെ ...... എനിക്ക് കരച്ചിലടക്കുവാൻ കഴിഞ്ഞില്ല. രജനി എഴുന്നേറ്റ് വന്ന് എന്നെ അവളുടെ നെഞ്ചിലേക്ക് ചേർത്തു പിടിച്ചു.

കരയരുതമ്മേ, ജീവിതത്തിൽ ഇത്രയധികം വേദനകൾ സഹിച്ചി ട്ടുള്ള അമ്മയ്ക്ക് ഇതും താങ്ങുവാനുള്ള ശക്തി ഈശ്വരൻ തരാതിരി ക്കില്ല.

കുറച്ചു കഴിഞ്ഞ് രജനി തിരിച്ച് കസേരയിൽ പോയി ഇരുന്നു.

അമ്മയുടെ ആരോഗ്യസ്ഥിതി ഒട്ടു തൃപ്തികരമല്ലെന്നാണ് എനിക്കു മനസ്സിലാക്കുവാൻ കഴിഞ്ഞത്. ഇങ്ങനെയൊരു അവസ്ഥയിൽ ഒറ്റയ്ക്ക് കഴിയുന്നതിനെ ന്യായീകരിക്കുവാൻ അമ്മയോടു സ്നേഹമുള്ള ആർക്കും കഴിയുമെന്ന് എനിക്കു തോന്നുന്നില്ല.

മോൾക്കറിയാമോ, അവൻ രണ്ടു വയസ്സുള്ളപ്പോഴാണ് രവിയേട്ടൻ ഞങ്ങളെ ഉപേക്ഷിച്ചു പോയത്. പിന്നീടുള്ള എന്റെ ജീവിതം രവിക്കു വേണ്ടി ഞാൻ ഉഴിഞ്ഞു വെക്കുകയായിരുന്നു. പക്ഷേ, രവിയും എന്നെ വിട്ടുപോയതോടെ എന്റെ എല്ലാ പ്രതീക്ഷകളും അവസാനിച്ചതാണ്. എന്റെ ഈ നശിച്ച ജീവിതം മതിയാക്കുവാൻ പലവട്ടം ഞാൻ ആത്മാർ ത്ഥമായി ആഗ്രഹിച്ചെങ്കിലും രവി മടങ്ങിവരുമെന്ന ഒരൊറ്റ പ്രതീക്ഷ യാണ് എന്നും അതിനു വിലങ്ങുതടിയായി നിന്നത്. അവൻ മടങ്ങി വരും മോളെ. അതുകാണാൻ വേണ്ടിത്തന്നെയാണ് ഈ കിഴവിക്ക് ഒരുവട്ടം കൂടി ഭഗവാൻ ആയുസ്സ് നീട്ടിത്തന്നത്.

വൃദ്ധസദനത്തിൽ പോകുവാൻ എനിക്കു താല്പര്യമില്ലെന്നാണോ മോളു കരുതിയിരിക്കുന്നത്. ഇപ്പോഴത്തെ എന്റെ സാഹചര്യത്തിൽ അതിലും അനുയോജ്യമായ മറ്റൊരിടം എനിക്കുണ്ടാകില്ല. പക്ഷേ, അതിനു പകരമായി എന്റെ വീടും പറമ്പും യൂണിയന്റെ പേരിലേക്ക് എഴുതിക്കൊടുക്കാനാണ് വിശ്വംഭരൻ ആവശ്യപ്പെടുന്നത്. അവൻ പറയു ന്നതുപോലെ വസ്തുക്കൾ യൂണിയന് എഴുതിക്കൊടുത്താൽ, ഏതെ ങ്കിലും ഒരു കാലത്ത് എന്റെ രവി തിരിച്ചു വരുമ്പോൾ അവനു കൊടു ക്കാൻ എന്റെ കൈയിൽ വേറെയൊന്നും ഇല്ല മോളെ.

വീണ്ടും കുറച്ചു സമയത്തേക്ക് രജനി ഒന്നും സംസാരിച്ചില്ല.

ആ കാര്യങ്ങളൊക്കെ വിശ്വംഭരൻ ചേട്ടൻ എന്നോടു സൂചിപ്പിച്ചി
രുന്നു. യൂണിയൻ നടത്തുന്ന സ്ഥാപനമായതുകൊണ്ട് അവിടെ അതി
ന്റേതായ രീതികളും നിയമങ്ങളുമൊക്കെ ഉണ്ടാകും. ഞാൻ പറഞ്ഞതു
കൊണ്ട് അതു മാറ്റുവാനും പോകുന്നില്ല. എന്റെ ബുദ്ധിയിൽ തോന്നിയ
ഒരു കാര്യം ഞാൻ പറയാം. ജാനകിയമ്മയുടെ സ്ഥലം തീറെഴുതുന്ന
തിനു പകരം യൂണിയന്റെ പേരിലേക്ക് ഒരു വിൽപ്പത്രം എഴുതി കൊടു
ത്തുകൂടെ. അമ്മയുടെ കാലശേഷം മാത്രം സ്വത്തുക്കൾ യൂണിയന്
ലഭിക്കുന്ന വ്യവസ്ഥ വെച്ച് വിൽപ്പത്രം തയ്യാറാക്കുവാൻ സാധിക്കുമെ
ന്നാണ് എനിക്ക് നിയമോപദേശം കിട്ടിയത്. അങ്ങനെയാകുമ്പോൾ, രവി
എപ്പോഴെങ്കിലും മടങ്ങി വന്നാലും ആ വിൽപ്പത്രം റദ്ദാക്കി സ്വത്തുക്കൾ
അമ്മയുടെ മകനുതന്നെ കൊടുക്കുവാനും കഴിയും. ഇക്കാര്യം യൂണി
യൻ പ്രസിഡന്റിനെക്കൊണ്ട് സമ്മതിപ്പിച്ചെടുക്കാൻ സാധിക്കുമെന്നാണ്
ഞാൻ പ്രതീക്ഷിക്കുന്നത്. ജാനകിയമ്മയുടെ ആത്മവിശ്വാസം കണ്ടിട്ട്
രവി തിരിച്ചു വരുമെന്ന് എന്റെ മനസ്സു പറയുന്നു. അല്ലെങ്കിൽ അങ്ങനെ
വിശ്വസിക്കാനാണ് ഞാനിപ്പോൾ ഇഷ്ടപ്പെടുന്നത്.

ജാനകിയമ്മ ജീവിച്ചിരിക്കുന്ന കാലത്തോളം സ്വത്തുകളുടെ മേൽ
യൂണിയന് യാതൊരു അവകാശവുമുണ്ടാകില്ല. അതുകൊണ്ട് രവി
തിരിച്ചുവന്നാൽ അത് അയാളുടെ പേരിലേക്ക് മാറ്റിക്കൊടുക്കുന്നതിന്
നിയമപരമായി ഒരു തടസ്സവും ഉണ്ടാകാൻ പോകുന്നില്ല. രവി മടങ്ങിവ
ന്നില്ലെങ്കിൽ സ്വാഭാവികമായും കാലശേഷം ആ സ്വത്തുക്കൾ യൂണിയ
ന്റേതായി മാറും. അതിനെക്കുറിച്ച് നമ്മൾ ഇപ്പോൾ ആലോചിക്കേണ്ട
ആവശ്യമില്ലല്ലോ. ഇങ്ങനെയൊരു വിൽപ്പത്രത്തിന്റെ അടിസ്ഥാനത്തിൽ
അമ്മയ്ക്ക് ശാന്തിനിലയത്തിൽ ഞങ്ങളോടൊപ്പം താമസം തുടങ്ങുകയും
ചെയ്യാം. ഇപ്പോൾ മനസ്സിലായോ? ഇതല്ലാതെ മറ്റൊരു മാർഗ്ഗവും ഞാൻ
ആലോചിച്ചിട്ട് കാണുന്നില്ല.

ഞാനിപ്പോൾ പറഞ്ഞ കാര്യങ്ങളെക്കുറിച്ച് ജാനകിയമ്മ സ്വസ്ഥമായി
ഇരുന്ന് ആലോചിച്ച് നോക്ക്. എടുത്തുചാടി ഒരു തീരുമാനവും എടു
ക്കേണ്ട. കൂടാതെ നാളെ രാവിലെ ഞാൻ ജാനകിയമ്മയെ ശാന്തിനില
യത്തിൽ കൊണ്ടുപോകാം. അവിടത്തെ ചുറ്റുപാടുകളൊക്ക ജാനകിയമ്മ
നേരിൽ കാണുന്നത് എന്തുകൊണ്ടും നന്നായിരിക്കും. അതിനുശേഷം
നല്ലതുപോലെ ആലോചിച്ച് ഒരു തീരുമാനമെടുത്താൽ മതിയാകും.
ഇപ്പോൾ സ്വസ്ഥമായി പോയി കിടന്നോളു. ഈശ്വരൻ അമ്മയെ അനു
ഗ്രഹിക്കട്ടെ.

തിരിച്ചുവന്ന് കിടന്നിട്ടും പലവിധ ചിന്തകൾകൊണ്ട് എന്റെ മന
സ്സാകെ പ്രക്ഷുബ്ധമായിരുന്നു. രവി മടങ്ങിവരുമെന്ന് രജനി കൂടി പറ
ഞ്ഞതോടെ എന്റെ ആത്മവിശ്വാസം ഇരട്ടിയായി. എത്ര പെട്ടെന്നാണ്
കുഴഞ്ഞുമറിഞ്ഞ എന്റെ പ്രശ്നങ്ങൾക്ക് ആ കുട്ടിയൊരു പോംവഴി
കണ്ടെത്തിയത്. വിൽപ്പത്രത്തിന്റെ ആശയം ഇപ്പോഴത്തെ എന്റെ സാഹ
ചര്യങ്ങൾക്ക് തികച്ചും അനുയോജ്യമാണ്. ആ കുട്ടി പറഞ്ഞതുപോലെ

കാര്യങ്ങൾ നടന്നാൽ യാതൊന്നും എനിക്ക് ഭയപ്പെടാനില്ല. ഇനി വിശ്വംഭരൻ അതിനു തടസ്സം നില്ക്കുമോയെന്നു മാത്രമാണ് എന്റെ ഇപ്പോഴത്തെ പേടി. കഴിയുമെങ്കിൽ നാളെത്തന്നെ എന്റെ സ്ഥലത്ത് ഗുരുമന്ദിരം പണിയാൻ കച്ചകെട്ടിയാണ് അവൻ നടക്കുന്നത്.

രാവിലെ വാർഡിലുള്ള രോഗികളെ പരിശോധിക്കുവാൻ കൃത്യ സമയത്തുതന്നെ രജനി എത്തി. ആ കുട്ടിയുടെ സാമീപ്യംപോലും എനിക്കു വലിയൊരു ആശ്വാസമായിരുന്നു. എന്റെ ഊഴം വന്നപ്പോൾ കൂടെയുണ്ടായിരുന്ന നേഴ്സിന്റെ കൈയിലുള്ള ചാർട്ടു വാങ്ങി രജനി അതിൽ എന്തൊക്കെയോ കുറിച്ചിട്ടു.

ജാനകിയമ്മയെ ഒരാഴ്ച കൂടി കഴിഞ്ഞ് വിട്ടാൽ മതിയെന്നാണ് ഞാൻ ചാർട്ടിൽ എഴുതിയത്.

ഇനിയും ഒരാഴ്ചയോ, ഇപ്പോൾ എനിക്കു വേറെ കുഴപ്പങ്ങളൊന്നും ഇല്ല മോളെ.

ഞാനൊരു തമാശ പറഞ്ഞതല്ലെ, ജാനകിയമ്മയ്ക്ക് നാളെത്തന്നെ വീട്ടിൽ പോകാം. രാവിലെയുള്ള റൗണ്ട്സ് കഴിഞ്ഞാലുടനെ നമുക്ക് ശാന്തിനിലയത്തിൽ പോകുന്ന കാര്യവും തീർത്തേക്കാം.

കഞ്ഞികുടി കഴിഞ്ഞ് പതിവുപോലെ കുറെ സമയം വരാന്തയിൽ പോയി ഇരുന്നു. ഉച്ച തിരിഞ്ഞാണ് രജനി എന്നെ ശാന്തിനിലയത്തി ലേക്കു കൊണ്ടുപോയത്. നടക്കാനുള്ള ദൂരത്തിലായിരുന്നു ആ സ്ഥാപ നമെങ്കിലും ആശുപത്രിയുടെ വണ്ടിയിലാണ് ഞങ്ങൾ അങ്ങോട്ടേക്കു പോയത്. ഒടുമേഞ്ഞ വലിയൊരു കെട്ടിടത്തിന്റെ മുൻപിലാണ് ആ യാത്ര ചെന്ന് അവസാനിച്ചത്.

ഇതാണ് ജാനകിയമ്മേ ശാന്തിനിലയം. പുറമെ നിന്നു നോക്കുന്ന വർക്ക് ഇതൊരു വൃദ്ധസദനം മാത്രമാണ്. പക്ഷേ, എനിക്കും ഇവിടെ താമസിക്കുന്ന അമ്മമാർക്കും ഇത് ഞങ്ങളുടെ സ്നേഹവീടാണ്. അവ രുടെയൊക്കെ മകളാകാൻ കഴിഞ്ഞത് എന്റെ ജീവിതത്തിലെ ഏറ്റവും വലിയ ഭാഗ്യമായാണ് ഞാൻ കരുതുന്നത്. ജാനകിയമ്മ അകത്തേക്ക് വരൂ.

രജനി എന്നെയുംകൂട്ടി നീളമുള്ള ഒരു വരാന്തയിലൂടെ മുന്നോട്ടു നടന്നു. അത് അവസാനിക്കുന്നതിനു തൊട്ടു മുൻപു വാതിൽ തുറന്ന് ഞങ്ങൾ ഒരു മുറിയിലേക്ക് കയറി.

ഇതാണ് ജാനകിയമ്മേ എന്റെ വാസസ്ഥലം. നമ്മൾ ഇങ്ങോട്ടു നടന്നുവന്ന വഴിയുടെ ഇരുവശത്തും കാണുന്ന ഇതുപോലുള്ള മുറിക ളിലാണ് എന്റെ അമ്മമാർ താമസിക്കുന്നത്. ഇനി അവരെയെല്ലാം ജാന കിയമ്മയ്ക്ക് നേരിൽ കാണേണ്ടേ. വരൂ ഞാൻ കാണിച്ചു തരാം.

പ്രധാന കെട്ടിടത്തിന്റെ പുറകിലുള്ള ഓടുമേഞ്ഞ മറ്റൊരു കെട്ടി ടത്തിലാണ് പിന്നീട് രജനി എന്നെ കൂട്ടിക്കൊണ്ടുപോയത്. അങ്ങോട്ടു പോകാനുള്ള ഇഷ്ടിക വിരിച്ച നടപ്പാതയുടെ ഇരുവശത്തും പച്ചക്കറി ത്തോട്ടമായിരുന്നു. വെണ്ടയും പയറും തക്കാളിയും എന്നു വേണ്ട ഒരു

വീട്ടിലേക്ക് ആവശ്യമുള്ള എല്ലാത്തരം പച്ചക്കറികളും അതിനകത്തു നട്ടു വളർത്തിയിട്ടുണ്ട്.

പുറകിലുള്ള കെട്ടിടത്തിന്റെ വരാന്തയിലേക്കു കയറിയ ഉടനെ ഇടതുവശത്തുകണ്ട ഒരു ഹാളിലേക്കാണ് ഞങ്ങൾ ചെന്നു കയറിയത്. എന്റെ സമപ്രായക്കാരായ ഏതാണ്ട് പതിനഞ്ചോളം സ്ത്രീകൾ അതി നകത്തിരുന്നു കുശലം പറയുന്നുണ്ടായിരുന്നു.

അമ്മമാരൊക്കെ എന്തെടുക്കുകയാണ് എന്നു ചോദിച്ചുകൊണ്ടാണ് രജനി അവരുടെയടുത്തേക്ക് ചെന്നത്.

രജനി മോളോ, ഇതെന്താണ് പതിവില്ലാത്ത സമയത്ത്? ഇതാരാണ് മോൾടെ കൂടെ വന്നിരിക്കുന്നത്? അക്കൂട്ടത്തിൽ ഉണ്ടായിരുന്ന ഒരു സ്ത്രീ ചോദിച്ചു.

ഇതാണ് ജാനകിയമ്മ. ആശുപത്രിയിൽ വന്നപ്പോൾ ഇവിടെ യൊക്കെ കാണണമെന്ന് ആഗ്രഹം പറഞ്ഞതുകൊണ്ട് ഞാനിങ്ങോട്ട് കൂട്ടിക്കൊണ്ടുവന്നതാണ്.

അവിടെയുണ്ടായിരുന്ന എല്ലാവരും എന്നെ നോക്കി പുഞ്ചിരിച്ചു. അവരുടെ പെരുമാറ്റം കണ്ടിട്ട് ഞാൻ ശരിക്കും അത്ഭുതപ്പെട്ടുപോയി. പാണ്ടുപിടിച്ച എന്നെ ആദ്യമായി കാണുന്നവർ പ്രകടിപ്പിക്കാറുള്ള അറപ്പുഭാവം പ്രതീക്ഷിച്ചാണ് ഞാൻ അങ്ങോട്ടേക്ക് കടന്നുചെന്നത്. പക്ഷേ, അവിടെയുള്ള ആരുടെയും മുഖത്തുപോലും എനിക്കതു കാണാൻ സാധിച്ചില്ല.

ആശുപത്രിയിൽ നല്ല തിരക്കുള്ളതുകൊണ്ട് ഞാനധികം സമയം നില്ക്കുന്നില്ല. വൈകുന്നേരം കാണാമെന്ന് അവരോട് പറഞ്ഞിട്ട് രജനി അവിടെനിന്നും ഇറങ്ങി.

ഇവിടെയുള്ള എല്ലാവരും എത്ര സന്തോഷത്തോടെയാണ് കഴിയു ന്നത്, ഞാൻ അറിയാതെ പറഞ്ഞുപോയി.

അതെ ജാനകിയമ്മേ, സ്വന്തം വീടുകളിൽ കിട്ടാത്ത സന്തോഷവും സംതൃപ്തിയുമാണ് അവരിവിടെ അനുഭവിക്കുന്നത്. ഭാര്യയും, അമ്മയും, മുത്തശ്ശിയുമൊക്കെയായി ജീവിതത്തിൽ ഒരുപാടു ഭാഗങ്ങൾ പൂർത്തി യാക്കിയവരാണ് ഇവിടെയുള്ള എല്ലാവരും. ഒടുവിൽ വീട്ടുകാർക്ക് ഭാരവും ആരോരുമില്ലാത്തവരുമൊക്കെ ആയിക്കഴിയുമ്പോൾ ഹൃദയം തകർന്നാണ് പലരും ഈ പടി കയറിവന്നത്. പരസ്പരം സ്നേഹിക്കാനാണ് ഇവിടെ യെത്തുന്ന ഓരോരുത്തരും ആദ്യം പഠിക്കുന്നത്. ഭർത്താവിനും മക്കൾക്കും കൊച്ചുമക്കൾക്കുമൊക്കെ കൊടുക്കുവാൻ കരുതിവെച്ചിരുന്ന സ്നേഹം ഈ ശാന്തി നിലയത്തിൽ നിറഞ്ഞു നില്ക്കുകയാണ്.

തിരിച്ച് ആശുപത്രിയിൽ എത്തുന്നതുവരെ എന്റെ മനസ്സ് ശാന്തി നിലയത്തിൽ തന്നെ തങ്ങി നില്ക്കുകയായിരുന്നു. മുറിയിലേക്കു കയ റിപ്പോകൊൻ തുടങ്ങിയ രജനിയോട് ഞാൻ പറഞ്ഞു.

ഇനിയുള്ള കാലം എനിക്കും ആ സ്നേഹവീട്ടിൽ ജീവിക്കണം.

ജാനകിയമ്മ ഇത്ര പെട്ടെന്ന് ഒരു തീരുമാനത്തിൽ എത്തിയോ? നല്ല

വണ്ണം അലോചിച്ചിട്ടു തന്നെയാണോ ഇതു പറയുന്നത്?

എനിക്ക് കൂടുതലൊന്നും ആലോചിക്കാനില്ല മോളെ. ഒറ്റപ്പെട്ടു പോകുന്നതിന്റെ വേദന ആ അവസ്ഥയിലൂടെ കടന്നു പോകുന്നവർക്ക് മാത്രമേ മനസ്സിലാക്കാൻ സാധിക്കൂ. അവിടെയുള്ള ഓരോരുത്തരിലും എനിക്ക് എന്നെത്തന്നെയാണ് കാണാൻ സാധിച്ചത്. ഉറ്റവരും ഉടയവരു മില്ലാതെ ജീവിതം തള്ളിനീക്കുന്ന എനിക്ക് ശേഷിക്കുന്ന കാലം കഴി ച്ചുകൂട്ടാൻ ഇതിലും അനുയോജ്യമായ ഒരിടം വേറെയുണ്ടാകില്ല.

ജാനകിയമ്മയ്ക്ക് എന്നും നല്ലതേ വരു. എന്റെ കൈയിൽ മുറുകെ പിടിച്ചുകൊണ്ട് രജനി പറഞ്ഞു. അമ്മയുടെ രവി എത്രയും പെട്ടെന്നു മടങ്ങിവരാൻ വേണ്ടി ഞാനും ഭഗവാനോടു പ്രാർത്ഥിക്കുന്നുണ്ട്.

ഒരു മാറ്റക്കച്ചവടമാണെന്നുള്ള ഉത്തമ ബോദ്ധ്യത്തോടുകൂടിയാണ് ഇങ്ങനെയൊരു തീരുമാനത്തിൽ ഞാൻ എത്തിച്ചേർന്നത്. ഞാൻ കാണാ റുള്ള സ്വപ്നങ്ങളിൽ പലപ്പോഴും രവിയുടെ മുൻപിൽ കുറ്റബോധം കൊണ്ട് എനിക്ക് തലകുനിച്ച് നില്ക്കേണ്ടി വന്നിട്ടുണ്ട്. പക്ഷേ, ഇന്ന് അവന്റെ മുഴുവൻ ചോദ്യങ്ങൾക്കും വ്യക്തമായ ഉത്തരങ്ങൾ എന്റെ കൈ വശമുണ്ട്. അവകാശികളില്ലാതെ ജീവിക്കുന്ന സമയത്തോളം എന്റെ സം രക്ഷണം ഏറ്റെടുക്കുന്നവർ തന്നെയാണ് എന്റെ സ്വത്തിന്റെയും അവ കാശികൾ. വാർദ്ധക്യത്തിൽ എനിക്കു താങ്ങും തണലുമാകാൻ ഈ വൈകിയ വേളയിൽപ്പോലും എന്റെ മകനു സാധിച്ചിട്ടില്ല. സംരക്ഷണ ത്തിൽ ഉപരിയായി മരിക്കുന്നതിനുമുമ്പ് ഒരു വട്ടമെങ്കിലും സ്വന്തം മക നെ കാണണമെന്നുള്ള ആഗ്രഹം മാത്രമാണ് ഞാൻ രവിയുടെ മുൻ പിൽ വെക്കുന്നത്. എന്റെ മരണംവരെ അതിനുള്ള അവസരം നിലനിർ ത്തിക്കൊണ്ടാണ് ഈ മാറ്റക്കരാറിൽ ഞാൻ ഒപ്പു വെക്കുന്നതും. ഇതിൽ കൂടുതലായി എന്റെ മകനുവേണ്ടി എനിക്കൊന്നും ചെയ്യാനില്ല. അന്നു രാത്രിയിൽ വളരെ സ്വസ്ഥമായി ഞാൻ ഉറങ്ങി. സ്വപ്നത്തിൽപ്പോലും ആരും എന്നെ ഭയപ്പെടുത്താൻ വന്നില്ല.

മരിക്കാനുള്ള വിളംബരം

ഏകാന്തതയുടെ മൂടുപടം അനാവരണം ചെയ്തുകൊണ്ട് കവല സജീവമാകാൻ തുടങ്ങിയതോടെ എന്റെ പുതിയ ഒരു ദിവസത്തിനുകൂടി തുടക്കമായി. കാത്തിരിപ്പിനുവേണ്ടി ഉഴിഞ്ഞുവെച്ച എന്റെ ജീവിതത്തിൽ ഞാൻ പോലും അറിയാതെയാണ് കാലങ്ങൾ പോയിമറഞ്ഞത്. എല്ലാ സ്ത്രീകളും കരുതുന്നതുപോലെ ഭർത്താവിന്റെയും മകന്റെയും കൈക ളിൽ ജീവിതം സുരക്ഷിതമാണെന്ന് അഹങ്കരിച്ചിരുന്ന ഒരു കാലം എനി ക്കുമുണ്ടായിരുന്നു. അതെല്ലാം വ്യർത്ഥമായിരുന്നു എന്ന് തിരിച്ചറിയു വാൻ എനിക്കു പക്ഷേ, ഒരായുസ്സ് തന്നെ ബലികൊടുക്കേണ്ടി വന്നു. ജീവിതത്തിന്റെ അവസാന ഏടുകളിൽ എത്തിനില്ക്കുമ്പോഴും ഞാൻ ഉടമകളും രക്ഷകരുമില്ലാതെ വെറുമൊരു അനാഥയായി തുടരുന്നു.

യൂണിയന്റെ പേരിലേക്ക് വിൽപ്പത്രം എഴുതാനുള്ള തീരുമാനം രജനിയാണ് വിശ്വംഭരനെ അറിയിച്ചത്. ഞാൻ പ്രതീക്ഷിച്ചതുപോലെ ആ ആശയത്തിനോട് വിശ്വംഭരന് തീരെ താല്പര്യമുണ്ടായിരുന്നില്ല. യൂണിയനുമായി സംസാരിച്ച് പത്തുദിവസത്തിനുള്ളിൽ ആവശ്യമായ അനുമതി വാങ്ങുന്നതിന്റെ ഉത്തരവാദിത്വം രജനി ഏറ്റെടുത്തതോടെ ആ തർക്കത്തിന് വിരാമമായി. ഒരു കൊല്ലം ശ്രമിച്ചാലും യൂണിയൻ അതിനു തയ്യാറാകില്ല എന്നു വിശ്വംഭരനും തറപ്പിച്ചു പറഞ്ഞു.

പക്ഷേ, വിശ്വംഭരന്റെ പ്രതീക്ഷകൾക്കു വിരുദ്ധമായി ഒരാഴ്ചയ് ക്കുള്ളിൽ തന്നെ യൂണിയനിൽനിന്നും വിൽപ്പത്രത്തിനു അനുകൂലമായ തീരുമാനം ഉണ്ടാക്കുവാൻ രജനിക്കു സാധിച്ചു. കാലശേഷം എന്ന വാക്കിൽ വിശ്വംഭരന്റെ സ്വപ്നങ്ങൾ കുരുങ്ങിപ്പോയതിന്റെ വൈഷമ്യം പ്രമാണം കൈയിൽ വാങ്ങുന്ന സമയത്തും അവൻ പ്രകടിപ്പിക്കാതി രുന്നില്ല. എഴുത്താഫീസിലെ ജോലികൾ പൂർത്തിയാകുന്ന മുറയ്ക്ക്

എന്നെ കൊണ്ടുപോകാൻ വണ്ടി അയക്കാമെന്നു പറഞ്ഞിട്ടാണ് വിശ്വം
ഭരൻ ഇന്നലെ പോയിട്ടുള്ളത്.

ഞാൻ ഊണ് കഴിച്ചുകൊണ്ടിരുന്ന നേരത്താണ് ഗോപാലൻ കാറു
മായി എത്തിയത്. അധികം വൈകാതെ ഞങ്ങൾ രജിസ്ട്രാഫീസിലേക്ക്
യാത്ര തിരിച്ചു. പോകുന്ന വഴിയിൽ അവൻ ഓരോന്നു ചികഞ്ഞു ചോദി
ച്ചെങ്കിലും ഞാൻ കൂടുതലൊന്നും വിശദീകരിക്കുവാൻ പോയില്ല.
രജിസ്ട്രേഷൻ കഴിയുന്നതു വരെയെങ്കിലും കാര്യങ്ങൾ രഹസ്യമാക്കി
വെക്കണമെന്ന് വിശ്വംഭരൻ പറഞ്ഞതിൽ കഴമ്പുണ്ടെന്ന് എനിക്കും
തോന്നിയിരുന്നു. ഇങ്ങനെയൊരു വസ്തുക്കൈമാറ്റം കുരിയാക്കോസും
മിഖായേലും ഒരിക്കലും ആഗ്രഹിക്കുന്നുണ്ടാവില്ല.

അധികം വൈകാതെ ഞങ്ങൾ രജിസ്ട്രാഫീസിൽ എത്തിച്ചേർന്നു.
ആഫീസിന്റെ പുറത്ത് അജയൻ കാത്തു നില്ക്കുന്നുണ്ടായിരുന്നു. വരാ
ന്തയിൽ കിടക്കുന്ന ബെഞ്ചിൽ എന്നോട് ഇരിക്കാൻ പറഞ്ഞിട്ട് അജയൻ
എഴുത്തുകാരന്റെ അടുത്തേക്ക് പോയി. കുറച്ചു സമയം കഴിഞ്ഞ് അയാ
ളെയും കൂട്ടി അജയൻ മടങ്ങിവരുമ്പോൾ വിശ്വംഭരനും അവരുടെ കൂടെ
യുണ്ടായിരുന്നു. അജയനെ എന്റെയൊപ്പം വെളിയിൽ നിർത്തിക്കൊണ്ട്
എഴുത്തുകാരന്റെ കൂടെ വിശ്വംഭരൻ ആഫീസറുടെ മുറിയിലേക്ക് കയറി
പ്പോയി. അല്പം കഴിഞ്ഞ് എന്നെയും ആ മുറിയിലേക്ക് വിളിപ്പിച്ചു. ഞാൻ
അകത്തേക്കു കടന്നു ചെല്ലുമ്പോൾ ആഫീസർ മേശപ്പുറത്തിരിക്കുന്ന
പ്രമാണം പരിശോധിക്കുകയായിരുന്നു.

ജാനകിയുടെ പൂർണ്ണ സമ്മതത്തോടെയല്ലേ ഈ വിൽപ്പത്രം എഴു
തുന്നത്? ഇതുപ്രകാരം നിങ്ങളുടെ കാലശേഷം പട്ടികയിൽ പറഞ്ഞി
ട്ടുള്ള വസ്തുവഹകൾ യൂണിയന് സ്വന്തമാകുന്നതിൽ നിങ്ങൾക്ക്
എതിർപ്പൊന്നും ഇല്ലല്ലോ?

ജാനകിയമ്മയ്ക്ക് പൂർണ്ണ സമ്മതമാണ്. വിശ്വംഭരനാണ് അതിനു
മറുപടി പറഞ്ഞത്.

ഞാൻ ജാനകിയോടാണ് ചോദിച്ചത്. ആഫീസർ മുഖത്തു വച്ചിരുന്ന
കണ്ണടയുടെ മുകളിലൂടെ എന്നെ നോക്കി.

രവി മടങ്ങിവരുമ്പോൾ വസ്തു അവന്റെ പേരിലേക്ക് എഴുതിക്കൊ
ടുക്കാൻ തടസ്സമൊന്നും ഇല്ലാത്തിടത്തോളം എനിക്കു പൂർണ്ണ സമ്മത
മാണ്.

ഞാൻ എന്തോ അപരാധം പറഞ്ഞതുപോലെ ആഫീസർ എന്റെ
മുഖത്തേക്കു സൂക്ഷിച്ചു നോക്കി.

പ്രമാണത്തിലെ കൂട്ടവകാശിയായ നിങ്ങളുടെ മകൻ രവിയുടെ
കാര്യമാണോ ജാനകി പറയുന്നത്? അപ്പോൾ രവി മരിച്ചിട്ടില്ലേ? ഇതെ
ന്താണ് നാരായണൻ നായരെ ഈ സ്ത്രീ പറയുന്നത്. ഈപ്പറഞ്ഞ രവി
മരണപ്പെട്ടു എന്നല്ലേ പ്രമാണത്തിൽ എഴുതിയിരിക്കുന്നത്? ആഫീസർ
എഴുത്തുകാരനോട് ചോദിച്ചു.

അതുപിന്നെ ഇവരുടെ മകനെ പത്തു നാല്പതു കൊല്ലങ്ങൾക്കു

മുൻപ് കാണാതായതാണ്. അയാളെക്കുറിച്ച് നാളിതുവരെയായി യാതൊരു വിവരവും ഇല്ലാത്തതുകൊണ്ടാണ് അയാൾ മരണപ്പെട്ടു എന്ന് പ്രമാണത്തിൽ കാണിച്ചത്.

എന്റെ മോൻ മരിച്ചുവെന്ന് നിങ്ങളാണോ തീരുമാനിക്കുന്നത്? അതു കേട്ടപ്പോൾ എനിക്കു കലശലായ ദേഷ്യമാണ് വന്നത്.

നാരായണൻ നായർ ആദ്യമായിട്ടാണോ പ്രമാണം എഴുതുന്നത്? ഈ ഒരൊറ്റ കാരണം മതിയാകും നിങ്ങളുടെ ലൈസൻസുപോലും റദ്ദാ ക്കുവാൻ. ആഫീസറുടെ മുഖം ദേഷ്യം കൊണ്ട് ചുവന്നു.

ഇടുക്കിയിൽവെച്ച് ഇതുപോലൊരു പ്രമാണം അറിയാതെ രജി സ്റ്ററാക്കിയതിനാണ് ഒന്നരക്കൊല്ലത്തോളം എനിക്കു പുറത്തിരിക്കേണ്ടി വന്നത്.

സാറെ അത് .... നായര് പറഞ്ഞു വന്നത് മുഴുമിപ്പിക്കാൻ ആഫീസർ സമ്മതിച്ചില്ല.

എനിക്ക് കൂടുതൽ വിശദീകരണങ്ങൾ ഒന്നും കേൾക്കണ്ട. പ്രമാ ണത്തിൽ കൂട്ടവകാശിയായ രവി മരിച്ചിട്ടുണ്ടെങ്കിൽ അതു തെളിയിക്കുന്ന രേഖകൾ ഹാജരാക്കണം. അല്ലാത്ത പക്ഷം ടി രവി നേരിലെത്തി ഈ പ്രമാണത്തിൽ ഒപ്പ് വെക്കണം. ഈ സ്ത്രീ നാളെയും ഇതുതന്നെ ആവർ ത്തിച്ചാൽ നാരായണൻ നായർ മാത്രമല്ല ഞാനും കൂടി അകത്തു കിടന്ന് അഴിയെണ്ണേണ്ടി വരും.

ആഫീസർ പ്രമാണം എടുത്ത് നായരുടെ കൈയിലേക്ക് കൊടുത്തു.

സാർ എന്നെ ദയവായി തെറ്റിദ്ധരിക്കരുത്. വയസ്സായ ഈ സ്ത്രീയെ വൃദ്ധസദനത്തിൽ ചേർക്കുന്നതുമായി ബന്ധപ്പെട്ട കാര്യമായതുകൊ ണ്ടാണ് ഞാൻ കൂടുതൽ വിശദാംശങ്ങളിലേക്കു കടക്കാതിരുന്നത്. മാത്ര വുമല്ല യൂണിയനുമായി ബന്ധപ്പെട്ട കാര്യമായതുകൊണ്ട് ഇങ്ങനെ യൊരു തർക്കം ഉണ്ടാകുമെന്ന് ഞാൻ കരുതിയതുമില്ല. കൂടെ വന്നിട്ടുള്ള ആളുകൾ ഇവരുടെ മകൻ മരിച്ചു പോയിട്ടുണ്ടാകുമെന്ന് ഉറപ്പ് പറയു കയും ചെയ്തതോടെ ഞാനും അതു വിശ്വസിക്കുവാൻ നിർബ്ബന്ധി തനായി. എന്റെ ഭാഗത്ത് വന്നിട്ടുള്ള വീഴ്ചയെ ന്യായീകരിക്കുവാൻ വേണ്ടിയല്ല ഞാനിതു പറയുന്നത്. പക്ഷേ, ഇപ്പോൾ ഞാൻ പറഞ്ഞതാണ് യഥാർത്ഥത്തിൽ സംഭവിച്ചത്.

നായരുടെ വിശദീകരണം കേട്ടു കഴിഞ്ഞപ്പോൾ ആഫീസർ അല്പം മയപ്പെട്ടു.

നാരായണൻനായർ മനഃപ്പൂർവ്വം ചെയ്തു എന്നല്ല ഞാൻ പറഞ്ഞത്. നായരുടെ സത്യസന്ധതയെക്കുറിച്ച് എനിക്ക് ലവലേശം പോലും സംശ യവും ഇല്ല. നിലവിലുള്ള നിയമമനുസരിച്ച് ഒരാളെ കാണാതായി ഏഴ് വർഷം കഴിഞ്ഞിട്ടും അയാളെക്കുറിച്ച് വിവരങ്ങളൊന്നു ലഭ്യമല്ലെങ്കിൽ ടിയാൻ മരിച്ചതായി കണക്കാക്കാവുന്നതാണ്. പക്ഷേ, ഇക്കാര്യത്തിൽ അങ്ങനെയൊരു നിലപാട് സ്വീകരിക്കുവാൻ എനിക്ക് ബുദ്ധിമുട്ടുണ്ട്. ഇനി ഒരു പോംവഴിയേ ഞാൻ കാണുന്നുള്ളൂ. കാണാതായ രവിയുടെ

വിവരങ്ങൾ കാണിച്ച് പത്രത്തിലെ സ്റ്റേറ്റ് എഡിഷനിൽ ഒരു പരസ്യം കൊടുക്കുക. പതിനഞ്ചുദിവസം കഴിഞ്ഞിട്ടും മറ്റു വിവരങ്ങൾ ഒന്നും ലഭിക്കുന്നില്ലെങ്കിൽ ഈ വിൽപ്പത്രം ഞാൻ രജിസ്റ്ററാക്കിത്തരാം.

പിന്നെ, ജാനകി ജീവിച്ചിരിക്കുന്ന കാലത്തോളം ഏതു സമയത്തും ഈ വിൽപ്പത്രം റദ്ദാക്കുന്നതിനോ നിങ്ങളുടെ വസ്തു മറ്റാരുടെയെങ്കിലും പേരിലേക്ക് മാറ്റി എഴുതുന്നതിനോ ഉള്ള പൂർണ്ണ സ്വാതന്ത്ര്യം നിങ്ങൾ ക്കുണ്ട്. നിയമപരമായ യാതൊരു തടസ്സങ്ങളും അക്കാര്യത്തിൽ ഉണ്ടാ കുവാൻ പോകുന്നില്ല.

ഇനിയുള്ള കാര്യങ്ങൾ കക്ഷികൾ തമ്മിൽ ആലോചിച്ച് തീരു മാനിക്കാനുള്ളതാണ്. അത്തരം കാര്യങ്ങളിലൊന്നും ഇടപെടാൻ എനിക്ക് തീരെ താല്പര്യമില്ല നായരെ.

ആഫീസറുടെ മുറിയിൽനിന്നും പുറത്തേക്കിറങ്ങിയ എഴുത്തു കാരൻ കൂടുതലൊന്നും സംസാരിക്കാൻ നില്ക്കാതെ വിശ്വംഭരനെ രൂക്ഷ മായി നോക്കിക്കൊണ്ടു നടന്നുപോയി. ആ ദേഷ്യം മുഴുവൻ വിശ്വംഭരൻ എന്റെ മേലാണ് തീർത്തത്.

നിങ്ങൾ ഒറ്റയൊരുത്തി കാരണമാണ് ഇക്കണ്ട കുഴപ്പങ്ങൾ മുഴു വൻ വിളിച്ചു വരുത്തിയത്. വിൽപ്പത്രത്തിൽ രവി മരിച്ചു എന്ന് എഴു തിയതുകൊണ്ട് നിങ്ങളുടെ മകന് എന്ത് സംഭവിക്കുമായിരുന്നു? ഇനി അഥവാ രവി ജീവിച്ചിരിക്കുന്നുണ്ട് എന്ന് കരുതിയാലും ഇതിൽ എഴുതി യതുകൊണ്ട് അവൻ മരിച്ചു പോവോ? ആ നായരോട് ഞാൻ ഇനി എന്തു സമാധാനം പറയും എന്റെ ഈശ്വരാ. പിന്നെയും എന്തൊക്കെയോ പിറു പിറുത്തുകൊണ്ട് വിശ്വംഭരനും അയാളുടെ പുറകെ പോയി. എന്ത് ചെയ്യ ണമെന്ന് ഒരു നിശ്ചയമില്ലാതെ ഞാൻ വരാന്തയിൽ കിടന്ന ബെഞ്ചിൽ വന്ന് ഇരുന്നു. കാര്യങ്ങൾ ഇങ്ങനെയൊക്കെ ആയിത്തീരുമെന്ന് ഞാനും പ്രതീക്ഷിച്ചില്ല.

ദേഷ്യം കടിച്ചു പിടിച്ചു കൊണ്ടാണ് നായര് സംസാരിക്കുവാൻ തുടങ്ങിയത്.

എന്റെ ഇത്രയും കാലത്തെ വെണ്ടർ പണിയിൽ ഒരാളുടെ മുമ്പിലും തല കുനിച്ചു നില്ക്കേണ്ട ഗതികേട് ഞാൻ വരുത്തിയിട്ടില്ല. ഇന്ന് അതും സംഭവിച്ചു. അവിഹിതമായ ഒരു കാര്യത്തിനും ഞാൻ കൂട്ടുനില്ക്കില്ല എന്നുള്ള സൽപ്പേരാണ് ഈയൊരു കാര്യംകൊണ്ട് എനിക്ക് നഷ്ട മായത്. വയസ്സുകാലത്ത് നിങ്ങൾക്കൊരു ഉപകാരമാകുമെന്ന് ഇയാൾ പറഞ്ഞതിന്റെ അടിസ്ഥാനത്തിൽ മാത്രമാണ് ഇങ്ങനെയൊരു കാര്യ ത്തിന് ഞാൻ തയ്യാറായത്. അല്ലാതെ നിങ്ങളുടെ മകൻ മരിച്ചെന്നോ ജീവിച്ചിരിക്കുന്നുണ്ടെന്നോ സാക്ഷ്യപ്പെടുത്തുന്നത് എന്റെ ജോലിയിൽ പ്പെട്ട കാര്യമല്ല.

എന്തായാലും വന്നത് വന്നു. ആഫീസർ പറഞ്ഞതു കേട്ടല്ലോ, നിങ്ങളുടെ മകൻ രവി എവിടെയുണ്ടെങ്കിലും തിരിച്ചുവരണമെന്നും, രവിയെക്കുറിച്ച് ആർക്കെങ്കിലും എന്തെങ്കിലും വിവരമുണ്ടെങ്കിൽ

അറിയിക്കണമെന്നും കാണിച്ച് പത്രത്തിൽ ഒരു പരസ്യം കൊടുക്കണം. പതിനഞ്ചു ദിവസത്തിനകം പ്രതികരണങ്ങൾ ഒന്നും ലഭിച്ചില്ലെങ്കിൽ വിൽപ്പത്രം രജിസ്റ്ററാക്കുവാൻ സാധിക്കും. ഇതൊക്കെ നിയമപരമായ ചില നിബന്ധനകളാണ്. പിന്നീടൊരവസരത്തിൽ രവി മടങ്ങി വന്നാലും വസ്തുക്കൾ അയാളുടെ പേരിലേക്ക് കൊടുക്കുന്നതിനു ഈ നടപടികൾ ഒരു തടസ്സമാകില്ല. അത് നേരത്തെയും ഉണ്ടായിരുന്നില്ല, ഇനി അതൊക്കെ പറഞ്ഞിട്ട് എന്താണ് പ്രയോജനം.

പത്രത്തിൽ പരസ്യം കൊടുക്കുന്നത് വലിയ ചെലവു വരുന്ന കാര്യമാണ്. ഇതിനൊക്കെ നിങ്ങൾക്ക് പൂർണ്ണ സമ്മതമാണെങ്കിൽ മാത്രമെ ഇക്കാര്യവുമായി ഇനി മുന്നോട്ട് പോകുന്നതിൽ അർത്ഥമുള്ളൂ. ജാനകിയമ്മ എന്ത് പറയുന്നു?

എനിക്ക് മറ്റു തടസ്സങ്ങളൊന്നും ഇല്ല.

ശരി, നിങ്ങളുടെ മകന് രവി എന്നല്ലാതെ മറ്റു വിളിപ്പേര് വല്ലതു മുണ്ടോ?

ഇല്ല, ഞാൻ പറഞ്ഞു.

ബാക്കി വിവരങ്ങളൊക്കെ പ്രമാണത്തിൽ നോക്കി ഞാൻ തയ്യാ റാക്കിക്കോളാം. തീയതി മാറുന്നത് കൊണ്ട് മുദ്രപ്പത്രം സഹിതം ഇപ്പോൾ എഴുതിയുണ്ടാക്കിയത് മുഴുവനും മാറ്റേണ്ടതായി വരും. ചുരുക്കത്തിൽ പറഞ്ഞാൽ ഇരട്ടിപ്പണിയായി വിശ്വംഭരാ. എന്തായാലും ഇനി കുറഞ്ഞതു പത്തിരുപതു ദിവസം കാത്തിരുന്നല്ലേ മതിയാകൂ. പരസ്യം ഇടുന്ന കാര്യങ്ങളൊക്കെ ഞാൻ യൂണിയനിൽ സംസാരിച്ച് വേണ്ട ഏർപ്പാടുകൾ ചെയ്തുകൊള്ളാം. വിശ്വംഭരൻ പോയിട്ട് രണ്ടാഴ്ച കഴിഞ്ഞു വന്നാൽ മതി.

തിരിച്ചുവരുന്ന വഴിക്ക് എനിക്കൊരു ചായ കുടിക്കണമെന്ന് തോന്നിയെങ്കിലും വിശ്വംഭരന്റെ ഇരുപ്പ് കണ്ടിട്ട് എനിക്കൊന്നും പറയാൻ തോന്നിയില്ല. കൊവേന്തപ്പടി എത്തുന്നതുവരെ ആരും ഒരക്ഷരം മിണ്ടിയതുമില്ല. എന്നെ പള്ളിയുടെ മുൻപിൽ ഇറക്കിയതിനുശേഷം ആ വണ്ടിയിൽത്തന്നെ അവർ പോവുകയും ചെയ്തു. വീട്ടിലേക്ക് കുറച്ച് ദൂരം നടക്കാനുണ്ടെങ്കിലും കവലയിൽ ചെന്നിറങ്ങി ആളുകൾക്ക് ഓരോന്ന് മെനയാനുള്ള അവസരം കൊടുക്കുന്നതിലും ഭേദം ഇതാ ണെന്ന് എനിക്കും തോന്നി.

മുൻവശത്തെ വാതിൽതുറന്ന് ഞാൻ വീടനകത്തേക്ക് കയറാൻ തുടങ്ങുമ്പോഴാണ് പുറകിൽനിന്നും ജാനകിയമ്മായി എന്ന് ആരോ വിളിക്കുന്നതു കേട്ടത്. തിരിഞ്ഞു നോക്കിയപ്പോൾ ചെറുശ്ശേരിയിലെ ഗീത എന്റെ മുൻപിൽ നില്ക്കുന്നു. അവളുടെ കൈയിൽ വലിയൊരു സഞ്ചിയുമുണ്ടായിരുന്നു.

നീയെന്നാണ് തിരിച്ചെത്തിയത് ഗീതേ?

ഇന്നു രാവിലെ വന്നതാണ് അമ്മായി. എട്ടുകൊല്ലം കൊണ്ട് നാടാകെ മാറിപ്പോയി. പക്ഷേ, ആളുകളുടെ സ്വഭാവത്തിനു മാത്രം

യാതൊരു മാറ്റവും വന്നിട്ടില്ല. അതെങ്ങനെയാ, പട്ടിയുടെ വാല് പന്തീ രാണ്ടു കൊല്ലം കുഴലിൽ ഇട്ടാലും അതു വളഞ്ഞു തന്നെയല്ലേ ഇരിക്കൂ.

നിനക്കിനി തിരിച്ചു പോകണോ?

ഇല്ല അമ്മായി. നല്ല നടപ്പിന് ജീവപര്യന്തം എട്ടു വർഷമായി ചുരു ക്കിക്കിട്ടി. അതും ഇന്നലെ അവസാനിച്ചു. ഇനി എല്ലാം ഒന്നെയെന്നു തുടങ്ങണം. എന്റെ വീടാകെ ഇടിഞ്ഞു പൊളിഞ്ഞാണ് കിടക്കുന്നത്. അതൊന്നു ശരിയാക്കി എടുക്കാൻ ചുരുങ്ങിയത് ഒരു മാസമെങ്കിലും വേണ്ടിവരുമെന്നാണ് ശങ്കരാശാരി പറഞ്ഞത്.

അതുവരെ നീ എവിടെ താമസിക്കും ഗീതേ?

അതിനാണോ ബുദ്ധിമുട്ട്. ഇക്കണ്ട കാലം മുഴുവൻ ജയിലിൽ അല്ലാ യിരുന്നോ എന്റെ പൊറുതി. ഏതെങ്കിലും ഒരു തിണ്ണയിൽ ചുരുണ്ടുകൂടും. അതുതന്നെ ധാരാളം.

അമ്മായിയുടെ മകന്റെ വിവരം വല്ലതുമുണ്ടോ?

അതൊക്കെ പറയാം ഗീതേ, നീ അകത്തേക്കു കയറി വാ.

ഗീത ശേഖരനമ്മാവന്റെ വകയിലൊരു ബന്ധുവാണ്. ഭർത്താവിനെ കൊന്നതിന് വർഷങ്ങൾക്കു മുൻപ് അവൾ ജയിലിൽ പോയതാണ്. എനിക്ക് ചെറുപ്പം മുതലെ നന്നായി അറിയാവുന്ന കുട്ടിയാണ് ഗീത. അവൾ അങ്ങനെയൊരു കടുംകൈ ചെയ്തത് എന്തിനാണെന്ന് പല പ്പോഴും ഞാൻ ആലോചിട്ടുണ്ട്. അതറിയുവാനുള്ള ജിജ്ഞാസ ഇപ്പോഴും എന്റെ മനസ്സിൽനിന്നും പോയിട്ടില്ലെന്ന് ഓർത്തപ്പോൾ അറിയാതെ ഉള്ളിൽ ചിരി വന്നുപോയി.

വീടുപണി കഴിയുന്നതുവരെ നീ എന്റെ കൂടെ താമസിച്ചോ ഗീതേ. കുറച്ചു നാളത്തെ കാര്യമല്ലേയുള്ളു. ഒന്ന് മിണ്ടിയും പറഞ്ഞും ഇരിക്കാൻ എനിക്കൊരു കൂട്ടാവുകയും ചെയ്യും.

എന്റെ ഇപ്പോഴത്തെ അവസ്ഥയിൽ അമ്മായിക്ക് ചെയ്തു തരാവുന്ന ഏറ്റവും വലിയ ഉപകാരമായിരിക്കും അത്. വളരെ സന്തോഷത്തോടെ യാണ് ഗീത അത് പറഞ്ഞത്.

ചായയിട്ട് ഞങ്ങൾ രണ്ടാളും കുടിച്ചതിനുശേഷം ഗീത വീട് വൃത്തി യാക്കുവാൻ തുടങ്ങി. അടിച്ചുവാരൽ ഒരു നല്ല പണി തന്നെയായിരുന്നു. അതെല്ലാം അവൾ ഒറ്റയ്ക്കു തന്നെയാണ് ചെയ്തത്. ഞാൻ സഹായി ക്കാൻ ചെന്നെങ്കിലും അവളതിനു സമ്മതിച്ചില്ല. ഒന്നു രണ്ടു മാസം കൂടുമ്പോൾ രാധാമണിയെക്കൊണ്ടാണ് ഞാനിതൊക്കെ ചെയ്യിക്കുന്നത്. രാധാമണി രണ്ടു ദിവസം കൊണ്ട് ചെയ്യുന്ന പണികളാണ് ഗീത രണ്ടു മണിക്കൂറുകൊണ്ട് തീർത്തത്. അത്താഴത്തിനുള്ള ചോറും കറിയും കൂടി ഉണ്ടാക്കി വെച്ചിട്ടാണ് അവൾ ഒന്നു നിലത്ത് നില്ക്കാൻ കൂട്ടാക്കിയത്.

ഇങ്ങനെ വിശ്രമമില്ലാതെ പണിയെടുക്കാൻ നിനക്കൊരു മടുപ്പും തോന്നില്ലേ, ഗീതേ?

ഈ ശീലം ജയിലിൽ ചെന്നിട്ട് അധികം വൈകാതെ എനിക്കു കിട്ടിയതാണ് അമ്മായി. വെറുതെയിരിക്കുന്ന സമയങ്ങളിലൊക്കെ

ഓർമ്മകൾ എന്നെ നിഷ്ക്കരുണം വേട്ടയാടിക്കൊണ്ടിരുന്നു. അതൊടുക്കം നിരാശയുടെ പടുകുഴിയിലാണ് എന്നെ കൊണ്ടെത്തിച്ചിരുന്നത്. അതേ സമയം ജോലിയിൽ മുഴുകുമ്പോൾ മറ്റു കാര്യങ്ങളൊന്നും മനസ്സിലേക്ക് കടന്നു വരില്ല. അതുകൊണ്ട് കഴിയുന്നത്രയും സമയം എന്തെങ്കിലും ജോലികൾ ചെയ്തുകൊണ്ടിരിക്കാനാണ് എനിക്കിഷ്ടം. രാത്രിയാകു മ്പോൾ പായ കാണേണ്ട താമസമേയുള്ളൂ ക്ഷീണം കൊണ്ട് അടുത്ത നിമിഷത്തിൽ ഞാൻ ഉറങ്ങാൻ തുടങ്ങും.

ചോദിക്കുന്നതുകൊണ്ട് നിനക്കെന്നോട് അലോഹ്യമൊന്നും തോന്നരുത്. യഥാർത്ഥത്തിൽ എന്തു കാരണത്തിനാണ് നീ വിജയനെ കൊന്നത്?

എന്തിനാണ് അമ്മായീ എനിക്ക് അലോഹ്യം തോന്നുന്നത്. ഈ ചോദ്യം ഞാൻ വന്നുകയറിയ സമയം മുതൽ പ്രതീക്ഷിക്കുന്നുണ്ടായി രുന്നു. എനിക്ക് ഒരാളെ കൊല്ലാനുള്ള ചങ്കുറപ്പ് ഉണ്ടായിരുന്നുവെന്ന് അമ്മായി കരുതുന്നുണ്ടോ? കുടിച്ചിട്ട് വന്നാൽ എന്നെ തല്ലുന്നത് പതി വായിരുന്നെങ്കിലും എനിക്ക് വിജയേട്ടനെ വലിയ ഇഷ്ടമായിരുന്നു. ഓട്ടു കമ്പനിയിൽ രാപകൽ പണിയെടുത്തുണ്ടാക്കുന്ന കാശു കൊണ്ടാണ് ഞാൻ വീട്ടുചെലവുകൾ നടത്തിയിരുന്നത്. കവുങ്ങിൽനിന്നും വീണ് നടുവിന് വയ്യാത്തതു കൊണ്ടാണ് വിജയേട്ടൻ കുടിക്കുന്നതെന്ന് ഞാൻ എന്നെത്തന്നെ പറഞ്ഞാശ്വസിപ്പിച്ചു. പക്ഷേ, കുടിക്കാൻവേണ്ടി സ്വന്തം ഭാര്യയുടെ ശരീരം വില്ക്കാൻ മാത്രം അയാൾ തരംതാഴുമെന്ന് ഒരിക്കലും ഞാൻ പ്രതീക്ഷിച്ചില്ല. അന്യപുരുഷനെ സ്വന്തം ഭാര്യയുടെ കിടപ്പു മുറിയിലേക്ക് കയറ്റി വിട്ടിട്ട് പുറത്തു കാവലിരിക്കുന്ന ഒരു ഭർത്താവിന് ജീവിച്ചിരിക്കാനുള്ള യോഗ്യതയുണ്ടെന്ന് അമ്മായി കരുതുന്നുണ്ടോ?

ഏതൊരു പെണ്ണും ചെയ്യേണ്ടത് മാത്രമാണ് ഞാനും ചെയ്തത്. അയാളെ കൊന്നതിന് ഒരിക്കൽപ്പോലും എന്റെ മനസ്സിൽ കുറ്റബോധം തോന്നിയിട്ടില്ല. എന്റെ മാനം വിറ്റ് പ്രതിഫലമായി കിട്ടിയ മദ്യത്തിന്റെ ലഹരിയിൽ അബോധാവസ്ഥയിൽ കിടന്ന ആ മനുഷ്യനെ ഞാൻ മതി യാവോളം വെട്ടിനുറുക്കി. അന്നു ഞാനത് ചെയ്തില്ലായിരുന്നുവെങ്കിൽ ഇന്നാട്ടിലെ പേരെടുത്ത വ്യഭിചാരിണിയായി മാറാൻ എനിക്ക് അധികം സമയം വേണ്ടി വരില്ലായിരുന്നു.

നമ്മുടെ ആളുകളെക്കുറിച്ച് ഞാൻ ആലോചിക്കുകയായിരുന്നു ഗീതേ, ആ സംഭവം നടന്നതിനുശേഷം എന്തൊക്കെ കിംവദന്തികളാ ണെന്നോ ഈ നാട്ടിൽ പരന്നത്. കാമുകനെ രക്ഷപ്പെടുത്താൻവേണ്ടി നീ സ്വയം കുറ്റം ഏറ്റെടുത്തതാണെന്നു വരെ ജനം പറഞ്ഞുണ്ടാക്കി. പക്ഷേ, ഞാനതൊന്നും വിശ്വസിച്ചില്ല കേട്ടോ. എന്തെങ്കിലും തക്കതായ കാരണമില്ലാതെ നീയതു ചെയ്യില്ലെന്ന് എനിക്ക് അന്നാളിലേ ഉറപ്പുണ്ടാ യിരുന്നു.

ആളുകൾക്ക് അവരവരുടെ ഭാവനയനുസരിച്ച് കഥകൾ മെനയുന്ന തിന് വല്ല കാരണവും വേണോ. ഒരു പെണ്ണിനെക്കുറിച്ചാകുമ്പോൾ

അല്പം എരിവും പുളിയും കൂടി ചേർക്കുന്നതോടെ കണ്ണടച്ചു തുറക്കു ന്നതിലും വേഗത്തിൽ അതു നാട്ടിൽ പാട്ടാകും. അമ്മായിക്ക് അറിയാമോ, ഞാനിവിടെ വന്നിറങ്ങിയതു മുതൽ കാണുവാനിടയായ എല്ലാവരുടെയും മുൻപിൽ ഞാനിപ്പോഴും ആ പഴയ കൊലപ്പുള്ളി തന്നെയാണ്. ജയിൽ ശിക്ഷ കഴിഞ്ഞ് പുറത്തിറങ്ങുന്ന ഏതൊരു വ്യക്തിയോടുമുള്ള സമൂഹ ത്തിന്റെ പൊതുവായ സമീപനമാണ് ആളുകൾ പ്രകടിപ്പിച്ചത്. കോടതി വിധിക്കുന്ന ശിക്ഷ അനുഭവിച്ചു തീർക്കുന്നതോടെ നിയമത്തിന്റെ മുമ്പിൽ സ്വതന്ത്രരാകുമെങ്കിലും സമൂഹത്തിന്റെ കണ്ണിൽ ഞങ്ങളെ കാലവും കുറ്റവാളികൾ തന്നെയായി അവശേഷിക്കും.

തടവുപുള്ളികളെ കേന്ദ്രീകരിച്ച് ബോധവല്ക്കരണ പ്രവർത്തന ങ്ങൾ ജയിലിനകത്തു ധാരാളമായി നടന്നുവരുന്നുണ്ട്. യഥാർത്ഥത്തിൽ ജയിലിന്റെ പുറത്തുള്ള ലോകത്തിലാണ് അത്തരം ബോധവല്ക്കരണം കൂടുതലായി നടത്തേണ്ടത്. കുറ്റവാളികളെ വീണ്ടും തെറ്റുകളുടെ വഴിയിലേക്ക് തള്ളിവിടുന്നതിനു പകരം അവരെ സാധാരണ ജീവി തത്തിലേക്ക് തിരിച്ചുകൊണ്ടുവരാനുള്ള ഉത്തരവാദിത്വം സമൂഹത്തി നുണ്ടെന്നുള്ള തിരിച്ചറിവ് വളർത്തിയെടുക്കാൻ ആരും മുൻകൈ എടു ക്കുന്നില്ല.

നീ പറയുന്നതൊന്നും എനിക്ക് മനസ്സിലാകുന്ന കാര്യങ്ങളല്ല എന്റെ ഗീതേ. ബാക്കിയുള്ള ആളുകളുടെ കാര്യം എന്തോ ആകട്ടെ. നിനക്കു സംഭവിച്ച കാര്യങ്ങൾ കേട്ടതിനുശേഷം എനിക്ക് നിന്നോടുള്ള സ്നേ ഹവും ബഹുമാനവും കൂടുകയാണ് ഉണ്ടായത്.

ഞങ്ങൾ സംസാരിച്ചുകൊണ്ട് ഇരുന്നതിന്റെ ഇടയിലാണ് മുൻവശ ത്തുനിന്ന് ആരോ എന്നെ വിളിക്കുന്നത് കേട്ടത്.

ആരോ അമ്മായിയെ വിളിക്കുന്നുണ്ടല്ലോ.

അതാ കുരിയാക്കോസാണ് ഗീതേ. വാ. ശകലം ജോലികൂടി തീർ ത്തിട്ടു വേണം എനിക്കൊന്നു കളിക്കാൻ.

ആശുപത്രിയിൽനിന്നും എത്തിയിട്ട് ദിവസങ്ങൾ കുറെ ആയെങ്കിലും ഇപ്പോഴാണ് ജാനകിച്ചോത്തിയെ ഒന്നു കാണാൻ കിട്ടുന്നത്.

അതിന് കുരിയാക്കോസ് ഒരു സമയത്തും ഇവിടെ ഉണ്ടാകാറി ല്ലല്ലോ. പിന്നെ എങ്ങനെയാണ് കാണുന്നത്.

ഒരുച്ചയ്ക്ക് ഞാനിവിടെ വന്നു കയറുമ്പോഴാണ് അകത്തുനിന്നും നിങ്ങളുടെ ഞെരക്കവും മൂളക്കവും കേട്ടത്. ചോത്തിയെ വിളിച്ചിട്ട് യാതൊരു അനക്കവും കാണാതായപ്പോൾ എനിക്കെന്തോ പന്തികേടു തോന്നി.

ഉടനെതന്നെ മിഖായേലിനെയും കൂട്ടി പുറകുവശത്തെ വാതിൽ തുറന്ന് അകത്ത് കയറി നോക്കിയപ്പോഴല്ലേ നിങ്ങളുടെ അവസ്ഥ കാണുന്നത്. എന്തായാലും സമയത്തിന് ഞാൻ കണ്ടതുകൊണ്ട് കാറ്റു പോയില്ല. അല്ലെങ്കിലും ഒരാപത്ത് സമയത്ത് ഞങ്ങളൊക്കെത്തന്നയേ ഉണ്ടാകൂ എന്ന് ചോത്തിക്ക് ഇപ്പോഴെങ്കിലും മനസ്സിലായിക്കാണുമല്ലോ?

അതിനു ഞാൻ പ്രത്യേകിച്ച് മറുപടിയൊന്നും പറഞ്ഞില്ല.

അതു പറഞ്ഞപ്പോഴാണ് ഓർമ്മ വന്നത്. ജാനകച്ചോത്തി ആശു പത്രിയിൽ കിടക്കുന്ന സമയത്ത് പാലക്കാടുള്ള നിങ്ങളുടെ ഏതോ സ്വന്ത ക്കാരൻ നിങ്ങളെ അന്വേഷിച്ച് ഇവിടെ വന്നിരുന്നു. വൈകുന്നേരത്തെ പാർട്ടി മീറ്റിങ്ങിന് പോകാൻ ഇറങ്ങുന്ന നേരത്താണ് അയാൾ വന്നു കയറിയത്. ചോത്തിക്ക് തരാനായി ഒരു പൊതിയും ഇവിടെ തന്നേല്പി ച്ചിട്ടുണ്ട്.

സ്വന്തക്കാരനോ? ഞാനാകെ അന്ധാളിച്ചുപോയി.

വന്നയാളുടെ പേര് പറഞ്ഞെങ്കിലും ഞാനതങ്ങു മറന്നു പോയി. കവറിന്റെ പുറത്ത് അയാളുടെ പേരെഴുതി വെക്കാൻ ഞാൻ പറഞ്ഞ തായിട്ടാണ് എന്റെ ഓർമ്മ. ഞാനൊന്ന് നോക്കട്ടെ. കുരിയാക്കോസ് മേശ യുടെ വരിപ്പിൽനിന്നും ഒരു കവറെടുത്ത് അതിലെഴുതിയിരുന്ന പേരു വായിച്ചു.

രവീന്ദ്രൻ നായർ. അതെ, അതു തന്നെയാണ് അയാൾ പറഞ്ഞ പേര്.

എനിക്കൊന്നും മനസ്സിലാകുന്നില്ല കുരിയാക്കോസേ. പാലക്കാട് എനിക്ക് സ്വന്തക്കാരാരും ഇല്ല. നിനക്ക് ആളു മാറിപ്പോകാനാണ് സാദ്ധ്യത.

അങ്ങനെ വരാൻ യാതൊരു വഴിയുമില്ല. വന്നയാൾ നിങ്ങളുടെ പേരും മകൻ രവിയുടെ കാര്യവും ചോദിച്ച് ഉറപ്പാക്കിയിട്ടാണ് ഈ പൊതി ഇവിടെ തന്നിട്ടു പോയത്. അയാൾക്ക് ഏതാണ്ട് അറുപത് വയ സ്സിനോട് അടുപ്പിച്ച് പ്രായം കാണും. നിങ്ങൾ ഒന്നുകൂടി ശരിക്കുമൊന്ന് ആലോചിച്ച് നോക്ക്.

രവിയുടെ കാര്യം എന്താണ് പറഞ്ഞത്? എന്റെ ജിജ്ഞാസ കൂടിവന്നു.

നിങ്ങളെ എനിക്കു നല്ലതുപോലെ അറിയാമെന്നു പറഞ്ഞപ്പോഴാണ് വർഷങ്ങൾക്ക് മുൻപ് നാടുവിട്ടുപോയ രവിയെക്കുറിച്ച് ചോദിച്ചത്. രവി ഇതുവരെ മടങ്ങിയെത്തിയിട്ടില്ല എന്നു ഞാൻ പറഞ്ഞു. ചോത്തി ആശുപത്രിയിലാണെന്നു കേട്ടപ്പോൾ പിന്നീടൊരു ദിവസം വരാമെന്നു പറഞ്ഞ് ഈ പൊതിയും എന്നെ ഏല്പിച്ചിട്ടാണ് അയാൾ മടങ്ങിയത്. ഇത്രയും കാര്യങ്ങൾ സംസാരിച്ചിട്ട് ആളു മാറിപ്പോയതാണെന്നു പറയാൻ എനിക്ക് നിങ്ങളെപ്പോലെ തലയ്ക്ക് വെളിവ് കുറവൊന്നും ഇല്ല.

ജാനകിച്ചോത്തിയുടെ ചെറുക്കന്റെ പേര് രവിയെന്നല്ലേ? വന്നത് രവീന്ദ്രൻ നായരും. ഇനി ഇവിടെ വന്നത് നിങ്ങളുടെ മകൻ രവി തന്നെ ആയിക്കൂടെന്നുണ്ടോ? ഞാനാണെങ്കിൽ രവിയെ മുൻപ് കണ്ടിട്ടില്ല. നിങ്ങളാദ്യം ആ കവർ തുറന്ന് നോക്ക്. അതിനകത്ത് എന്താണ് ഉള്ള തെന്ന് അറിയാമല്ലോ.

കൈ വിറച്ചിട്ട് എനിക്കതു തുറക്കാൻ കഴിഞ്ഞില്ല.

ചോത്തി ഇതു തുറന്നു തീരുമ്പോഴേക്കും നാളെ നേരം വെളുക്കും.

ഇങ്ങോട്ടു താ. ഞാൻ നോക്കട്ടെ.

കുരിയാക്കോസ് ആ പൊതി എന്റെ കൈയിൽനിന്നു വാങ്ങി തുറ
ന്നുനോക്കി അതിനകത്ത് ഒരു സെറ്റുമുണ്ട് മാത്രമാണ് ഉണ്ടായിരുന്നത്.

ഇതിനകത്ത് വേറെയൊന്നും ഇല്ലല്ലോ. അന്നേരം എന്റെ മനസ്സിൽ
ഇങ്ങനെയൊരു ചിന്ത പോയില്ല. അല്ലെങ്കിൽ കാര്യങ്ങളൊക്കെ ഞാൻ
വിശദമായി ചോദിച്ച് മനസ്സിലാക്കുമായിരുന്നു. എന്തായാലും നിങ്ങൾ
സമാധാനമായി ഇരിക്ക്. പെട്ടെന്ന് തിരിച്ചു വരാമെന്ന് പറഞ്ഞാണല്ലോ
അവൻ പോയിട്ടുള്ളത്.

തുണി തിരികെ കവറിനകത്തേക്കു വെക്കുന്നതിന്റെ ഇടയിൽ
എന്തോ തടഞ്ഞിട്ട് കുരിയാക്കോസ് അതിനുള്ളിലേക്ക് കൈയിട്ട് നോക്കി.

ഇതൊരു ഫോട്ടോയാണല്ലോ ജാനകച്ചോത്തീ. കവറിലുണ്ടായിരുന്ന
ഒരു ഫോട്ടോ കൈയിലെടുത്ത് കുരിയാക്കോസ് അതിലേക്ക് സൂക്ഷിച്ചു
നോക്കി.

ഇതൊക്കെ ആരാണെന്നു എനിക്കൊരു പിടിയും കിട്ടുന്നില്ല.
നിങ്ങളൊന്ന് നോക്കിയെ.

ഞാൻ കണ്ണടയെടുത്ത് വെച്ചതിനുശേഷം ആ ഫോട്ടോ വാങ്ങി
നോക്കി. എനിക്കെന്റെ കണ്ണുകളെ വിശ്വസിക്കുവാൻ സാധിച്ചില്ല. രവിയും
അവന്റെ അച്ഛനും കൂടി നില്ക്കുന്ന ഒരു പടമായിരുന്നു അത്. സന്തോഷം
കൊണ്ട് എന്റെ നെഞ്ച് പൊട്ടിപ്പോകുമെന്നുപോലും എനിക്കു തോന്നി
പ്പോയി.

ഇതെന്റെ രവിയാണ് കുരിയാക്കോസെ, കൂടെയുള്ളത് അവന്റെ
അച്ഛനും.

കുരിയാക്കോസ് എന്റെ കൈയിൽനിന്നും ഫോട്ടോ വാങ്ങി നോക്കി.

അങ്ങനെ വരട്ടെ, ഈ ഫോട്ടോയിൽ കാണുന്ന ചെറുപ്പക്കാരന്റെ
ഏതാണ്ട് അതേ മുഖച്ഛായ തന്നെയായിരുന്നു ഇവിടെ വന്നയാൾക്കും.
പ്രായത്തിന്റെ വ്യത്യാസം മാത്രമാണ് ഉണ്ടായിരുന്നത്. അപ്പോൾ ജാന
കിച്ചോത്തിയുടെ മോൻ രവി ജീവിച്ചിരിക്കുന്നുണ്ട്. കുരയാക്കോസിന്റെ
സംസാരം കേട്ട് മിഖായേലും അങ്ങോട്ട് വന്നു.

ഫോട്ടോയിൽനിന്നും കണ്ണെടുക്കുവാൻ എനിക്കു തോന്നിയില്ല.
സന്തോഷംകൊണ്ട് ഞാൻ വീർപ്പുമുട്ടുകയായിരുന്നു. അവിടെ വന്നു കൂടി
യവർക്കെല്ലാം എന്റെ കൈയിലുള്ള ഫോട്ടോ കാണാനുള്ള തിടുക്ക
മായിരുന്നു. ചുറ്റും കൂടിയ ആളുകളോട് രവിയെ കണ്ട വിവരം പൊടിപ്പും
തൊങ്ങലും ചേർത്ത് കുരിയാക്കോസ് മാപ്പിള തട്ടി വിടുന്നുണ്ടായിരുന്നു.
എന്തായാലും വളരെ ചുരുങ്ങിയ സമയം കൊണ്ട് രവി എത്തിയ വാർത്ത
കവലയിലൊരു ചർച്ചാ വിഷയമായി മാറി.

ആളുകളുടെ ചോദ്യങ്ങൾക്ക് മറുപടി പറഞ്ഞ് ഞാൻ മടുത്തു. ഒരു
പ്രകാരം വീട്ടിലേക്ക് കയറിപ്പോരാൻ തുടങ്ങിയ സമയത്താണ് വിവര
ങ്ങളറിഞ്ഞ് വിശംഭരൻ അങ്ങോട്ട് വന്നത്.

നേരാണോ ജാനകിയമ്മേ, രവി വന്നോ?

തൊട്ടടുത്ത് നിന്നിരുന്ന കുരിയാക്കോസ് അതിൽ കയറി പിടിച്ചു. രവി വന്നുവെന്നു മാത്രമല്ല എത്രയും പെട്ടെന്ന് മടങ്ങിയെത്താമെന്ന് എന്നോട് പറഞ്ഞിട്ടാണ് അവൻ പോയത്. സ്വത്തുക്കൾ തട്ടിയെടുക്കാ നുള്ള ചിലരുടെ കുബുദ്ധികളൊക്ക അവൻ അറിഞ്ഞിട്ടുണ്ടെന്ന് വേണം കരുതാൻ. അതുകൊണ്ട് എല്ലാവരും ഒന്നു കരുതിയിരിക്കുന്നത് നന്നാ യിരിക്കും.

വാടക കാര്യത്തിൽ വിശ്വംഭരൻ എനിക്കുവേണ്ടി ഇടപെട്ടതിന്റെ നീരസം തീർക്കാൻ ലഭിച്ച അവസരം മാപ്ല നല്ലതുപോലെ മുതലാക്കി. അവിടെ കൂടി നിന്നവരോട് വിശ്വംഭരൻ വിവരങ്ങൾ തിരക്കാൻ തുടങ്ങിയ തക്കത്തിന് ഞാൻ വീടിനകത്തേക്കു കയറിപ്പോന്നു. ഗീത അന്നേരം കുളിക്കുകയായിരുന്നു.

രവി ഇവിടെനിന്നും പോയിട്ട് അധികം ആകുന്നതിനു മുൻപാണ് ഈ ഫോട്ടോ എടുത്തിട്ടുള്ളത്. രവീടച്ഛന്റെ നെറ്റി കുറച്ചുകൂടി കയറിയ തൊഴിച്ചാൽ കാര്യമായ മാറ്റം രണ്ടുപേർക്കും ഇല്ല. രവി എങ്ങനെയാണ് അവന്റെ അച്ഛന്റെ അടുത്തെത്തിയത്. ഇത്രയും നാളുകളായിട്ടും എന്തു കൊണ്ടാണ് അവരെന്നെ കാണാൻ വരാതിരുന്നത്. ഉത്തരം കിട്ടാത്ത നിരവധി ചോദ്യങ്ങളായിരുന്നു എന്റെ മനസ്സിലേക്ക് ഓരോ നിമിഷവും തള്ളിക്കയറി വന്നത്.

കുളി കഴിഞ്ഞ് വന്നപ്പോൾ തന്നെ ഞാൻ ഗീതയുടെ കൈയിലേക്ക് ആ ഫോട്ടോ എടുത്തു കൊടുത്തു. ഇത് ആരൊക്കെയാണെന്ന് നിനക്കു മനസ്സിലായോ ഗീതേ?

ഇതു രവിയുടെ ചെറുപ്പത്തിലുള്ള ഫോട്ടോയാണല്ലോ. അമ്മായിക്ക് ഇതിപ്പോൾ എവിടന്നാണ് കിട്ടിയത്. ഇതിൽ രവിയുടെ കൂടെ നില്ക്കുന്ന ആളെ എനിക്കു മനസ്സിലായില്ല.

അതു രവീടച്ഛനാണ് ഗീതേ. നീ വരുന്നതിനുമുമ്പ് കുറച്ചു ദിവസം ഞാൻ ദേവഗിരി ആശുപത്രിയിൽ കിടപ്പിലായിരുന്നു. ആ സമയത്ത് രവി എന്നെത്തിരക്കി ഇവിടെ വന്നിരുന്നു എന്നാണ് കുരിയാക്കോസ് പറഞ്ഞത്. അവനാണത്രെ ഈ ഫോട്ടോ കുരിയാക്കോസിനെ ഏല്പി ച്ചത്. ഇതിന്റെ കൂടെ എനിക്കൊരു കസവുമുണ്ടും തന്നിട്ടുണ്ട്. ഞാൻ ആശുപത്രിയിൽ ആണെന്നു പറഞ്ഞപ്പോൾ മറ്റൊരു ദിവസം വരാമെന്നു പറഞ്ഞിട്ടാണ് അവൻ തിരിച്ചു പോയത്.

എനിക്കൊന്നും മനസ്സിലാകുന്നില്ല അമ്മായി. രവി ഇവിടെവരെ വന്നിട്ട് അമ്മായിയെ കാണാതെ തിരിച്ചു പോയെന്നു വിശ്വസിക്കാൻ അല്പം ബുദ്ധിമുട്ടുണ്ട്. പോരാത്തതിന് അമ്മായി ആശുപത്രിയിൽ ആണെന്നുള്ള വിവരം അറിയുമ്പോൾ തീർച്ചയായും രവി അങ്ങോട്ടു വരേണ്ടതല്ലേ.

ഇതു തന്നെയാണ് ഗീതേ എന്നെയും കുഴക്കുന്നത്. എത്ര ആലോ ചിച്ചിട്ടും എനിക്കൊരു എത്തും പിടിയും കിട്ടുന്നില്ല.

അമ്മായിയെ അന്വേഷിച്ചു ഇവിടെ വന്നയാൾ രവി തന്നെയാണെന്ന്

എന്ത് ഉറപ്പാണുള്ളത്. കുരിയാക്കോസ് ചേട്ടന് ആളു മാറിപ്പോയതാ കാനും സാദ്ധ്യതയുണ്ടല്ലോ.

അതും ഞാൻ ആലോചിക്കാതിരുന്നില്ല. പക്ഷേ, ഈ ഫോട്ടോയിൽ കാണുന്ന രവിയെത്തന്നെയാണ് കുരിയാക്കോസ് കണ്ടതെന്ന് അയാൾ തറപ്പിച്ചു പറയുന്നുണ്ട്.

അങ്ങനെയാണെങ്കിൽ അതു രവി തന്നെ ആയിരിക്കാനാണ് സാദ്ധ്യത. നാട്ടിലേക്കു വരാൻ കഴിയാത്ത എന്തെങ്കിലും പ്രശ്നങ്ങൾ രവിക്കുണ്ടാകും. എനിക്ക് ഈ സംശയം മുമ്പും ഉണ്ടായിരുന്നതാണ്.

എന്തു പ്രശ്നം? നീ എന്താണ് ഗീതേ പറഞ്ഞു വരുന്നത്?

എല്ലാം എന്റെ ചില ഊഹങ്ങളാണ്, അതു ശരിയാകണമെന്ന് യാതൊരു ഉറപ്പുമില്ല. പ്രായപൂർത്തി ആയതിനു ശേഷമാണല്ലോ രവി ഇവിടെനിന്നും പോയത്. അതൊരു പക്ഷേ, അച്ഛനെ കണ്ടെത്തുക എന്ന ഉദ്ദേശത്തോടെ ആയിരുന്നിരിക്കാം. ആ പോക്കിൽ നാട്ടിലേക്കു തിരിച്ചു വരുവാൻ കഴിയാത്ത വിധത്തിലുള്ള എന്തെങ്കിലും വിഷയങ്ങൾ രവിക്ക് അഭിമുഖീകരിക്കേണ്ടതായി വന്നിട്ടുണ്ടാകും. അതല്ലാതെ ഇത്രയും വർഷം ഒരാൾക്കു സ്വന്തം നാടും വീടും ഉപേക്ഷിച്ചു മാറിനില്ക്കാൻ കഴിയില്ല അമ്മായി.

നീയെന്നു തെളിച്ച് പറയൂ എന്റെ ഗീതേ, എനിക്കൊന്നും മനസ്സി ലാകുന്നില്ല.

ഊഹങ്ങളുടെ പുറകെ പോയി വെറുതെ സമയം നഷ്ടപ്പെടുത്തു ന്നതിനോട് എനിക്കു യോജിപ്പില്ല അമ്മായി. എന്തായാലും രവി ജീവി ച്ചിരിക്കുന്നുണ്ട് എന്ന് അറിയാൻ കഴിഞ്ഞതുതന്നെ ഒരു മഹാഭാഗ്യമല്ലെ. നാട്ടിലുള്ള ഇപ്പോഴത്തെ സ്ഥിതിവിശേഷം വിലയിരുത്താൻവേണ്ടിയാകും രവി ഇവിടെ വന്നിട്ട് പോയത്. മകനുവേണ്ടിയുള്ള അമ്മായിയുടെ കാത്തിരിപ്പ് ഇനിയും അധികകാലം നീണ്ടുപോകില്ല എന്നാണ് എന്റെ മനസ്സ് പറയുന്നത്. ഞാൻ ഈ വീടിനകത്തു കാലെടുത്തു കുത്തിയ തോടെ അമ്മായിയുടെ പ്രശ്നങ്ങളൊക്കെ ഓരോന്നായി തീരുന്നതു കണ്ടോ. ഇതിനാണ് ഐശ്വര്യം എന്നു പറയുന്നത്.

നീ പറഞ്ഞതു നേരാണ് ഗീതേ. ഇപ്പോൾ കുറച്ചു നാളുകളായി വളരെ വിചിത്രമായ കാര്യങ്ങളാണ് എന്റെ ജീവിതത്തിൽ സംഭവിച്ചു കൊണ്ടിരിക്കുന്നത്. അതെല്ലാംതന്നെ രവിയുമായി ബന്ധപ്പെടുത്താ വുന്നതാണു താനും. രവിക്ക് തിരിച്ചുവരാനുള്ള സമയമായി എന്നാണ് എന്റെയും മനസ്സ് പറയുന്നത്. ഞാൻ രജിസ്ട്രാഫീസിൽനിന്നും മടങ്ങി വന്ന വഴിക്കാണ് നീ എന്നെ കണ്ടത്. അവിടെ നടന്ന കാര്യങ്ങൾ കൂടി കേട്ടു കഴിയുമ്പോൾ ഞാൻ പറഞ്ഞതിന്റെ പൊരുൾ എന്താണെന്ന് നിനക്കു മനസ്സിലാകും.

എന്തിനായിരുന്നു അമ്മായി രജിസ്ട്രാഫീസിൽ പോയത്?

അതുവരെ നടന്ന കാര്യങ്ങൾ ഞാൻ ഗീതയോടു വിശദമായി പറഞ്ഞു.

ഈയൊരു അവസ്ഥയിൽ യൂണിയനെ ആശ്രയിക്കാൻ അമ്മായി തീരുമാനിച്ചതിൽ യാതൊരു അപാകതയും ഞാൻ നോക്കിയിട്ട് കാണുന്നില്ല. പക്ഷേ, രവി തിരിച്ചുവരുമെന്ന് ഉറപ്പായ സ്ഥിതിക്ക് അങ്ങനെ യൊരു വിൽപ്പത്രത്തിന്റെ പ്രസക്തി തന്നെ നഷ്ടപ്പെട്ടു.

വിശ്വംഭരനോടും രജനിയോടുമൊക്കെ എന്തു പറയണമെന്ന് എനിക്ക് യാതൊരു നിശ്ചയവുമില്ല ഗീതേ. യൂണിയന്റെ കാര്യങ്ങൾ ഇവിടെവരെ കൊണ്ടെത്തിക്കാൻ കുറച്ചൊന്നുമല്ല അവരു രണ്ടുപേരും ബുദ്ധിമുട്ടിയിട്ടുള്ളത്.

രവി തിരിച്ചുവരണമെന്നു തന്നെയാണ് അമ്മായിയോട് താല്പ ര്യമുള്ള എല്ലാവരും ആഗ്രഹിക്കുന്നത്. അമ്മായിയുടെ നന്മയെ കരു തിയാണ് അവരിതൊക്കെ ചെയ്തതെങ്കിൽ തീർച്ചയായും അവർക്കു കൂടി സന്തോഷം നല്കുന്ന കാര്യമാണ് ഇപ്പോൾ സംഭവിച്ചിട്ടുള്ളത്.

ഗീത ഉറക്കത്തിലേക്ക് വഴുതി വീഴാൻ തുടങ്ങിയതോടെ ഞങ്ങളുടെ സംസാരം അവസാനിപ്പിച്ച് ഞാൻ വന്നു കിടന്നു. കടിഞ്ഞാണില്ലാതെ പായുന്ന മനസ്സിനെ വരുതിയിലാക്കാനുള്ള വിഫലശ്രമങ്ങളിൽ ഞാൻ വീണ്ടും വ്യാപൃതയായി.

ഭർത്താവിന്റെ മകൻ

തലേദിവസത്തെ പത്രത്തിലെ ചൂടാറിയ തലക്കെട്ടുകൾ വായിച്ചു കൊണ്ട് ഇരുന്നതിന്റെ ഇടയിലാണ് ഞാൻ അമ്പലത്തിൽ പോകാറു ണ്ടോയെന്ന് ഗീത തിരക്കിയത്.

അമ്പലത്തില് പോയിട്ടിപ്പോൾ എത്ര കൊല്ലമായെന്നു ചോദിച്ചാല് പോലും എനിക്കോർമ്മയില്ല ഗീതേ. പണ്ടൊക്കെ എല്ലാ ശനിയാഴ്ചയും മുടങ്ങാതെ ശിവന്റെ അമ്പലത്തിൽ പോകുന്ന ശീലം എനിക്കുണ്ടായി രുന്നതാണ്. വന്നുവന്ന് പൂജാരിക്കുപോലും എന്നെ കാണുന്നത് ഒരു ചതുർത്ഥി പോലെയായി. ഈശ്വരനും അങ്ങനെ തോന്നുണുണ്ടോയെന്ന് സംശയമായതോടെ ആ പതിവ് ഞാൻ തന്നെ നിർത്തി.

ഇത്തരത്തിലുള്ള അനുമാനങ്ങളൊക്കെ ബാലിശമാണ് അമ്മായി. മനുഷ്യന്മാരെപ്പോലെ ആളും തരവും നോക്കി അനുഗ്രഹം തൂക്കിവില് ക്കുന്ന പരിപാടിയൊന്നും ഈശ്വരന് എന്തായാലും ഇല്ല. മനസ്സുരുകി പ്രാർത്ഥിച്ചാൽ ഈശ്വരന്മാർ അതു കേൾക്കും. എന്റെ ജീവിതത്തിൽ നല്ലതെന്ന് പറയാവുന്നതെല്ലാം പലപ്പോഴായി എനിക്കു നഷ്ടപ്പെട്ടെ ങ്കിലും ഈശ്വരവിശ്വാസം മാത്രം ഇന്നും കളയാതെ ഞാൻ സൂക്ഷിക്കു ന്നുണ്ട്. എനിക്കിനി ഭാവിയെക്കുറിച്ച് കൂടുതലൊന്നും പ്രതീക്ഷിക്കാനില്ല. ഒരാൾക്കും വേണ്ടി കാത്തിരിക്കാനുമില്ല. മരിക്കുന്നതുവരെ ആരുടെയും മുമ്പിൽ കൈനീട്ടാതെ ജീവിക്കാനുള്ള അനുഗ്രഹം നല്കണേയെന്നു മാത്രമാണ് എന്റെ പ്രാർത്ഥന. അമ്മായിയുടെ കാര്യം അങ്ങനെയല്ലല്ലോ, വർഷങ്ങളുടെ കാത്തിരിപ്പിനു ശുഭകരമായ അവസാനമുണ്ടാകാൻ പോ വുകയാണ്. അതുകൊണ്ട് അമ്മായി ഇന്ന് അമ്പലത്തിൽ പോയേ മതി യാകു. ഞാനും വരാം അമ്മായിയുടെ കൂടെ.

നമുക്ക് വേറൊയൊരു ദിവസം പോകാം ഗീതേ. ഇന്നെനിക്കു നല്ല സുഖം തോന്നുന്നില്ല.

അമ്മായിയുടെ സുഖക്കുറവിന്റെ കാരണമെന്താണെന്ന് എനിക്ക് നല്ലതുപോലെ അറിയാം. രവിയുടെ ഫോട്ടോ കൈയിൽ കിട്ടിയ അന്നു മുതൽ ഒരു സ്ഥലത്തേക്കും പോകാതെ ഇതിനകത്തിരിക്കുന്നത് ഞാൻ ദിവസവും കാണുന്നുണ്ടല്ലോ. അമ്മായിയുടെ മനസ്സിലുള്ള വിഷമങ്ങളും ജിജ്ഞാസയും എനിക്കു മനസ്സിലാക്കുവാൻ സാധിക്കുന്നുണ്ട്. അതു കൊണ്ട് തന്നെയാണ് അമ്പലത്തിൽ പോകുന്ന കാര്യം ഞാൻ പറഞ്ഞത്. ഭഗവാന്റെ അനുഗ്രഹമില്ലാതെ ഇങ്ങനെയൊക്കെ സംഭവിക്കുമെന്ന് അമ്മായി കരുതുന്നുണ്ടോ.

ഗീതയോട് മറുത്തെന്തെങ്കിലും പറയാൻ എനിക്കു മനസ്സു വന്നില്ല. ഒരോ ദിവസം കഴിയുന്തോറും അവളോടുള്ള എന്റെ ഇഷ്ടം കൂടിക്കൂടി വരികയാണ്. അവളുടെ സമപ്രായക്കാരായ സ്ത്രീകളിൽനിന്നും വ്യത്യസ്തമായി എല്ലാ കാര്യങ്ങളെക്കുറിച്ചും ഗീതയ്ക്ക് വ്യക്തമായ അഭിപ്രായങ്ങളുണ്ട്.

രവി കൊണ്ടുവന്ന സെറ്റ് മുണ്ട് ഉടുത്തിട്ടാണ് ഞാൻ അമ്പലത്തിൽ പോകാൻ ഇറങ്ങിയത്. രവിയുടെയും അവന്റച്ഛന്റെയും പേരിൽ ഓരോ പുഷ്പാഞ്ജലി നടത്തി പ്രസാദവും വാങ്ങിയിട്ടാണ് ഞങ്ങൾ തിരിച്ചു പോന്നത്. കുറച്ചധികം ദൂരം നടക്കാൻ ഉണ്ടായിരുന്നെങ്കിലും എനിക്ക് തെല്ലും ക്ഷീണം തോന്നിയില്ല. തിരിച്ചുവരുന്ന വഴിയിൽ രാധാമണിയെ കണ്ടപ്പോൾ അവൾക്കും രവിയെക്കുറിച്ചായിരുന്നു ചോദിക്കാനുണ്ടാ യിരുന്നത്. അധികം വൈകാതെ അവൻ തിരിച്ചെത്തുമെന്ന് കേട്ടതോടെ അവളുടെ മുഖത്തുണ്ടായിരുന്ന സന്തോഷം പെട്ടെന്നു മാഞ്ഞുപോയി. അതിന്റെ കാരണം എന്താണെന്ന് എനിക്കു നല്ലതുപോലെ അറിയാം. എന്റെ സ്വഭാവദൂഷ്യം കൊണ്ടാണ് രവി നാട് വിട്ടതെന്ന് എന്റെ മുഖത്തുനോക്കി ഇവൾ പറഞ്ഞത് രണ്ടുപേർക്കും എളുപ്പം മറക്കാൻ കഴിയില്ലല്ലോ.

പഞ്ചായത്ത് റോഡ് എത്തിയപ്പോൾ ഗീത അതുവഴി അവളുടെ വീടു പണി നടക്കുന്നിടത്തേക്കുപോയി. ഞാൻ മുന്നോട്ടു നടന്ന് തോപ്പിലെ സുദർശനൻ വക്കീലിന്റെ പടിവരെ എത്തിയപ്പോഴാണ് പത്രക്കാരൻ ബാബു എന്റെയടുത്ത് സൈക്കിൾ കൊണ്ടുവന്ന് നിർത്തിയത്.

ജാനകിയമ്മ എന്നോട് ഈ കൊലച്ചതി ചെയ്യുമെന്ന് ഞാൻ ഒരി ക്കലും കരുതിയതല്ല. പത്രത്തിൽ പരസ്യം കൊടുക്കുന്ന കാര്യം എത്രയോ തവണ ഞാൻ പറഞ്ഞതാണ്. അന്നൊക്കെ ഓരോ ന്യായ ങ്ങൾ പറഞ്ഞ് എന്നെ സൗകര്യപൂർവ്വം ഒഴിവാക്കി. എന്നിട്ടിപ്പോൾ വേറെ ആളുകളെ വെച്ച് പരസ്യം ഇടുകയും ചെയ്തു. ഇതൊട്ടും ശരിയായില്ല ജാനകിയമ്മേ, എനിക്കു കിട്ടേണ്ട ഏജന്റ് കമ്മീഷനാണ് വല്ലവന്മാരും അടിച്ചുകൊണ്ട് പോയത്.

നീ എന്തറിഞ്ഞിട്ടാണ് ബാബു ഈ പറയുന്നത്. പത്രത്തിൽ പരസ്യം കൊടുക്കാനും മാത്രമുള്ള കാശ് എന്റെ കൈയിൽ ഉണ്ടെന്നാണോ നീ കരുതിയിരിക്കുന്നത്. ആകെയുള്ള വരുമാനം ആ പീടികമുറിയുടെ വാടക

കിട്ടുന്നതാണ്. അതുകൊണ്ട് അന്നന്നത്തെ ചെലവുകൾ നടത്തിക്കൊണ്ടു പോകാൻ ഞാൻ പെടുന്ന ബുദ്ധിമുട്ട് എനിക്കു മാത്രമെ അറിയു. ഞാൻ ദേവഗിരി ആശുപത്രിയിൽ കിടക്കുന്ന സമയത്ത് യൂണിയന്റെ ആളുക ളോട് രവിയെക്കുറിച്ച് സൂചിപ്പിച്ചപ്പോൾ അവരാണ് പരസ്യം കൊടുക്കാ മെന്നുള്ള ആശയം പറഞ്ഞത്. നീ അതിനെക്കുറിച്ചാണോ ഈ ചോദി ക്കുന്നത്?

അങ്ങനെ വരട്ടെ, എന്നെ ഒഴിവാക്കിക്കൊണ്ട് ഇങ്ങനെയൊരു കാര്യ ത്തിന് ജാനകിയമ്മ മുതിരില്ലെന്ന് എനിക്കുറപ്പായിരുന്നു. എന്തായാലും ഇന്നത്തെ പത്രത്തിൽ പരസ്യം വന്നിട്ടുണ്ട്. അതും മാതൃഭൂമിയുടെ സ്റ്റേറ്റ് എഡീഷനിൽ. ജാനകിയമ്മ ഇനി ഒന്നുകൊണ്ടും പേടിക്കണ്ട. ഈ ഭൂമി മലയാളത്തിൽ എവിടെയുണ്ടെങ്കിലും രവിയിങ്ങെത്തും, ഉറപ്പിച്ചോ. സൈ ക്കിളിന്റെ പുറകിൽനിന്നും ഒരു പത്രമെടുത്ത് തുറന്ന് ആ പരസ്യം അവൻ എനിക്കു കാണിച്ചു തന്നു. കണ്ണട ഇല്ലാത്തതുകൊണ്ട് എനിക്കതു വ്യ ക്തമായി കാണാൻ കഴിഞ്ഞില്ല.

പരസ്യത്തിന്റെ കാര്യം ആ നിമിഷംവരെ എന്റെ ചിന്തയിൽ ഉണ്ടാ യിരുന്നില്ല. അതുകൊണ്ട് തന്നെ ബാബു ഇക്കാര്യം പറഞ്ഞപ്പോൾ അ തെന്നെ വല്ലാത്ത ആശയക്കുഴപ്പത്തിലാക്കി. രവി കുരിയാക്കോസിനെ കണ്ട് തിരിച്ചുപോയ വിവരം വിശ്വംഭരനും അറിയാവുന്നതാണ്. അങ്ങ നെയൊരു സാഹചര്യത്തിൽ ഇത്രയും പണം മുടക്കി പത്രത്തിൽ പര സ്യമിട്ടത് എന്തിനാണെന്ന് എനിക്ക് മനസ്സിലാകുന്നില്ല. ഇതിലെന്തോ കുഴപ്പമുണ്ടെന്ന് എന്റെ മനസ്സ് പറയുന്നു. ശാഖയിൽ പോയി വിശ്വംഭ രനെ കാണുന്നതാകും ഉചിതം.

ഞാൻ ശാഖയിൽ ചെല്ലുമ്പോൾ കൃത്യത്തിനു വിശ്വംഭരൻ അവിടെ ത്തന്നെ ഉണ്ടായിരുന്നു.

എന്താണ് ജാനകിയമ്മേ അതിരാവിലെ ഇങ്ങോട്ടു പോന്നത്, രവി യുടെ വിശേഷങ്ങൾ എന്തെങ്കിലുമുണ്ടോ?

ഞാൻ അമ്പലത്തിൽ പോയിട്ടു വരുന്ന വഴിയാണ് വിശ്വംഭരാ. ഈ നേരത്ത് നീയിവിടെ ഉണ്ടാകുമോ എന്നു സംശയിച്ചാണ് ഞാനിങ്ങോട്ട് പോന്നത്.

സാധാരണ ഞാനൊരു ഒൻപതു മണിയോടു കൂടിയാണ് ശാഖയി ലേക്കു വരാറുള്ളത്. ഇന്നത് ശകലം നേരത്തെയാക്കി. സമാധി അടു ത്തുവരികയാണല്ലോ, അതിന്റെ കുറച്ച് കാര്യങ്ങൾ പറഞ്ഞേല്പിക്കാ നുണ്ട്. അതുകഴിഞ്ഞാൽ എനിക്കൊന്നു ടൗണിൽ പോവുകയും വേണം.

അതേതായാലും നന്നായി. എനിക്കു നിന്നെ കാണാൻ ഒത്തല്ലോ. വരുന്ന വഴിക്ക് ഞാൻ നമ്മുടെ പത്രക്കാരൻ ബാബുവിനെ കണ്ടിരുന്നു. ഇന്നത്തെ പത്രത്തിൽ രവിയെ തിരക്കിയുള്ള പരസ്യം വന്നിട്ടുണ്ടെന്ന് അവൻ പറഞ്ഞു. അതിനെക്കുറിച്ച് നിന്നോട് ചോദിക്കാമല്ലോ എന്നു കരു തിയാണ് ഞാൻ വന്നത്.

ഏതു പത്രത്തിലാണ് വന്നിട്ടുള്ളത്?

മാതൃഭൂമിയിൽ ആണെന്നാണ് അവൻ പറഞ്ഞത്.

ഞാനിന്ന് പത്രം വായിച്ചതാണല്ലോ. തിരക്കായതുകൊണ്ടു ഓടി ച്ചാണ് വായിച്ചത്. അതുകൊണ്ടായിരിക്കും കാണാതിരുന്നത്. രവി ഇവിടെ വന്നതിനുശേഷവും ഇങ്ങനെയൊരു പരസ്യമിട്ടത് എന്തിനാണെന്നല്ലേ ജാനകിയമ്മയുടെ സംശയം.

അതു തന്നെയാണ് എനിക്ക് ആശയക്കുഴപ്പം ഉണ്ടാക്കിയത് വിശ്വംഭരാ.

ഞാനതു മനഃപൂർവ്വം തന്നെ ചെയ്തതാണ് ജാനകിയമ്മെ. കുരി യാക്കോസ് പറഞ്ഞ കാര്യങ്ങളൊക്കെ വിശ്വാസത്തിലെടുക്കാൻ എനിക്ക് ഇതുവരെ കഴിഞ്ഞിട്ടില്ല. ഇനി അതൊക്കെ ശരിയാണെങ്കിൽ തന്നെ ഇവിടെ വന്നത് രവി തന്നെയാണെന്ന് നമുക്ക് എങ്ങനെ ഉറപ്പിച്ചു പറയാൻ കഴിയും. അവൻ പോയിട്ട് വർഷങ്ങൾ കുറെ കഴിഞ്ഞെങ്കിലും അവനു പരിചയമുള്ള വേറെയും ആളുകളുണ്ടല്ലോ ഈ നാട്ടിൽ. അവരെ ആരെയും കാണാതെ കുരിയാക്കോസിനെ മാത്രം കണ്ടിട്ട് രവി തിരിച്ചു പോയി എന്നു പറയുന്നതിൽ ഒരു ചേർച്ചക്കുറവില്ലേ?

അതെങ്ങനെയാ വിശ്വംഭരാ ശരിയാകുന്നത്. രവിയുടെ ഫോട്ടോ കുരിയാക്കോസിന് വേറെ എവിടെനിന്നു കിട്ടാനാണ്?

കുരിയാക്കോസിനെ എനിക്കറിയാവുന്നതുപോലെ ജാനകിയമ്മ യ്ക്ക് അറിയില്ല. അയാൾ ഭയങ്കര തന്ത്രശാലിയാണ്, ഇതല്ല ഇതിന്റെ അപ്പുറത്തെ കെട്ടുകഥകൾ ഉണ്ടാക്കാനുള്ള കഴിവും അയാൾക്കുണ്ട്. ജാനകിയമ്മ ആശുപത്രിയിൽനിന്നും വന്നിട്ട് ആഴ്ചകൾ പലതു കഴിഞ്ഞില്ലേ? എന്നിട്ടും രവി ഇതുവരെ വരാത്തത് എന്തുകൊണ്ടാണ്.

അതെന്തോ ആകട്ടെ, പരസ്യം വന്നതുകൊണ്ട് വേറെ കുഴപ്പങ്ങ ളൊന്നും സംഭവിക്കാനില്ലല്ലോ. അതിനു ചെലവാകുന്ന പണവും യൂണി യനാണ് മുടക്കുന്നത്. പിന്നെയെന്തിനാണ് ജാനകിയമ്മ അതിനെച്ചൊല്ലി വെറുതെ വേവലാതി പിടിക്കുന്നത്. നല്ലതുപോലെ ആലോചിച്ചതിനു ശേഷമാണ് രവി വന്നുവെന്നുള്ള വിവരം യൂണിയനെ അറിയിക്കേണ്ട തില്ലെന്ന് ഞാൻ തീരുമാനിച്ചത് ഇങ്ങനെയൊരു പരസ്യം ഇട്ടിട്ടില്ലെന്ന് ജാനകിയമ്മ കരുതിയാൽ മതി, അതോടെ പ്രശ്നം തീർന്നല്ലോ.

വിശ്വംഭരനെ കാണാൻ പോയതാണ് ഇപ്പോൾ അബദ്ധമായത്. ഒരു സംശയം ദൂരീകരിക്കുവാൻ പോയ എന്റെ മനസ്സു നിറയെ സംശയങ്ങൾ നിറഞ്ഞതാണ് ആ കൂടിക്കാഴ്ച കൊണ്ട് ആകെയുണ്ടായ നേട്ടം. വിശ്വം ഭരനും കുര്യാക്കോസും തമ്മിലുള്ള ശീതസമരം എനിക്ക് നല്ലതുപോലെ അറിയാവുന്ന കാര്യമാണ്. അതിന്റെ നീരസമാണ് ഇങ്ങനെയൊക്കെ പറ യാൻ വിശ്വംഭരനെ പ്രേരിപ്പിക്കുന്നതെന്നും എനിക്ക് മനസ്സിലാകും. പക്ഷേ, രവി വരാൻ വൈകുന്നതിനെക്കുറിച്ച് അവൻ പറഞ്ഞ കാര്യങ്ങൾ എങ്ങനെ തള്ളിക്കളയാൻ സാധിക്കും. കഴിഞ്ഞ കുറെ ദിവസങ്ങളായി ഇതേ ചോദ്യം തന്നെയാണ് എന്നെയും അലട്ടിക്കൊണ്ടിരിക്കുന്നത്. വെറുതെയിരുന്ന് ഒരോന്ന് ആലോചിക്കുകയും പ്രതീക്ഷിക്കുകയു

മൊക്കെ ചെയ്താൽ ഒടുക്കം നിരാശയായിരിക്കും ഫലമെന്ന് ഗീത പറ ഞ്ഞത് വളരെ അർത്ഥവത്തായ കാര്യമാണ്. എന്റെ ജീവിതത്തിലുടനീളം അതുതന്നെയാണ് സംഭവിച്ചുകൊണ്ടിരിക്കുന്നത്.

ഉച്ച തിരിഞ്ഞ് റേഷൻ കടയിൽ പോകാൻവേണ്ടി കാർഡ് തപ്പി ക്കൊണ്ടിരുന്ന സമയത്താണ് മുൻവശത്തെ വാതിലിൽ ആരോ മുട്ടുന്ന ശബ്ദം കേട്ടത്. തിരച്ചിൽ നിർത്തി ഞാൻ പോയി കതകു തുറന്നു നോക്കി.

ജാനകിയമ്മയല്ലേ?

അതെ, ആരാണെന്ന് എനിക്ക് മനസ്സിലായില്ലല്ലോ?

ഞാൻ അമ്മയുടെ ഭർത്താവ് ചന്ദ്രശേഖരൻ നായരുടെ മൂത്ത മകനാണ്, പേര് രവീന്ദ്രൻ. എനിക്ക് അകത്തേക്കു വരാമല്ലോ അല്ലേ?

എന്റെ ഭർത്താവിന്റെ മകനെന്ന് ഒരു ഞെട്ടലോടു കൂടിയാണ് ഞാൻ കേട്ടത്. ഞാൻ വാതിൽ തുറന്നുകൊടുത്തപ്പോൾ ആ ചെറുപ്പക്കാരൻ അകത്തുകയറി ഇരുന്നു.

ജാനകിയമ്മയെ നേരിൽ കാണുന്നതിനുവേണ്ടി കുറച്ചു ദിവസ ങ്ങൾക്കുമുമ്പ് ഞാനിവിടെ വന്നിരുന്നു. അന്നേരം അമ്മ ആശുപത്രിയിൽ ആയിരുന്നതുകൊണ്ട് കാണാൻ സാധിക്കാതെ എനിക്കു തിരിച്ചു പോകേണ്ടി വന്നു. അച്ഛൻ രണ്ടു മാസങ്ങൾക്കു മുൻപാണ് മരിച്ചത്. മരി ക്കുന്നതിനു കുറച്ചുനാൾ മുൻപാണ് ജാനകിയമ്മയുമായുള്ള ബന്ധത്തെ ക്കുറിച്ച് അച്ഛനെന്നോടു പറഞ്ഞത്. ശിവദാസനാശാന്റെ കൂടെ അച്ഛൻ ഈ നാട്ടിൽ ഗുസ്തിക്ക് വന്നത് മുതലുള്ള എല്ലാ കാര്യങ്ങളും ഇന്നെനിക്കറിയാം. ആശാൻ പറഞ്ഞയച്ച ആളുടെ കൂടെയാണല്ലോ അച്ഛൻ അവസാനമായി ഇവിടെനിന്നും പോയത്. യഥാർത്ഥത്തിൽ അന്ന് അച്ഛനെ വിളിച്ചുകൊണ്ട് പോകാൻ ഇവിടെ വന്നത് എന്റെ മുത്തച്ഛനാ യിരുന്നു.

വൈക്കത്ത് പേരുകേട്ട ഒരു നായർ തറവാട്ടിലാണ് അച്ഛൻ ജനിച്ചത്. മുത്തച്ഛനുമായി പൊരുത്തപ്പെട്ടു പോകാൻ കഴിയാതെ ചെറുപ്പത്തിൽ വീടു വിട്ടിറങ്ങിയ അച്ഛൻ ഞങ്ങളുടെ അകന്ന ബന്ധുവായ ശിവദാസ നാശാന്റെ കൂടെ ഗുസ്തി പഠിക്കാൻ കൂടിയതാണ്. അമ്മ മരിക്കാൻ കിട ക്കുകയാണെന്ന് മുത്തച്ഛൻ അന്ന് കളവ് പറഞ്ഞാണ് അച്ഛനെ ഇവി ടെനിന്നും കൂട്ടിക്കൊണ്ടുപോയത്. തിരിച്ചുചെന്നപ്പോൾ ജാനകിയമ്മ യുമായുള്ള ബന്ധം മറച്ചുവച്ച് അച്ഛന്റെ വിവാഹവും നിർബ്ബന്ധപൂർവ്വം മുത്തച്ഛൻ നടത്തി. അങ്ങനെയാണ് അച്ഛൻ പാലക്കാട്ടേക്ക് വന്നത്. അന്നാളിൽ എന്റെ അമ്മാച്ഛന് ധാരാളം കൃഷിസ്ഥലങ്ങൾ ഉണ്ടായി രുന്നു. കല്യാണം കഴിഞ്ഞ് അധികം വൈകാതെ അമ്മാച്ഛൻ തളർവാതം പിടിപെട്ട് കിടപ്പിലായി. അതോടെ തറവാടിന്റെ മുഴുവൻ ഉത്തരവാ ദിത്വങ്ങളും അച്ഛന് ഏറ്റെടുക്കേണ്ടതായി വന്നു.

എന്റെ രവി എവിടെയാണെന്ന് പറയൂ മോനേ.

രവിയെക്കുറിച്ചു തന്നെയാണ് അമ്മേ ഞാൻ പറഞ്ഞുവരുന്നത്.

എനിക്ക് പതിനാല് വയസ്സുള്ളപ്പോൾ ഒരു സന്ധ്യക്ക് അച്ഛൻ വീട്ടിലേക്ക് വന്നു കയറുമ്പോൾ എന്റെ പരുവം തന്നെയുള്ള ഒരു ചെറുക്കനും കൂടെയുണ്ടായിരുന്നു. അച്ഛന്റെ പഴയ ഒരു ചങ്ങാതിയുടെ മകനാണെന്നാണ് അവനെ ഞങ്ങൾക്ക് പരിചയപ്പെടുത്തിയത്. അന്ന് അച്ഛന്റെ കൂടെ ഞങ്ങളുടെ വീട്ടിൽ വന്നത് ജാനകിയമ്മയുടെ മകൻ രവിയായിരുന്നു.

എനിക്ക് താഴെയുള്ള രണ്ട് സഹോദരിമാർ അടക്കം ഞങ്ങൾ മൂന്ന് മക്കളാണ്. പ്രായത്തിൽ വലിയ അന്തരം ഇല്ലായിരുന്നതുകൊണ്ട് രവിയുമായി വളരെ പെട്ടെന്നുതന്നെ ഞങ്ങൾ അടുത്തു. വീട്ടിലെ ഒരു അംഗത്തെപ്പോലെയായി മാറാൻ രവിക്ക് അധികസമയം വേണ്ടിവന്നില്ല. രവിയുമായുള്ള രക്തബന്ധത്തെക്കുറിച്ച് ഞങ്ങൾക്ക് അറിയില്ലെങ്കിൽക്കൂടി സ്വന്തം കൂടപ്പിറപ്പിനെപ്പോലെയാണ് ഞങ്ങൾ അവനെ സ്നേഹിച്ചത്. അച്ഛന്റെ കൂടെ ഒരു നിഴലുപോലെ എപ്പോഴും രവി ഉണ്ടായിരുന്നു.

നെന്മാറയിലെ വേലയ്ക്ക് എല്ലാ വർഷവും മുടങ്ങാതെ പോകുന്നത് അച്ഛന്റെ ഒരു ശീലമായിരുന്നു. ആ തവണ രവിയെ കൂട്ടിക്കൊണ്ടാണ് അച്ഛൻ വേല കാണാൻ പോയത്. വേലകഴിഞ്ഞ് മടങ്ങിവരുന്ന വഴിക്ക് രാത്രിയിൽ വീടിനടത്തുള്ള തോപ്പിൽ വെച്ച് രവി അച്ഛനെ അപായപ്പെടുത്താൻ ശ്രമിച്ചു. മുതുകിൽ കുത്തുകിട്ടിയ അച്ഛൻ എങ്ങനെയോ വീടുവരെ എത്തി. ചോരവാർന്ന് അബോധാവസ്ഥയിലായ അച്ഛനെ ഞങ്ങളെല്ലാവരും ചേർന്ന് ആശുപത്രിയിൽ എത്തിച്ചു. തലനാരിഴയ്ക്കാണ് അച്ഛന് അന്ന് ജീവൻ തിരിച്ചുകിട്ടിയത്. അച്ഛന്റെ കൂടെയുണ്ടായിരുന്ന രവിയെ ഞങ്ങളെല്ലായിടത്തും തിരഞ്ഞെങ്കിലും കണ്ടെത്താനായില്ല. കേസ് അന്വേഷിക്കുവാൻ വന്ന പൊലീസുകാരുടെ സംശയം രവിയിലേക്ക് തിരിഞ്ഞെങ്കിലും ബോധം വീണതിന് ശേഷം അച്ഛൻ നല്കിയ മൊഴിയുടെ അടിസ്ഥാനത്തിൽ രവിയെ പ്രതിസ്ഥാനത്തുനിന്നും ഒഴിവാക്കി. അക്രമിയെക്കുറിച്ച് അച്ഛൻ നല്കിയ വിവരങ്ങളുടെ അടിസ്ഥാനത്തിൽ ഊർജ്ജിതമായ അന്വേഷണം നടന്നെങ്കിലും യാതൊരു തുമ്പും കണ്ടെത്താൻ പൊലീസിന് കഴിഞ്ഞില്ല.

രവിക്ക് എന്തുപറ്റിയെന്നുള്ള ചോദ്യം വർഷങ്ങളോളം ഉത്തരം കിട്ടാതെ അവശേഷിച്ചു. ഒടുവിൽ ജാനകിയമ്മയെക്കുറിച്ച് പറയുന്നതിന്റെ കൂട്ടത്തിലാണ് അതിന് പിന്നിലെ നിഗൂഢതകൾ ചുരുളഴിഞ്ഞത്. വേല കഴിഞ്ഞ് മടങ്ങിവരുന്ന വഴിക്ക് ടോർച്ചുമായി രവിയായിരുന്നു മുന്നിൽ നടന്നിരുന്നത്. തോപ്പിലെ കുളത്തിനടുത്ത് എത്തിയപ്പോൾ അബദ്ധത്തിലെന്നപോലെ രവി കൈയിലുണ്ടായിരുന്ന ടോർച്ച് കുളത്തിലേക്ക് കളഞ്ഞു. വഴി കാണിക്കാനായി മുന്നിൽ കയറി നടന്ന അച്ഛനെ രവി പുറകിൽനിന്നും കുത്തുകയായിരുന്നു. അച്ഛൻ മരിച്ചിട്ടുണ്ടാകുമെന്ന് കരുതി രവി അവിടെനിന്നും ഓടി രക്ഷപ്പെടുകയും ചെയ്തു. രവിയോടുള്ള സ്നേഹക്കൂടുതൽ കാരണം ഇക്കണ്ട കാലമത്രയും ആ സത്യം പുറത്തുപറയാതെ അച്ഛൻ ഉള്ളിൽത്തന്നെ സൂക്ഷിച്ചു. ജാനകിയമ്മ

അച്ഛനെ ഒരിക്കലും ശപിക്കരുത്. രവിയെ അഭിമുഖീകരിക്കാനുള്ള മനസികവിഷമം കൊണ്ടാണ് അച്ഛൻ പിന്നീട് ഇങ്ങോട്ട് വരാതിരുന്നത്.

അവിടെനിന്നും രവി എങ്ങോട്ടാണ് പോയതെന്നോ അവനിപ്പോൾ എവിടെയുണ്ടെന്നോ ഞങ്ങൾക്കാർക്കും അറിയില്ല. രവി ഇവിടെ ഉണ്ടാ കുമെന്നുള്ള പ്രതീക്ഷയിലാണ് അച്ഛന്റെ മരണശേഷം ജാനകിയ മ്മയെയും രവിയെയും വന്നു കാണണമെന്ന് എന്നെ പറഞ്ഞേല്പിച്ചത്. രവിയെ കാണുമ്പോൾ അച്ഛന് അവനോട് യാതൊരു ദേഷ്യവുമില്ലെന്ന് പറയാനും എന്നോട് പ്രത്യേകം പറഞ്ഞിരുന്നു. കഴിഞ്ഞതവണ ഇവിടെ വന്നതിന് ശേഷമാണ് രവി അമ്മയുടെ അടുത്തേക്ക് വന്നിട്ടില്ല എന്ന് ഞാൻ മനസ്സിലാക്കിയത്.

ഇത്രയും കേട്ടുകഴിഞ്ഞപ്പോഴേക്കും എന്റെ മനസ്സാകെ മരവിച്ച അവസ്ഥയിലായി. എന്റെ പ്രതീക്ഷകൾ ഇരുളടയുകയാണെന്നുള്ള തിരി ച്ചറിവ് എന്നെ വല്ലാതെ തളർത്തിക്കളഞ്ഞു. എന്നെ താലികെട്ടിയ പുരു ഷനും ഞാൻ നൊന്തുപ്രസവിച്ച മകനുമാണ് കുറ്റവാളികളെപ്പോലെ എന്റെ മുൻപിൽ നില്ക്കുന്നത്. ഇവരിൽ ആർക്കെതിരെയാണ് ഈശ്വരാ ഞാൻ ശിക്ഷ വിധിക്കേണ്ടത്? എന്റെ ചിന്തകളിൽ ഇരുട്ട് കയറാൻ തുടങ്ങി.

ഇത് ഒത്തിരി കാശുണ്ടല്ലോ അമ്മായി, രവി വന്നോ? ഗീത വരു മ്പോൾ ഞാൻ അകത്തെ മുറിയിൽ കിടക്കുകയായിരുന്നു. ഒരു കെട്ട് കാശും കൈയിൽ പിടിച്ചുകൊണ്ടാണ് അവൾ എന്റെയടുത്തേക്ക് വന്നത്.

അമ്മായിയുടെ മുഖമെന്താണ് വല്ലാതിരിക്കുന്നത്. എന്താണ് ഉണ്ടായത്?

രവി വന്നോയെന്നുള്ള ഗീതയുടെ ചോദ്യം കേട്ടപ്പോൾ എനിക്ക് സങ്കടം സഹിക്കാൻ സാധിച്ചില്ല. എന്തെങ്കിലും പറയുന്നത് മുമ്പ് ഞാൻ പൊട്ടിക്കരഞ്ഞുപോയി.

വെറുതെ മനുഷ്യരെ തീ തീറ്റിക്കാതെ എന്താണ് സംഭവിച്ചതെന്ന് പറയൂ അമ്മായി.

ഉണ്ടായ കാര്യങ്ങളൊക്കെ ഞാൻ ഗീതയോട് ഒരുവിധം പറഞ്ഞൊ പ്പിച്ചു.

ഇതിനാണോ അമ്മായി ഇങ്ങനെ അലമുറയിട്ട് കരയുന്നത്? രവി ചെയ്തതിൽ എന്താണ് തെറ്റുള്ളത്? രവിയുടെ സ്ഥാനത്ത് ഈ ഞാനാ യിരുന്നെങ്കിൽ കൂടി ഇതൊക്കെത്തന്നെ ചെയ്യുമായിരുന്നു. സ്വന്തം ഭാര്യ യെയും കുഞ്ഞിനെയും ഇട്ടെറിഞ്ഞുപോയിട്ട് വേറെ കുടുംബവുമായി ജീവിക്കുന്നതിന് എന്ത് ന്യായീകരണമാണ് അയാൾക്കു പറയാനുള്ളത്. നിങ്ങളെയൊന്നു തിരിഞ്ഞുനോക്കാനുള്ള മനസ്സുപോലും ആ മനുഷ്യൻ കാണിച്ചോ?

അയാൾ ഒരിക്കലും നിങ്ങളെത്തേടി വരാൻ പോകുന്നില്ലെന്ന് രവിക്ക് അന്നാളിലേ ഉറപ്പുണ്ടായിരുന്നു എന്ന് വേണം കരുതാൻ. അതുകൊണ്ടു തന്നെയാണ് രവി അയാളെ തേടിച്ചെന്ന് കണ്ടുപിടിച്ചതും. അമ്മായി ഒന്ന്

ആലോചിച്ചുനോക്ക്, ഇത്രയൊക്കെ വിഷയങ്ങൾ ഉണ്ടായിട്ടും മരിക്കു
ന്നതുവരെ നിങ്ങൾ തമ്മിലുള്ള ബന്ധം രഹസ്യമാക്കി വെക്കാനാണ്
ആ മനുഷ്യൻ ശ്രമിച്ചത്. അയാളുടെ മകൻ പറഞ്ഞതു ശരിയാണെങ്കിൽ
ഏതാണ്ട് രണ്ട് കൊല്ലത്തോളം രവി ആ വീട്ടിൽത്തന്നെ ഉണ്ടായിരുന്നു.
ഒരച്ഛന്റെ സ്നേഹവും വാത്സല്യവും അയാളിൽനിന്നും കിട്ടിയിരുന്നെ
ങ്കിൽ രവി ഒരിക്കലും ഇങ്ങനെയൊരു കടുംകൈ ചെയ്യില്ലായിരുന്നു.

ജന്മം കൊടുത്തതുകൊണ്ടുമാത്രം ഒരാൾ അച്ഛനാകില്ല. അതു
പോലെ താലികെട്ടിയതുകൊണ്ട് ഭർത്താവും ആകുന്നില്ല. സ്വന്തം ഉത്ത
രവാദിത്വങ്ങളിൽനിന്നും ഒളിച്ചോടുന്ന ഏതൊരു പുരുഷനും എന്റെ അഭി
പ്രായത്തിൽ വെറും ശിഖണ്ഡികൾ മാത്രമാണ്. എക്കാലവും നമ്മൾ
സ്ത്രീകൾതന്നെയാണ് ഇവരെപ്പോലുള്ളവരെ വളർത്തുന്നത്. എന്തൊ
ക്കെ ദുരനുഭവങ്ങൾ നേരിട്ടാലും പുരുഷന്റെ കാല്ക്കീഴിൽ കിടക്കാൻ
സ്ത്രീകൾക്ക് യാതൊരു മടിയുമില്ല. പുരുഷന്റെ തണലുകൂടാതെ ജീവി
ക്കാൻ കഴിയില്ലെന്നാണ് ബഹുഭൂരിപക്ഷം സ്ത്രീകളും വിശ്വസിക്കുന്നത്.

നീ പറയുന്നതിനോട് ഞാൻ പൂർണ്ണമായി യോജിക്കുന്നു ഗീതേ,
പുരുഷന്റെ തണലു പ്രതീക്ഷിച്ച് തന്നെയാണ് എന്റെ ജീവിതം ഞാൻ
വ്യർത്ഥമാക്കിയത്. ഞാൻ ജീവിച്ചിരിക്കുമ്പോൾ മറ്റൊരു സ്ത്രീയുടെ
കഴുത്തിൽ അയാൾ താലികെട്ടിയതോടെ എന്റെ സ്ഥാനം വെറും വെപ്പാ
ട്ടിയുടേതായി മാറിയെന്ന് എനിക്കറിയാം. ഒരാണിന്റെ ചൂടും ചുരും മോഹി
ച്ചായിരുന്നില്ല അയാൾക്കുവേണ്ടി ഞാൻ കാത്തിരുന്നത്. അങ്ങ
നെയായിരുന്നെങ്കിൽ എന്റെ വികാരങ്ങൾ വറ്റിവരണ്ടതോടെ ഈ കാത്തി
രിപ്പും അവസാനിക്കുമായിരുന്നു. എനിക്ക് വേണ്ടിയിരുന്നത് എന്റെ
മകന്റെ അച്ഛനെയായിരുന്നു. അതവന്റെ അവകാശമാണെന്നാണ്
ഇപ്പോഴും ഞാൻ വിശ്വസിക്കുന്നത്. രക്തബന്ധം മായിച്ചുകളയാൻ സാധി
ക്കുന്ന ഒന്നല്ലല്ലോ ഗീതേ. എനിക്ക് ഭർത്താവാകാൻ അയാൾക്ക് സാധി
ച്ചില്ലെങ്കിലും രവിയെ സംബന്ധിച്ചിടത്തോളം ആ മനുഷ്യൻ അവന് ജന്മം
കൊടുത്ത അച്ഛൻ അല്ലാതാകുന്നില്ല. സ്വന്തം അച്ഛനെ കൊല്ലുവാൻ
മാത്രം ദുഷ്ടനാണോ എന്റെ മോൻ? ആ ശാപത്തിൽനിന്നും രക്ഷപ്പെടാൻ
രവിക്ക് സാധിക്കുമെന്ന് നീ കരുതുന്നുണ്ടോ?

അയാൾ രവിയുടെ അച്ഛനാണെന്ന് പറയുവാൻ ഇപ്പോഴും അമ്മാ
യിക്ക് എങ്ങനെ സാധിക്കുന്നു. രവി അയാളെ സംബന്ധിച്ചിടത്തോളം
ഒരു സ്ത്രീയുടെ ശരീരം ആസ്വദിക്കുന്നതിനിടയിൽ സംഭവിച്ചുപോയ
വെറുമൊരു കൈപ്പിഴ മാത്രമായിരുന്നു. യഥാർത്ഥത്തിൽ അയാളൊരു
അച്ഛനായിരുന്നെങ്കിൽ, മകനോട് അല്പമെങ്കിലും സ്നേഹം ഉണ്ടാ
യിരുന്നെങ്കിൽ, അവനെത്തേടി അയാൾ സ്വയം ഇവിടെ വരുമായിരുന്നു.
പത്തുപതിനഞ്ച് കൊല്ലത്തോളം നിങ്ങൾ രണ്ടാളും അതിനുവേണ്ടി
കാത്തിരുന്നിട്ടും ആ മനുഷ്യനൊന്നുതിരിഞ്ഞുപോലും നോക്കിയോ?
ഒടുവിൽ രവി അയാളെ തേടി കണ്ടെത്തുകയായിരുന്നു. ഒരു വേട്ടക്കാരൻ
ഇരയെ കണ്ടെത്തിയ സംതൃപ്തിയായിരിക്കും രവിക്ക് അന്നേരം

ഉണ്ടായത്. എനിക്കത് നല്ലതുപോലെ മനസ്സിലാക്കാൻ സാധിക്കുന്നുണ്ട്.

ഈ പണം അയാളുടെ മകൻ തന്നിട്ട് പോയതാണോ?

ഏത് പണത്തിന്റെ കാര്യമാണ് നീ പറയുന്നത്?

ഞാൻ വന്നുകയറുമ്പോൾ ഈ കാശ് മേശപ്പുറത്ത് ഇരിക്കുന്നു ണ്ടായിരുന്നു. ഇത് അമ്മായിയുടെ ഭർത്താവിന്റെ മകൻ ഇവിടെ വച്ചിട്ട് പോയതാകാനാണ് സാദ്ധ്യത. ഈ പണം എന്തിന് തന്നതാണെന്ന് അമ്മായിക്ക് വല്ല നിശ്ചയമുണ്ടോ?

എന്തെങ്കിലും ആലോചിക്കുവാൻ പറ്റിയ മാനസികാവസ്ഥയിലല്ല ഗീതേ ഞാനിപ്പോൾ.

മൂന്നുകൊല്ലത്തോളം അമ്മായിയുടെ ശരീരം ഉപയോഗിച്ചതിനും അയാൾ ഉണ്ടാക്കിത്തന്ന മകനെ ഇതുവരെ വളർത്തിയതിനുമുള്ള പാരിതോഷികമാണ് ഈ പണം. എന്റെ കാര്യം വെച്ചുനോക്കിയാൽ അമ്മായി ഭാഗ്യവതിയാണ്. ഏഴ് കൊല്ലത്തോളം ഇതൊക്കെത്തന്നെ യാണ് വിജയനുവേണ്ടി ഞാനും ചെയ്തത്. ഒടുക്കം എനിക്ക് കിട്ടിയത് ജീവപര്യന്തം ജയിൽവാസമാണ്. അങ്ങനെയൊരു ദുർവ്വിധി എന്താ യാലും അമ്മായിക്ക് നേരിടേണ്ടിവന്നില്ലല്ലോ.

രവീന്ദ്രൻ പറഞ്ഞ കാര്യങ്ങൾ കേട്ട് എന്റെ തല മരവിച്ചു തുടങ്ങി യപ്പോൾ ഞാനിവിടെ വന്ന് കിടന്നതാണ്. പിന്നീട് എന്താണ് ഉണ്ടാ യതെന്ന് എനിക്കറിയില്ല. എന്തിന്റെ പേരിലായാലും അയാളുടെ ചില്ലി ക്കാശ്പോലും എനിക്ക് വേണ്ട. മാനം വിറ്റ് ജീവിക്കാനായിരുന്നെങ്കിൽ ഈ പാണ്ട് വരുന്നതിന് മുൻപ് അതിന് പറ്റിയ ഒരു കാലമുണ്ടായിരുന്നു. അന്ന് ഞാനത് ചെയ്തില്ല. ഈ നന്ദികെട്ട മനുഷ്യന് വേണ്ടി എന്റെ വികാരങ്ങൾപോലും ഞാൻ ബലി കൊടുക്കുകയായിരുന്നു.

എന്തിനാണ് അമ്മായി ഇതുവേണ്ടെന്ന് വെക്കുന്നത്? ഇതിപ്പോൾ ആ മനുഷ്യൻ തന്നെയാണ് നിങ്ങളുടെ ബന്ധത്തിന് വിലയിട്ടിരിക്കുന്നത്. ശകലം കുറഞ്ഞാലും വേണ്ടില്ല, ഇത് അമ്മായിക്ക് അവകാശപ്പെട്ടതു തന്നെയാണ്. ഇതോടുകൂടി അമ്മായിയുടെ മനസ്സിൽ അയാൾക്കു നല് കിയിട്ടുള്ള ഭർത്താവിന്റെ സ്ഥാനം എന്നെന്നേക്കുമായി പിഴുതു കളഞ്ഞേക്കുക. അച്ഛന്റെ സ്ഥാനം വർഷങ്ങൾക്കുമുൻപെ രവി തന്നെ പറിച്ച് ദൂരെയെറിഞ്ഞുകഴിഞ്ഞു.

അയാൾക്ക് താലി കെട്ടാനായി കഴുത്ത് നീട്ടിക്കൊടുത്ത ആ നിമിഷം പോലും ഞാനിന്ന് വെറുക്കുകയാണ് ഗീതേ. സ്വന്തം സുഖങ്ങൾക്കു വേണ്ടി എന്റെ ജീവിതമാണ് ആ ദുഷ്ടൻ പിച്ചിച്ചീന്തിയത്. ഇതിനും മാത്രം പാതകം ചെയ്യാൻ ഞാൻ എന്തുതെറ്റാണ് അയാളോടുചെയ്തത്.

ഒരു സ്ത്രീയായി ഇവിടെ ജനിച്ചുപോയി എന്നുള്ളതാണ് അമ്മായി ചെയ്തിട്ടുള്ള ഏറ്റവും വലിയ അപരാധം. ആ പാപഭാരവും പേറി പരി മിതികളുടെ ലോകത്തിൽ മരിക്കുന്നതുവരെ ജീവിക്കുന്നത് കാണാനാണ് സമൂഹം ഇഷ്ടപ്പെടുന്നത്. വേറിട്ട വഴികളിലൂടെ സഞ്ചരിക്കുന്ന സ്ത്രീകൾ എല്ലാക്കാലവും അഴിഞ്ഞാട്ടക്കാരും ഒരുമ്പെട്ടവരുമായി മുദ്ര

കുത്തപ്പെട്ടിട്ടേയുള്ളൂ. പക്ഷേ, ഞാന്‍ ജീവിക്കുന്ന ഈ സമൂഹത്തില്‍ ഒരു സ്ത്രീയായി ജനിച്ചത് എന്നെ കുറച്ചൊന്നുമല്ല നിരാശപ്പെടുത്തുന്നത്.

സാധാരണ നിലയിലേക്ക് എന്റെ മനസ്സ് മടങ്ങിവരാന്‍ കുറച്ചുകൂടി സമയമെടുത്തു. ഈശ്വരനായിട്ടാണ് ഗീതയെ എന്റെയടുത്ത് കൊണ്ടെ ത്തിച്ചത്. ജീവിതത്തിലെ പരുക്കന്‍ അനുഭവങ്ങള്‍ അവളെ ഒരു പക്വത യുള്ള വ്യക്തിയാക്കി മാറ്റിക്കഴിഞ്ഞു. അവളുടെ വാക്കുകള്‍ പലപ്പോഴും എന്റെ മനസ്സിലല്ല മറിച്ച് ഹൃദയത്തിലാണ് പതിഞ്ഞത്.

വളരെ പെട്ടെന്നായിരുന്നു ഒരാഴ്ച കടന്നുപോയത്. ദിവസങ്ങള്‍ ഓരോന്ന് കഴിയുംതോറും എന്റെ ഉള്ളിലെ ആധി കൂടിയതല്ലാതെ രവി യുടെ കാര്യത്തില്‍ യാതൊരുവിധ പുരോഗതിയും ഉണ്ടായില്ല. ഗീതയുടെ വീടുപണി തീരാന്‍ ഇനിയും രണ്ടുമൂന്നാഴ്ചയെങ്കിലും വേണ്ടിവന്നേക്കും. പഴയ ഉരുപ്പടികള്‍ കിട്ടാന്‍ ഇല്ലാത്തതുകൊണ്ട് മില്ലില്‍നിന്നും പുതിയ മരമെടുത്താണ് അവള്‍ കഴുക്കോലും പട്ടികയും മുറിപ്പിച്ചത്. അതൊന്നു വലിഞ്ഞുകിട്ടാന്‍ തന്നെ കുറഞ്ഞത് ഒരാഴ്ചയെങ്കിലും വേണ്ടിവരും. വീടു പണിയുടെ കാര്യത്തില്‍ തുടക്കത്തില്‍ കാണിച്ച ശുഷ്കാന്തി ഇപ്പോള്‍ ഗീതയ്ക്കില്ല. ഒരുമിച്ചുള്ള പൊറുതി ഞങ്ങള്‍ രണ്ടാള്‍ക്കും ഒരുപോലെ ആശ്വാസമാണെന്ന് വേണം പറയാന്‍. തനിച്ചാണെന്നുള്ള ഭയം എന്നെ യിപ്പോള്‍ അലട്ടാറേയില്ല.

ഊണ് കഴിക്കാന്‍ ഇരുന്ന നേരത്താണ് ആരോ വാതിലില്‍ മുട്ടുന്നത് കേട്ടത്. ഗീതയാണെന്ന് കരുതിയാണ് ഞാന്‍ കതക് തുറക്കാന്‍ ചെന്നത്, പക്ഷേ, അത് പോസ്റ്റുമാനായിരുന്നു.

ജാനകി ചന്ദ്രശേഖരന്‍, പടിമറ്റത്ത് വീട്, വിലാസം ഇതുതന്നെ യല്ലേ?

അതേയെന്ന് പറയാന്‍ എനിക്ക് ഒരു നിമിഷം ആലോചിക്കേ ണ്ടിവന്നു. രവീടച്ഛന്റെ പേര് കൂട്ടി ആരും എന്നെ വിളിക്കാറില്ല.

എന്റെ വല്യമ്മേ, ഈ കത്തും പിടിച്ചുകൊണ്ട് കഴിഞ്ഞ രണ്ട് ദിവസമായി ഞാന്‍ വിലാസക്കാരിയെ തപ്പി നടക്കുന്നു. ഒടുവില്‍ ഇത് മടക്കി അയയ്ക്കാന്‍ തുടങ്ങുമ്പോഴാണ് വല്യമ്മയുടെ നല്ല സമയത്തിന് ദിവാകരന്‍ ചേട്ടന്‍ പോസ്റ്റോഫീസില്‍ വന്നത്.

പോസ്റ്റുമാന്‍ ദിവാകരന്‍ എന്തിയേ? അവന് എന്നെ നന്നായിട്ട് അറിയാവുന്നതാണല്ലോ?

ദിവാകരന്‍ ചേട്ടന്‍ ഹെഡ് പോസ്റ്റോഫീസിലേക്ക് സ്ഥലം മാറി പ്പോയി. ഞാന്‍ പുതിയ ആളാണ്.

ഇതെവിടുന്നാണ് മോനേ ഈ കത്ത്?

പൂജപ്പുര സെന്‍ട്രല്‍ ജയിലില്‍നിന്നാണ് ഈ കത്തയച്ചിട്ടുള്ളത്. ജയിലില്‍നിന്നുള്ള കത്തായതുകൊണ്ടാണ് ഞാന്‍ ഇത്രയും മെനക്കെ ട്ടത്. അല്ലെങ്കില്‍ ഇന്നലെത്തന്നെ ഞാനിത് തിരിച്ചയച്ചേനെ. വല്യമ്മയുടെ ആരെങ്കിലും അവിടെയുണ്ടോ?

ഗീതയുടെ കാര്യം പെട്ടെന്ന് എനിക്ക് ഓര്‍മ്മ വന്നു.

എന്റെ കൂടെ താമസിക്കുന്ന കുട്ടി കുറച്ചുനാൾ ജയിലിലായിരുന്നു. ഇത് അവൾക്കുള്ള കത്തായിരിക്കും. ആ കൊച്ചന്റെ കൈയിൽനിന്നും കത്ത് വാങ്ങി ഗീത വരുമ്പോൾ കാണാവുന്നവിധം ഞാൻ മേശപ്പുറത്ത് വെച്ചു.

സന്ധ്യയോടടുപ്പിച്ചാണ് ഗീത തിരിച്ചുവന്നത് അവളുടെ നടത്തം കണ്ടിട്ട് കാലിനെന്തോ ഏനക്കേട് പറ്റിയ ലക്ഷണമുണ്ട്.

നിന്റെ കാലിന് എന്താണ് പറ്റിയത് ഗീതേ?

കാര്യമായിട്ടൊന്നും ഇല്ല അമ്മായി. വലത്തെ കാലിന്റെ മുട്ടിന് ഒരു വേദന. ശകലം നീരുമുണ്ട്. ജയിലിൽവെച്ച് ഞാനൊരിക്കൽ കുളി മുറിയിൽ തെന്നി വീണതിന്റെ ഓർമ്മ പുതുക്കാൻ ഇടയ്ക്കിടയ്ക്ക് ഇതി ങ്ങനെ വന്നുകൊണ്ടിരിക്കും. ഒന്നുരണ്ട് ദിവസം കിയുമ്പോൾ തനി യെയങ്ങ് മാറുകയും ചെയ്യും.

ജയിലിന്റെ കാര്യം കേട്ടപ്പോഴാണ് രാവിലെ അവൾക്ക് വന്ന ക ത്തിന്റെ കാര്യം എനിക്കോർമ്മ വന്നത്.

നിനക്ക് ജയിലിൽനിന്നും ഒരു കത്ത് വന്നിട്ടുണ്ട്. ഞാനത് മേശപ്പു റത്ത് വെച്ചിട്ടുണ്ട് ഗീതെ.

ജയിലിൽനിന്നുള്ള കത്തോ? അതിന് അവിടെയാർക്കും ഞാനെന്റെ വിലാസം കൊടുത്തിട്ടില്ലല്ലോ. നോക്കട്ടെ.

ഇത് അമ്മായിക്കുള്ള കത്താണ്. പറഞ്ഞതുപോലെ ജയിലിൽനിന്നു തന്നെയാണല്ലോ അയച്ചിരിക്കുന്നത്.

ആർക്കു വന്നതെങ്കിലും ആകട്ടെ, നീയത് പൊട്ടിച്ച് വായിച്ചുനോക്ക് ഗീതേ.

ചായ്പ്പിലിരുന്ന് എക്കതേച്ചുകൊണ്ടിരുന്ന എന്റെയടുത്തേക്ക് ഗീത ഓടിവന്നിട്ട് ചോദിച്ചു. ഇത് ആരുടെ കത്താണെന്ന് അമ്മായിക്ക് വല്ല നിശ്ചയവുമുണ്ടോ?

ഞാനെങ്ങനെ അറിയാനാണ്, നീയല്ലേ വായിച്ചത്.

വായിച്ചതു ഞാൻ തന്നെയാണ്. പക്ഷേ, ഇത് സെൻട്രൽ ജയിലിൽ നിന്നും ഒരാൾ അമ്മായിക്ക് എഴുതിയിട്ടുള്ള കത്താണ്. ഇനി പറയ് ആരായിരിക്കും അത്?

നീ മനുഷ്യനെ ഭ്രാന്തുപിടിപ്പിക്കാതെ കാര്യം പറയെന്റെ പെണ്ണെ.

അമ്മായി, ഇത് രവിയുടെ കത്താണ്. രവിയിപ്പോൾ പൂജപ്പുര സെൻ ട്രൽ ജയിലിലുണ്ട്.

എന്റീശ്വരാ, രവിയുടെ കത്തോ? കൈയിലിരുന്ന എണ്ണക്കുപ്പി താഴെ വെച്ചിട്ട് ഞാൻ ആ കത്തുവാങ്ങി നോക്കി. കണ്ണാടി എടുത്തുവെക്കാ നുള്ള ക്ഷമയൊന്നും എനിക്ക് ഉണ്ടായിരുന്നില്ല.

നീ ഇതൊന്ന് പെട്ടെന്ന് വായിച്ചേ ഗീതേ.

ഇങ്ങോട്ട് താ, ഞാൻ വായിക്കാം.

സ്നേഹം നിറഞ്ഞ അമ്മയ്ക്ക്,

അമ്മ ഇപ്പോഴും ജീവിച്ചിരിക്കുന്നുണ്ട് എന്ന് അറിയുവാൻ

കഴിഞ്ഞതിൽ ഞാൻ വളരെയധികം സന്തോഷിക്കുന്നു. കഴിഞ്ഞ പത്തു വർഷമായി ഞാൻ തിരുവനന്തപുരം പൂജപ്പുര സെൻട്രൽ ജയിലിൽ കഴി യുകയാണ്. അധികം വൈകാതെ എന്റെ ശിക്ഷാകാലാവധി അവ സാനിക്കും. അമ്മയെ വന്ന് കാണുവാൻ അതിയായ ആഗ്രഹം ഉണ്ടായി രുന്നെങ്കിലും ഇതുവരെയുള്ള എന്റെ സാഹചര്യങ്ങൾ അതിന് അനു കൂലമല്ലായിരുന്നു. അച്ഛനെ കണ്ടെത്തുവാനുള്ള എന്റെ പ്രയാണം ഒടുക്കം ഇവിടെയാണ് കൊണ്ടെത്തിച്ചത്. അമ്മയ്ക്ക് സുഖമാണെന്ന് വിശ്വസിക്കുന്നു. ജയിലിലെ രേഖകളിൽ എന്റെ പേര് ശശിധരൻ നായർ എന്നാണ്. കൃത്യമായ വിലാസവും ഞാൻ താഴെ എഴുതിയിട്ടുണ്ട്. ഈ കത്ത് കിട്ടിയാലുടൻ അമ്മ എനിക്ക് മറുപടി എഴുതണം.

സസ്നേഹം രവി

ഗീതയാണ് കത്ത് വായിച്ചതെങ്കിലും എന്റെ രവി നേരിട്ട് എന്നോട് പറയുന്നതുപോലെയാണ് എനിക്ക് അനുഭവപ്പെട്ടത്.

എന്റെ മോൻ രവി ജീവിച്ചിരിക്കുന്നുണ്ട് ഗീതേ. ആ കത്തുവാങ്ങി എന്റെ നെഞ്ചിൽ ചേർത്തുവെച്ചിട്ട് ഞാൻ പറഞ്ഞു. സന്തോഷംകൊണ്ട് ഞാൻ വീർപ്പുമുട്ടുകയായിരുന്നു.

അതെ അമ്മായി, വർഷങ്ങളുടെ കാത്തിരിപ്പിനൊടുവിൽ അമ്മാ യിക്ക് രവിയെ തിരിച്ചുകിട്ടാൻ പോവുകയാണ്. എപ്പോഴോ ഒരിക്കൽ അമ്മായി പറഞ്ഞ കാര്യമാണ് എനിക്കിപ്പോൾ ഓർമ്മ വന്നത്. രവി വരു ന്നത് കാണാൻ വേണ്ടിത്തന്നെയാണ് ഈശ്വരൻ അമ്മായിക്ക് ഒന്നും വരുത്താതെ ഇതുവരെയും കാത്തത്.

അവൾ പറഞ്ഞത് അക്ഷരംപ്രതി ശരിയാണ്. ഇക്കണ്ട കാലം മുഴുവൻ ഈശ്വരൻ എനിക്ക് ആയുസ്സ് നീട്ടിത്തന്നത് ഈയൊരു മുഹൂർ ത്തത്തിന് വേണ്ടിത്തന്നെയായിരുന്നു. രവി എഴുതിയ അക്ഷരങ്ങളിലൂടെ വിരലോടിക്കുമ്പോൾ അവന്റെ നിറുകയിൽ തലോടുന്നതുപോലെയാണ് എനിക്ക് അനുഭവപ്പെട്ടത്.

ആ കത്തിൽനിന്നും കണ്ണെടുക്കുവാൻ എനിക്ക് സാധിച്ചില്ല.

ഇനിയിപ്പോൾ കത്തെഴുതി സമയം കളയണമെന്ന് എനിക്ക് തോന്നുന്നില്ല. ഏറ്റവും അടുത്ത ദിവസം നമുക്ക് പോയി രവിയെ നേരിൽ കാണുന്നതല്ലേ നല്ലത്. അതിരാവിലെ ഇവിടെനിന്നും തിരിച്ചാൽ സന്ധ്യക്ക് മുൻപ് ഈപ്പറഞ്ഞ സ്ഥലത്തെത്താം. പിറ്റേന്ന് രാവിലെ അമ്മായിക്ക് രവിയെ കാണുകയും ചെയ്യാം.

നേരാണോ ഗീതേ, ജയിലിൽ ചെന്നാൽ എനിക്കവനെ കാണാൻ പറ്റുമെന്നാണോ നീ പറയുന്നത്? അവരതിന് സമ്മതിക്കുമോ?

തീർച്ചയായും കാണാൻ കഴിയും, അത് അമ്മായിയുടെ അവകാ ശമാണ്. സന്ദർശനസമയത്ത് ചെന്ന് അപേക്ഷ കൊടുത്താൽ ജയിൽ അധികൃതർക്ക് രവിയെ നമുക്ക് കാണിച്ചുതന്നേ മതിയാകൂ. അതേക്കുറി ച്ചോർത്ത് അമ്മായി ഒട്ടും വിഷമിക്കേണ്ട. വാർഡൻ ശകലം കൈമടക്ക് കൂടി കൊടുക്കാമെന്നുവെച്ചാൽ പിന്നീടുള്ള കാര്യങ്ങളൊക്കെ ശരവേഗ

ത്തിൽ നടക്കും.

എന്തുകുറ്റം ചെയ്തതിനായിരിക്കും ഗീതേ അവൻ ജയിലിൽ കിടക്കുന്നത്.

ഒരു പിടിയുമില്ല അമ്മായി. എന്തായാലും ശിക്ഷയുടെ കാലാവധി കേട്ടിട്ട് ജീവപര്യന്തം ആകാനാണ് സാദ്ധ്യത. നിസ്സാര കുറ്റത്തിന് ഇത്രയും കൊല്ലത്തെ ശിക്ഷ എന്തായാലും കിട്ടില്ല, അതെനിക്ക് ഉറ പ്പുണ്ട്.

ഇനി അച്ഛനെ കൊല്ലാൻ നോക്കിയ കേസിന് മറ്റോ ആണോ ഗീതേ അവൻ ശിക്ഷ അനുഭവിക്കുന്നത്.

അങ്ങനെ വരാൻ ഒരു സാദ്ധ്യതയുമില്ല അമ്മായി. ആ വകുപ്പിന് കിട്ടാവുന്നത് പരമാവധി രണ്ടോ, മൂന്നോ കൊല്ലത്തെ ശിക്ഷയാണ്. മാത്ര വുമല്ല, ആ സംഭവം നടന്നിട്ട് ചുരുങ്ങിയത് പത്തുമുപ്പത്തഞ്ചുകൊ ല്ലമെങ്കിലും കഴിഞ്ഞിട്ടുണ്ട്. ഇത് വേറെയെന്തോ കേസാണ്. എന്തോ ആകട്ടെ, കുറച്ചുദിവസം കൂടി ക്ഷമിച്ചാൽ അമ്മായിക്ക് രവിയോട് നേരിട്ടുതന്നെ ചോദിച്ചറിയാമല്ലോ.

ഇതൊക്കെ സത്യമാണെന്ന് വിശ്വസിക്കാൻ എനിക്ക് കഴിയുന്നില്ല ഗീതേ.

വിശ്വസിക്കാതിരിക്കാൻ മാത്രം ഇവിടിപ്പോൾ എന്താണ് ഉണ്ടായത്. അമ്മായിയുടെ കഷ്ടകാലമൊക്കെ കഴിഞ്ഞു എന്നുമാത്രം കരുതിയാൽ മതി. രവിയുടെ ശിക്ഷാകാലാവധി അധികം വൈകാതെ തീരുമെന്നാ ണല്ലോ എഴുതിയിരിക്കുന്നത്. ഇനിയുള്ള കാലം മോനോടൊപ്പം സുഖ മായി ജീവിക്കണമെന്നായിരിക്കും ഈശ്വരനിശ്ചയം.

അതുതന്നെയാണ് ഗീതേ ഞാനിപ്പോൾ സ്വപ്നം കാണുന്നത്. ആ ജീവിതത്തിൽ നീയും എന്റെകൂടെ വേണമെന്നാണ് എന്റെ ആഗ്രഹം.

അതിനെന്താ കുഴപ്പം, വന്നാലുടനെ രവിയോട് എനിക്കൊരു താലി തരാൻ പറഞ്ഞാൽ മതി, എന്നെപ്പോലെ ഒരു മരുമകളെ കിട്ടാൻ ഭാഗ്യം ചെയ്യണം. തമാശയായിട്ടാണ് ഗീത അതുപറഞ്ഞത്.

മരുമകളായി നീ എന്റെകൂടെ കഴിയുന്ന കാര്യമാണ് ഞാനും ഉദ്ദേശിച്ചത്. ഇത് പറയുമ്പോൾ ഗീതയുടെ മുഖത്ത് പെട്ടെന്നൊരു തിളക്കം വരുന്നത് ഞാൻ ശ്രദ്ധിച്ചു.

അമ്മായിക്ക് അങ്ങനെ പലതും തോന്നും. ഞാൻ പോയി അരി അടു പ്പത്തിടാൻ നോക്കട്ടെ, സ്വല്പം നാണത്തോടെ ഗീത അടുക്കളയിലേക്ക് പോയി.

ഉത്തരം കിട്ടാത്ത നൂറുകണക്കിന് ചോദ്യങ്ങളാണ് എന്റെ മനസ്സി ലേക്ക് തള്ളിക്കയറിവരുന്നത്. രവി പോയതിന് ശേഷമുള്ള ഓരോ കാര്യ ങ്ങളും വെള്ളിത്തിരയിലെന്നപോലെ എന്റെ മുൻപിലേക്ക് കടന്നുവന്നു. അവന്റെ കത്ത് നെഞ്ചിൽ ചേർത്തുപിടിച്ച് ഓർമ്മകളുടെ ലോകത്തിലൂടെ ഞാൻ നടന്നു.

മൂന്ന് ചുവരുകൾ

സ്ത്രീകളുടെ സ്വാതന്ത്ര്യവും സമത്വവും ഉറപ്പാക്കണമെന്ന് ആവശ്യപ്പെട്ടുകൊണ്ട് ഇന്നു വൈകിട്ട് അഞ്ചുമണിക്ക് പുത്തരിക്കണ്ടം മൈതാനിയിൽ നടക്കുന്ന മഹാസമ്മേളനത്തിലേക്ക് നിങ്ങളേവരെയും ഹാർദ്ദവമായി സ്വാഗതം ചെയ്യുന്നു, ക്ഷണിക്കുന്നു. പുരുഷ മേധാവിത്വ ത്തിന്റെ അടിമച്ചങ്ങലകൾ പൊട്ടിച്ചെറിയൂ എന്ന് ആഹ്വാനം ചെയ്തു കൊണ്ട് പ്രമുഖരായ സ്ത്രീവിമോചന നേതാക്കൾ നിങ്ങളെ അഭി സംബോധന ചെയ്തു സംസാരിക്കുന്നു.

പട്ടണത്തിന്റെ തിരക്കിലൂടെ ഇഴഞ്ഞു നീങ്ങിക്കൊണ്ടിരിക്കന്ന ബസി നകത്തിരുന്നാണ് ഈ അനൗൺസ്മെന്റ് ഞാൻ കേട്ടത്. സ്ത്രീ സ്വാത ന്ത്ര്യം, സമത്വം എന്നീ വാക്കുകൾ ഞാൻ നിരവധി അവസരങ്ങളിൽ കേട്ടിട്ടുണ്ടെങ്കിലും അതിന്റെ ശരിയായ അർത്ഥം മനസ്സിലാക്കിയെടുക്കാൻ ഇതുവരെയും എനിക്കു സാധിച്ചിട്ടില്ല. ഒരുതരത്തിൽ നോക്കിയാൽ ജീവി തത്തിൽ എന്നെപ്പോലെ സ്വാതന്ത്ര്യം അനുഭവിച്ചിട്ടുള്ള ഒരു സ്ത്രീ വേറെ യുണ്ടാകാൻ വഴിയില്ല.

പുരുഷമേധാവിത്വത്തിന്റെ ചങ്ങലയിൽ ഞാനൊരിക്കൽപ്പോലും ബന്ധിതയായിരുന്നില്ല. എന്നിട്ടും ആത്യന്തികമായി ആ സ്വാതന്ത്ര്യം എന്താണ് എനിക്ക് നേടിത്തന്നത്? സ്വാതന്ത്ര്യം നേടിയതുകൊണ്ട് മാത്രം സ്ത്രീയുടെ സ്ഥായിയായ പ്രശ്നങ്ങൾ അവസാനിക്കുന്നില്ല എന്നു മാത്രം എനിക്കറിയാം. എന്റെ ജീവിതം തന്നെയാണല്ലോ അതിനുള്ള ഏറ്റവും വലിയ ഉദാഹരണം. സ്വാതന്ത്രയായിരുന്നിട്ടും പുരുഷന്റെ സംര ക്ഷണം സ്വപ്നം കണ്ട് ഒരായുസ്സ് മുഴുവൻ നഷ്ടപ്പെടുത്തുകയാണ് ഞാൻ ചെയ്തത്.

സ്ത്രീകളുടെ മനസ്സിൽ ആഴത്തിൽ വേരൂന്നിയിട്ടുള്ള ആശ്രയമനോ

ഭാവം നിലനില്ക്കുന്ന കാലത്തോളം സ്വാതന്ത്ര്യത്തിന്റെ ഗുണഫലങ്ങൾ അവൾക്കെന്നും ഒരു കിട്ടാക്കനിയായി അവശേഷിക്കും. ഏറെ പുരോഗതി കൈവരിച്ചു എന്ന് അവകാശവാദം ഉന്നയിക്കുമ്പോഴും പുരുഷന്റെ തണ ലില്ലാതെ ജീവിക്കുന്ന സ്ത്രീകളെ അംഗീകരിക്കാൻ സമൂഹം ഇന്നും തയ്യാറായിട്ടില്ല. ഒരുപക്ഷേ, പുരുഷന്മാരേക്കാൾ കൂടുതൽ ഇക്കാര്യത്തിൽ നിർബ്ബന്ധബുദ്ധി വെച്ചു പുലർത്തുന്നത് സ്ത്രീകൾ തന്നെയാണ്. പുരുഷനോടുള്ള അമിതമായ വിധേയത്വം മനസ്സിൽ കാത്തുസൂക്ഷിക്കുന്ന സ്ത്രീകൾതന്നെ എക്കാലവും സ്ത്രീകളുടെ ശത്രുക്കളായി മാറുന്നു. യഥാർത്ഥത്തിൽ സ്ത്രീ സ്വതന്ത്രയായാകേണ്ടത് അവളുടെ ചിന്താഗതി കളിൽ നിന്നാണ്. അതിനു തയ്യാറാകാത്തിടത്തോളം കാലം സമത്വവും ശാക്തീകരണവും മുദ്രാവാക്യങ്ങളിൽ കേട്ട് സായൂജ്യമടയാനാണ് സ്ത്രീ സമൂഹത്തിന്റെ തലവിധി.

വിരസമായ കാത്തിരുപ്പുകളെ ഓർമ്മപ്പെടുത്തുന്ന ഈ യാത്ര ഞാൻ അതിരാവിലെ തുടങ്ങിയതാണ്. ജീവിതത്തിൽ ആദ്യമായിട്ടാണ് ഇത്രയും ദൂരം ഞാൻ സഞ്ചരിക്കുന്നത്. രവീടച്ഛന്റെ കൂടെ ശിവരാത്രിക്ക് പോയ താണ് ഇതുവരെ ഞാൻ നടത്തിയിട്ടുള്ളതിൽവെച്ച് ഏറ്റവും ദൈർ ഘ്യമുള്ള യാത്ര. ബസിനകത്തു കയറിയ സമയം മുതൽ ഉറങ്ങുന്ന കാര്യത്തിൽ ഗീത ഒരു ലോഭവും വരുത്തിയില്ല. എനിക്കാണെങ്കിൽ നേരെ തിരിച്ചാണ്. ഇതിനകത്തിരുന്ന് ഒരുപോല കണ്ണടയ്ക്കാൻ സാധിക്കു മെന്നുള്ള പ്രതീക്ഷ പോലുമില്ല. പണ്ട് അച്ഛന്റെ കൈയിൽ തൂങ്ങി ആദ്യമായി ബസിൽ കയറുമ്പോൾ തോന്നിയ ഭയവും ജിജ്ഞാസയും തന്നെയാണ് ഇപ്പോഴും എനിക്കുള്ളത്.

ഗീത ഉറക്കം മതിയാക്കി എഴുന്നേറ്റപ്പോൾ വണ്ടി ഒരു പട്ടണത്തിലൂടെയാണ് പോയിക്കൊണ്ടിരുന്നത്.

നമ്മൾ ഇതെവിടെയെത്തി ഗീതേ?

ലക്ഷണം കണ്ടിട്ട് തിരുവനന്തപുരം എത്താറായെന്നു വേണം കരുതാൻ. കണ്ടക്ടർ വരുമ്പോൾ ഞാൻ ചോദിച്ചു നോക്കാം അമ്മായി.

എന്റെ ഊഹം തെറ്റിയില്ല അമ്മായി. അരമണിക്കൂറിനുള്ളിൽ നമ്മൾ തമ്പാനൂർ സ്റ്റാന്റിലെത്തും. അവിടെയാണ് നമുക്ക് ഇറങ്ങേണ്ടത്. കണ്ടക്ടറോട് ചോദിച്ച് ഉറപ്പാക്കിയതിനു ശേഷം ഗീത പറഞ്ഞു.

അധികം വൈകാതെ ഞങ്ങൾ സ്റ്റാന്റിൽ എത്തിച്ചേർന്നു. ബസിൽ നിന്ന് ഇറങ്ങിയിട്ടും കുറെ സമയത്തേക്ക് എനിക്കെന്റെ നടുവ് നിവർത്താൻപോലും കഴിഞ്ഞില്ല. കുറച്ചുനേരം മറ്റോ ആണോ ഒരേയിരിപ്പ് ഇരുന്നത്.

ആദ്യം നമുക്ക് ഒരു ചായ കുടിക്കാം അമ്മായി.

നീ ഇതിനുമുമ്പ് ഇവിടെ വന്നിട്ടുണ്ടോ ഗീതേ?

അമ്മായിയെപ്പോലെ ആദ്യമായാണ് ഞാനും ഇവിടെ വരുന്നത്. ഞാൻ കിടന്നത് വിയ്യൂർ ജയിലിലായിരുന്നു. അതങ്ങു തൃശൂരിലാണ്.

ഈ കൂറ്റൻ കെട്ടിടങ്ങളും വണ്ടികളുമൊക്കെ കണ്ടിട്ട് വേറെയെതോ

ലോകത്തിൽ എത്തിപ്പെട്ടതുപോലെ എനിക്കു തോന്നുന്നു. രവിയുടെ അടുത്തേക്ക് പോകാനുള്ള വഴിയെക്കുറിച്ച് നിനക്ക് വല്ല നിശ്ചയവും മുണ്ടോ ഗീതേ?

അതിനെക്കുറിച്ചൊന്നും ആലോചിച്ച് അമ്മായി പരിഭ്രമിക്കണ്ട. പരി ചയമില്ലാത്ത ഒരു സ്ഥലത്തു ചെന്നാൽ വഴി ചോദിച്ചറിയാൻ ഏറ്റവും പറ്റിയ ഇടമാണ് ചായക്കട. അതുകൊണ്ടാണ് വന്നിറങ്ങിയ ഉടനെ ഒരു ചായ കുടിക്കാമെന്ന് ഞാൻ അമ്മായിയോട് പറഞ്ഞത്. ചായക്കടയിലാ കുമ്പോൾ ആരും തെറ്റായി വഴി പറഞ്ഞു തരില്ല എന്നു മാത്രമല്ല ഇനി ആരെങ്കിലും മനഃപൂർവ്വം തെറ്റിച്ചു പറഞ്ഞാൽക്കൂടി ബാക്കിയുള്ളവർ അതു തിരുത്തിക്കൊള്ളും.

അവളുടെ ധൈര്യം കണ്ടിട്ട് എനിക്ക് അതിശയം തോന്നിപ്പോയി. ഞാൻ ചായ കുടിച്ചുകൊണ്ടിരുന്ന നേരത്ത് അവിടെ കൂടിനില്ക്കുന്ന ആളുകളോട് ഗീത വഴി ചോദിച്ചു മനസ്സിലാക്കുന്നുണ്ടായിരുന്നു.

കണ്ടില്ലേ അമ്മായി, അക്കൂട്ടത്തിൽ ഉണ്ടായിരുന്ന ഒരാൾ പൊലീ സുകാരനായിരുന്നു. അതുകൊണ്ട് നമ്മൾ പ്രതീക്ഷിച്ചതിലും കൂടുതൽ കാര്യങ്ങൾ അറിയാൻ സാധിച്ചു. ഇവിടെനിന്നും വളരെയടുത്താണ് സെൻ ട്രൽ ജയിൽ. പൂജപ്പുരയ്ക്കുള്ള ബസിൽ കയറിയാൽ കണ്ണടച്ചു തുറ ക്കുന്ന സമയംകൊണ്ട് നമ്മൾ സ്ഥലത്തെത്തും. സന്ദർശന സമയം കഴി ഞ്ഞതുകൊണ്ട് ഇന്നിനി ജയിലിലേക്കു പോയാലും പ്രത്യേകിച്ച് ഗുണമൊന്നും ഉണ്ടാകാൻ പോകുന്നില്ല. ജയിലിനോടു ചേർന്ന് പട്ടന്മാർ നടത്തുന്ന ഒരു ലോഡ്ജ് ഉണ്ടെന്നാണ് ആ സാറു പറഞ്ഞത്. അവിടെ ഒരു മുറിയെടുത്തു താമസിച്ചിട്ട് നാളെ രാവിലെതന്നെ നമുക്ക് പോയി രവിയെ കാണാം. എന്തു പറയുന്നു?

എല്ലാം നീ തന്നെ തീരുമാനിച്ചാൽ മതി ഗീതേ. ഇപ്പോൾ തന്നെ എന്റെ പകുതി ജീവൻ പോയാണ് ഞാൻ നില്ക്കുന്നത്. നീ കൂടെയു ണ്ടല്ലോ എന്നുള്ളതാണ് എന്റെ ആകെയുള്ള ബലം.

ആ ബലം അങ്ങനെതന്നെ ഇരുന്നോട്ടെ. അമ്മായിയെ രാവിലെ തന്നെ രവിയുടെ അടുത്തെത്തിക്കുന്ന കാര്യം ഞാനേറ്റു.

എഴുന്നേല്ക്കാൻ പോലും ആവതില്ലാത്ത അവസ്ഥയിലാണ് ഞാൻ ലോഡ്ജ് മുറിയിൽ ചെന്നുകയറിയത്. കട്ടിലു കണ്ടതോടെ ഞാനതിൽ കയറി നീണ്ടുനിവർന്ന് കിടന്നു. കുറച്ചുനേരം അങ്ങനെ കിടന്നപ്പോൾ എന്റെ പകുതി ക്ഷീണവും മാറി. ഗീത അപ്പോഴേക്കും കുളി കഴിഞ്ഞു വന്നു.

ഇങ്ങനെ കിടക്കാതെ അമ്മായി പോയി കുളിക്കാൻ നോക്ക്. ഞാൻ ചുടുവെള്ളം പിടിച്ചു വെച്ചിട്ടുണ്ട്. നല്ലൊരു കുളി കഴിയുന്നതോടെ യാത്ര ചെയ്തതിന്റെ ക്ഷീണമൊക്കെ പമ്പ കടക്കും. ആ സമയം കൊണ്ട് ഞാൻ താഴെപ്പോയി കഴിക്കാൻ വല്ലതും വാങ്ങിച്ചിട്ടു വരാം.

എനിക്ക് വളരെ ലഘുവായി എന്തെങ്കിലും വാങ്ങിയാൽ മതി, ഗീതേ. നീ നിർബ്ബന്ധിച്ചതുകൊണ്ട് മാത്രമാണ് അതിരാവിലെ ആ പുട്ടും

കടലക്കറിയും കഴിക്കാൻ ഞാൻ കൂട്ടാക്കിയത്. അങ്ങനെയൊരു ശീലം ഇല്ലാത്തതുകൊണ്ട് കുറെ സമയത്തേക്ക് പാമ്പ് ഇര വിഴുങ്ങിയ അവസ്ഥയിലായിരുന്നു ഞാൻ. അതുകൊണ്ടാണ് ഉച്ചയ്ക്ക് ഊണുപോലും ഞാൻ വേണ്ടെന്നു വെച്ചത്. നിന്റെ പ്രായമല്ലല്ലോ എനിക്ക്, അതു മറക്കരുത്.

കുളിക്കാനുള്ള തയ്യാറെടുപ്പിനിടയിൽ ജനാലയുടെ പുറത്തേക്കു കണ്ണോടിച്ചപ്പോഴാണ് റോഡിനു എതിർവശത്തുള്ള ഉയരം കൂടിയ മതിൽ എന്റെ ശ്രദ്ധയിൽ പെട്ടത്. ജയിലിന്റെ മതിലാണെന്ന് വിളിച്ചറിയിക്കുന്ന രീതിയിലാണ് അതു പണിതു വെച്ചിട്ടുള്ളത്.

ആ കാണുന്നത് ജയിലിന്റെ മതിലാണോ, ഗീതേ?

അതെ അമ്മായി, ജയിലിലുള്ള തടവുകാർ ചാടിപ്പോകാതിരിക്കാനാണ് കോട്ടമതിലുപോലെ അതു കെട്ടി വെച്ചിരിക്കുന്നത്. ഉയരമുള്ള ഒരു മരംപോലും അതിന്റെ പരിസരത്തെങ്ങും കാണാൻ സാധിക്കില്ല. ഇതൊക്കെ എല്ലാ ജയിലുകളിലും കാണുന്ന സ്ഥിരം സംവിധാനങ്ങളാണ്. എന്തൊക്കെ സുരക്ഷാ ക്രമീകരണങ്ങൾ ഉണ്ടാക്കിയാലും ജയിലു ചാടാൻ മനസ്സുകൊണ്ട് ഉറപ്പിച്ചവർ ഇതല്ല ഇതിന്റെ അപ്പുറത്തെ മതിലും ചാടും. അതാണു ചരിത്രം. ഇതൊക്കെയാണെങ്കിലും ജയിലിനെപ്പോലെ കൃത്യനിഷ്ഠതയുള്ള ഒരു സ്ഥലം ഈ ലോകത്തിൽ വേറെയുണ്ടാകില്ല. നേരു പറഞ്ഞാൽ ജയിലിൽ കയറിയതിനു ശേഷമാണ് എന്റെ ജീവിതത്തിൽ ഒരു അടുക്കും ചിട്ടയും വന്നത്. അതിനുമുമ്പ് ഇരുപത്തിനാലു മണിക്കൂറും എന്റെ തലയിൽ ഭർത്താവും കുടുംബവും മാത്രമാണ് ഉണ്ടായിരുന്നത്. അത്തരം ചിന്തകൾക്കൊന്നും പ്രസക്തിയില്ലെന്ന് ജയിൽ വാസം എന്നെ നന്നായി പഠിപ്പിച്ചു. എന്റെ കൂടെ തടവുശിക്ഷ അനുഭവിച്ചിരുന്ന ഭൂരിഭാഗം സ്ത്രീകളും അവിടെ എത്തിച്ചേർന്നതിനു പിന്നിൽ അവർ സ്നേഹിക്കുകയും വിശ്വസിക്കുകയും ചെയ്തിരുന്ന ഒരു പുരുഷൻ ഉണ്ടായിരുന്നു. എന്റെ കാര്യത്തിലും അതു തന്നെയാണല്ലോ സംഭവിച്ചത്.

രവി ഇപ്പോൾ എന്തെടുക്കുകയായിരിക്കും ഗീതേ?

സന്ധ്യക്കു മുൻപ് തടവുകാർ അവരവരുടെ സെല്ലുകളിലേക്ക് പോകണമെന്നാണ് ജയിലിലെ ചട്ടം. അതിനകത്തുള്ള ഏതെങ്കിലുമൊരു സെല്ലിൽ നമ്മുടെ രവിയും ഉണ്ടാകും.

ഇങ്ങനെയൊരു സാഹചര്യത്തിൽ രവിയെ കാണേണ്ടിവരുമെന്ന് ഒരിക്കൽപ്പോലും ഞാൻ കരുതിയില്ല. ഈയൊരു അവസ്ഥയുമായി പൊരുത്തപ്പെടാൻ കുറച്ചൊന്നുമല്ല ഗീതേ ഞാൻ ബുദ്ധിമുട്ടുന്നത്.

അമ്മായിക്ക് വിഷമിക്കാൻ പ്രത്യേകിച്ച് കാരണമൊന്നും വേണ്ടല്ലോ. സംഭവിക്കാനുള്ളത് മുഴുവൻ സംഭവിച്ചു കഴിഞ്ഞു. ഏതു സാഹചര്യത്തിൽ ആണെങ്കിലും രവി അമ്മായിയുടെ മകൻ അല്ലാതാകുമോ? അമ്മായിയുടെ ജിജ്ഞാസ എനിക്കു നല്ലതുപോലെ മനസ്സിലാക്കാൻ സാധിക്കുന്നുണ്ട്.

എന്റെ ഇപ്പോഴത്തെ മാനസികാവസ്ഥ നിനക്കെന്നല്ല ആർക്കും മന

സ്സിലാകുന്നില്ല ഗീതേ. രവിയെ കാണാനുള്ള ജിജ്ഞാസ ഉണ്ടെന്നുള്ളത് നേരു തന്നെയാണ്. പക്ഷേ, അതിനെക്കാൾ ഉപരിയായി നഷ്ടബോധ മാണ് എന്റെ മനസ്സിനെയിപ്പോൾ കൂടുതലായി വേദനിപ്പിക്കുന്നത്.

നഷ്ടബോധമോ? എന്തിന്? എനിക്കൊന്നും മനസ്സിലാകുന്നില്ല.

അതെ ഗീതേ, ഭർത്താവിനും മകനും വേണ്ടിയുള്ള കാത്തിരിപ്പിനു വേണ്ടിയാണ് എന്റെ ആയുസ്സിലെ ഏറിയ പങ്കും ഞാൻ ചെലവഴിച്ചത്. ഞാൻ നഷ്ടപ്പെടുത്തിയ എന്റെ ജീവിതം തിരിച്ചുതരാൻ എന്റെ മകനെ നല്ല ആർക്കും ഇനി സാധിക്കില്ല. ആ ചിന്തയാണ് എന്റെ മനസ്സിൽ നഷ്ടബോധത്തിന്റെ വിങ്ങലുകൾ വളർത്തുന്നത്. എനിക്കിനി അധിക കാലമൊന്നും ബാക്കിയില്ല. ഞാൻ മരിച്ചു കഴിയുമ്പോൾ എന്റെ ശേഷ ക്രിയ ചെയ്യുന്നതിൽ മാത്രം ഒതുങ്ങി നില്ക്കുന്നതാണോ എന്റെ മകന്റെ കടമ? കാലശേഷവും എന്റെ ആത്മാവിനു ശാന്തി ലഭിക്കുന്നത് പ്രതീ ക്ഷിച്ചാണോ എന്റെ ജീവിതം ബലികൊടുത്ത്?

ഗീത കുറച്ചു നേരത്തേക്ക് ഒന്നും സംസാരിച്ചില്ല.

ഇതിൽ കൂടുതലായി എന്തു ചെയ്യാൻ കഴിയുമായിരുന്നു എന്നാണ് അമ്മായി കരുതുന്നത്? പുറത്തു കാണുന്ന ജയിലിന്റെ മതിലിനേക്കാളും വലിയ കോട്ടമതിലുകളാണ് സ്ത്രീയുടെ ചുറ്റിലും സമൂഹം കെട്ടി ഉയർ ത്തിയിട്ടുള്ളത്. വലിയ പദവികൾ അലങ്കരിക്കുന്ന സ്ത്രീകൾ പോലും പുരുഷനോടുള്ള ആശ്രയബോധം കാത്തു സൂക്ഷിക്കുവാൻ നിർബ്ബ ന്ധിതരാകുന്ന ഈ സമൂഹത്തിൽ വേറിട്ട ചിന്തകൾക്ക് എന്തു പ്രസ ക്തിയാണ് ഉള്ളത്. ഒഴുക്കിനൊപ്പം നീന്താനാണ് എല്ലാവരും ഇഷ്ടപ്പെ ടുന്നത്. നമ്മുടെ സമൂഹത്തിൽ ജീവിക്കുന്നിടത്തോളം കാലം അതിൽ കൂടുതലായി സ്ത്രീകൾക്ക് ഒന്നും ചെയ്യാനാവില്ല.

ഗീത പറഞ്ഞതു നേരാണ്, ഒഴുക്കിനെതിരെ നീന്താനുള്ള ആർ ജ്ജവം ഒരിക്കലും ഞാൻ കാണിച്ചില്ല. എന്നെ സംരക്ഷിക്കുവാനുള്ള ബാദ്ധ്യത എനിക്കു മാത്രമായിരുന്നു. അതു മറ്റു പലരുടെയും ഉത്തര വാദിത്വമാണെന്ന് കരുതിയതാണ് ജീവിതത്തിൽ എനിക്കു സംഭവിച്ച ഏറ്റവും വലിയ തെറ്റ്.

അടുത്തുള്ള ഏതോ അമ്പലത്തിൽനിന്നും റിക്കാർഡ് കേട്ടതോടെ ഞാൻ കിടപ്പു മതിയാക്കി എഴുന്നേറ്റു. ഗീത ഉണരുന്നതുവരെ കാത്തിരി ക്കാനുള്ള ക്ഷമ എനിക്കുണ്ടായിരുന്നില്ല. ഗത്യന്തരമില്ലാതെ വന്നപ്പോൾ ഞാൻ അവളെയും വിളിച്ചെഴുന്നേല്പിച്ചു.

നേരം വെളുത്തു വരുന്നതേയുള്ളൂ. ഒരു പത്തുമണി എങ്കിലും ആകാതെ അങ്ങോട്ടു പോയതുകൊണ്ട് യാതൊരു പ്രയോജനവും ഉണ്ടാകില്ല അമ്മായി.

നീയൊന്ന് എഴുന്നേല്ക്ക് എന്റെ ഗീതേ. ഒറ്റയ്ക്ക് ഇങ്ങനെ ഇരുന്നിട്ട് എനിക്ക് ഭ്രാന്ത് പിടിക്കുന്നതുപോലെ തോന്നുന്നു.

മനസ്സില്ലാമനസ്സോടെ ഗീത കട്ടിലിൽ എഴുന്നേറ്റിരുന്നു.

ഇത്രയും കാലം ഒറ്റയ്ക്കു കഴിഞ്ഞ അമ്മായി തന്നെയാണോ ഇതു

പറയുന്നത്.

ജീവിച്ചിരിക്കുന്നുണ്ടോ എന്നുപോലും ഉറപ്പില്ലാത്ത മകനുവേണ്ടി ഒരു കാലഘട്ടം മുഴുവൻ കാത്തിരിക്കാൻ എനിക്ക് ഇത്രയും ബുദ്ധിമുട്ട് ഉണ്ടായിരുന്നില്ല. പക്ഷേ, രവിയുടെ കത്ത് കൈയിൽ കിട്ടിയതിന് ശേഷ മുള്ള ഓരോ നിമിഷങ്ങളും ഓരോ യുഗങ്ങളായിട്ടാണ് ഞാൻ തള്ളി നീക്കുന്നത്.

ഈയൊരു അവസ്ഥയെ തരണം ചെയ്യാൻ എനിക്ക് കഴിയുന്നില്ല ഗീതേ.

കാത്തിരിപ്പിന്റെയും ഒറ്റപ്പെടലിന്റെയും വേദന എനിക്കും നല്ലതു പോലെ അറിയാം അമ്മായി. സ്വസ്ഥമായ ഒരു കുടുംബ ജീവിതത്തിൽ മാത്രം ഒതുങ്ങി നില്ക്കുന്ന സ്വപ്നങ്ങളുമായി ജീവിച്ച ഒരു സാധാരണ വീട്ടമ്മയായിരുന്നു ഞാനും. പക്ഷേ, എല്ലാ പ്രതീക്ഷങ്ങളും സ്വപ്നങ്ങളും ഒരൊറ്റ രാത്രി കൊണ്ടാണ് എന്റെ മുൻപിൽ തകർന്നു വീണത്. മൂന്നു ചുമരുകൾക്കുള്ളിൽ ഒതുങ്ങി. ഇന്നു ഞാൻ സ്വതന്ത്രയാണെങ്കിലും അദൃ ശ്യമായ മതിൽക്കെട്ടുകൾ ഇപ്പോഴും എന്റെ ചുറ്റിലുമുണ്ട്. ആ മതിലു കൾക്ക് പുറത്തുള്ള ഒരു ലോകത്തെക്കുറിച്ച് സ്വപ്നം കാണാനുള്ള കരുത്ത്പോലും എനിക്ക് പണ്ടേ നഷ്ടപ്പെട്ടു പോയി.

ഗീത എഴുന്നേറ്റ് എന്റെ അടുത്ത് വന്നിരുന്നു.

മാസങ്ങളും ദിവസങ്ങളും ഇനി കാത്തിരിക്കാനില്ലല്ലോ, ഏതാനും മണിക്കൂറിനുള്ളിൽ അമ്മായിക്ക് രവിയെ കാണാൻ സാധിക്കും. ഇതിന കത്തിരുന്ന് കൂടുതൽ മുഷിയാതെ നമുക്കൊരല്പം നേരത്തെ ഇറങ്ങി യേക്കാം. അതുപോരെ?

ലോഡ്ജിനു താഴെയുള്ള ഹോട്ടലിൽനിന്നും പ്രാതൽ കഴിച്ചിട്ടാണ് ഞങ്ങൾ ജയിലിലേക്ക് പോയത്. കുറച്ചുദൂരം ആ വലിയ മതിലിന്റെ അരികെ പിടിച്ചു നടന്നപ്പോൾ ഞങ്ങൾ ജയിലിന്റെ പ്രവേശനകവാട ത്തിനു മുൻപിലെത്തി. അവിടെയുണ്ടായിരുന്ന പാറാവുകാരനോട് ഗീത കാര്യങ്ങൾ വിശദീകരിച്ചതിനുശേഷമാണ് ഞങ്ങൾക്ക് അകത്തേക്ക് പ്രവേശിക്കാനുള്ള അനുവാദം കിട്ടിയത്.

ജയിൽ സൂപ്രണ്ടിനെ കാണുന്നതാണ് നമ്മുടെ അടുത്ത കടമ്പ, ഗീത പറഞ്ഞു.

കുറച്ചു ദൂരം അതിനകത്തുകൂടി മുന്നോട്ടു നടന്നപ്പോൾ പുറത്തു കണ്ടതിനേക്കാൾ ഇരട്ടി ഉയരമുള്ള മതിലുകൾ കണ്ടുതുടങ്ങി. അതിന കത്തു തലയുയർത്തി നില്ക്കുന്ന ഓടിട്ട കെട്ടിടങ്ങളും വഴിയിൽ നിന്നുകൊണ്ടുതന്നെ കാണാമായിരുന്നു. ഒരു വലിയ ഇരുമ്പു ഗെയി റ്റിനോടു ചേർന്നുള്ള കെട്ടിടത്തിലായിരുന്നു സൂപ്രണ്ടിന്റെ ആഫീസ്. ഞങ്ങൾ ചെന്നു കയറുന്ന സമയത്ത് സൂപ്രണ്ട് എത്തിയിട്ടില്ലായിരുന്നു. എന്നെ പുറത്തു നിർത്തിയിട്ട് ഗീത ആഫീസിനകത്തേക്കു കയറിപ്പോയി. അവിടെനിന്ന് എന്റെ കാലുകൾ കഴച്ചപ്പോൾ ആഫീസിന്റെ വെളിയിൽ കിടക്കുന്ന ഒരു ബെഞ്ചിൽ ഞാൻ പോയി ഇരുന്നു. കുറച്ചുസമയം

കഴിഞ്ഞപ്പോൾ വളരെ സന്തോഷത്തോടെയാണ് ഗീത തിരിച്ചു വന്നത്.

ജയിലിൽ എല്ലാത്തിനും ചില മാമൂലുകളൊക്കെയുണ്ട് അമ്മായി. തടവുപുള്ളികളെ കാണാൻ വരുന്ന ആളുകളെ എങ്ങനെ മുതലാക്ക ണമെന്ന് ഇവിടെയുള്ള സാറന്മാർക്ക് നന്നായി അറിയാം. എന്തായാലും സൂപ്രണ്ട് എത്തിയാലുടനെ അമ്മായിക്ക് രവിയെ കാണാനുള്ള എല്ലാ ഏർപ്പാടുകളും ഞാൻ ശരിയാക്കിയിട്ടുണ്ട്.

ഈ പൊലീസുകാരുമായി ഇടപഴകാൻ നിനക്കു പേടിയൊന്നും തോന്നുന്നില്ലേ ഗീതേ? എനിക്കാണെങ്കിൽ കാക്കി കാണുമ്പോൾ തന്നെ വിറ തുടങ്ങും.

ഇതു ശരിക്കുള്ള പൊലീസുകാരല്ല അമ്മായി, ഇവരൊക്കെ ജയി ലിലെ ജീവനക്കാരാണ്. രണ്ട് കൂട്ടരെയും വേഷം കാക്കിയാണെന്നേ യുള്ളു. കുറച്ചുനാൾ ജയിലിൽ കിടക്കുന്നതോടെ കാക്കിയോട് ആദ്യം തോന്നുന്ന പേടിയൊക്കെ സാവധാനം ഇല്ലാതാകും. ആത്യന്തികമായി ഇവരും നമ്മളെപ്പോലെ മനുഷ്യരു തന്നെയാണല്ലോ.

നിന്നെ സമ്മതിക്കണം ഗീതേ. ഈശ്വരനായിട്ടാണ് നിന്നെ എന്റെ യടുത്തു കൊണ്ടെത്തിച്ചത്. നീ കൂടെയില്ലായിരുന്നെങ്കിൽ ഇവിടെ വരുന്ന കാര്യം എനിക്ക് സ്വപ്നം കാണാൻപോലും സാധിക്കില്ലായിരുന്നു.

ഇതൊക്കെ ഒരു നിമിത്തമാണ് അമ്മായി. ജീവിതത്തിൽ ഇനിയൊ രിക്കലും ജയിലിന്റെ പടി ചവിട്ടാൻ ഇട വരുത്തരുതേന്ന് പ്രാർത്ഥിച്ചു കൊണ്ടാണ് വിയ്യൂരിൽനിന്നും ഞാൻ ഇറങ്ങിയത്. എന്നിട്ടിപ്പോൾ എന്തായി? ഒരു മാസം തികയുന്നതിനുമുൻപ് അതിലും മുന്തിയ ജയി ലിൽ വന്നു കയറാനുള്ള യോഗം എനിക്കുണ്ടായില്ലേ. ദൈവനിശ്ചയം ആർക്കും തടുക്കുവാൻ കഴിയില്ല.

അമ്മായിയുടെ മോനിവിടെ നല്ല പേരാണ്. മൂർഖൻ ശശി എന്ന ചെല്ലപ്പേരിലാണ് രവി ജയിലിൽ അറിയപ്പെടുന്നത്. എന്റെ ഊഹവും തെറ്റിയില്ല. കേസ് കൊലപാതകം തന്നെയാണ്. അതും ഒറ്റയടിക്ക് രണ്ടെണ്ണത്തിനെയാണ് തീർത്തു കളഞ്ഞത്.

ഞാൻ വിഷമിക്കുമെന്ന് കരുതിയില്ല ഗീത. അതു പറഞ്ഞെങ്കിലും രവി ഒരു കൊലപാതകിയാണെന്നു കേട്ടപ്പോൾ അറിയാതെ എന്റെ കണ്ണു നിറഞ്ഞുപോയി. രവിയെക്കുറിച്ചുള്ള എന്റെ സങ്കല്പങ്ങൾ മാറിമറയു ന്നതുമായി പൊരുത്തപ്പെടാൻ എനിക്ക് കഴിയുന്നുണ്ടായിരുന്നില്ല. അതു കണ്ടപ്പോൾ ഗീതയ്ക്കു ആകെ മനഃപ്രയാസമായെന്നു തോന്നുന്നു.

രവിയെക്കുറിച്ചു ഞാൻ പറഞ്ഞതു കേട്ടിട്ടാണോ അമ്മായി വിഷമി ക്കുന്നത്? കൊലപാതകിയായി ആരും ഈ ലോകത്തിൽ ജനിക്കുന്നില്ല, സാഹചര്യങ്ങളാണ് ഒരാളെ കുറ്റവാളിയും കൊലപാതകിയുമൊക്കെ ആക്കിത്തീർക്കുന്നത്. ഒരു കോഴിയെ കൊല്ലാനുള്ള ചങ്കുറപ്പുപോലും ഇല്ലാതിരുന്ന ഞാൻ സ്വന്തം ഭർത്താവിനെ കൊല്ലാൻ തയ്യാറായതിന്റെ ചേതോവികാരം അമ്മായിക്ക് നല്ലതുപോലെ അറിയാവുന്നതാണല്ലോ. അതുപോലെ രവി ഇങ്ങനെ ചെയ്തതിന്റെ പിന്നിലും തക്കതായ ഒരു

കാരണമുണ്ടാകും. അതെന്തായിരുന്നു എന്ന് രവി അമ്മായിയോടു പറ
യുകയും ചെയ്യും. അമ്മായി ആ കണ്ണു തുടയ്ക്ക്, ഇതു കരയാനുള്ള
സമയമല്ല. രവിയുടെ ശിക്ഷാകാലാവധി തീരാൻ ഇനി ഏതാനും കുറച്ച്
ദിവസങ്ങൾ മാത്രമാണ് ബാക്കിയുള്ളത്. അതുകൊണ്ട് കരച്ചിലും പിഴി
ച്ചിലുമൊക്കെ മാറ്റിവച്ച് സന്തോഷത്തോടെ വേണം അമ്മായി രവിയുടെ
അടുത്തേക്കു പോകാൻ.

ഒരു മണിക്കൂറെങ്കിലും കഴിഞ്ഞാണ് സൂപ്രണ്ട് എത്തിയത്. അയാൾ
വന്നതിന്റെ പുറകെ ഗീത വീണ്ടും ആഫീസിനകത്തേക്കു കയറിപ്പോയി.
കുറച്ചുകഴിഞ്ഞു അവൾ തിരിച്ചു വന്നപ്പോൾ കൂടെയൊരു പാറാവുകാര
നുമുണ്ടായിരുന്നു.

ഈ സാറ് അമ്മായിയെ രവിയുടെ അടുത്തേക്ക് കൊണ്ടുപോകും.
പത്ത് മിനിറ്റ് സമയമാണ് അനുവദിച്ചിട്ടുള്ളത്. കുറച്ചു സമയം കൂടുതൽ
എടുത്താലും കുഴപ്പമില്ല. അതൊക്കെ സാറിനോടു ഞാൻ പറഞ്ഞു
സമ്മതിപ്പിച്ചിട്ടുണ്ട്.

എന്റെ കൂടെ നീ വരുന്നില്ലേ ഗീതേ?

ഇപ്പോഴത്തെ സാഹചര്യത്തിൽ അത് ഉചിതമാകില്ല അമ്മായി.
ഒത്തിരി വർഷങ്ങൾക്കുശേഷം നിങ്ങൾ തമ്മിൽ കാണുമ്പോൾ ഒരുപാട്
വിശേഷങ്ങൾ പറയാനും കേൾക്കാനും കാണും. അതിന്റെ ഇടയിൽ
ഞാൻ ഇല്ലാതിരിക്കുന്നതാണ് നല്ലത്. മോനെ കാണുമ്പോൾ എന്റെ
അന്വേഷണം പറയാൻ മറക്കാതിരുന്നാൽ മതി.

കൂടുതലൊന്നും പറയാൻ നിൽക്കാതെ ആ പാറാവുകാരന്റെ കൂടെ
ഞാൻ നടന്നു. വരാന്തയോടു ചേർന്നുള്ള ഒരു ഇടനാഴിയിലൂടെയാണ്
അയാൾ എന്നെ കൊണ്ടുപോയത്. വെളിച്ചം കുറഞ്ഞ ഒരു മുറിയിലാണ്
അതു ചെന്നവസാനിച്ചത്. ആ മുറിയിലേക്കു പ്രവേശിക്കുന്ന വാതിലിന്റെ
എതിർവശത്ത് അരയാൾ പൊക്കത്തിന് ഭിത്തിയും അതിനു മുകളിലേക്ക്
ഇരുമ്പിന്റെ അഴികളുമായിരുന്നു. അതിന്റെ അടുത്തേക്കാണ് പാറാവു
കാരൻ എന്നെ കൂട്ടിക്കൊണ്ടു പോയത്.

നിങ്ങൾ ഇവിടെ നിന്നാൽ മതി. ദാ അവിടെയാണ് ശശി വരുന്നത്.
അഴികളുടെ അപ്പുറത്തുള്ള മുറി അയാൾ എനിക്കു കാണിച്ചു തന്നു.

ആ മുറിയിൽ അന്നേരം ആരും ഉണ്ടായിരുന്നില്ല. അതിലേക്കു
കടന്നുവരാനുള്ള വാതിലും അടച്ചാണ് ഇട്ടിരുന്നത്. കുറച്ചു സമയത്തിനു
ശേഷം ആ കതകു തുറന്ന് ഒരു പാറാവുകാരൻ അകത്തേക്ക് കടന്നു
വന്നു. അയാളുടെ പുറകെ നടന്നുവരുന്നത്...... ഈശ്വരാ, ഇതെന്റെ
രവിയല്ലേ?

മോനെ .... രവി

എന്റെ ശബ്ദം കേട്ടതും അമ്മേ എന്ന് വിളിച്ചുകൊണ്ട് രവി
എന്റെയടുത്തേക്ക് ഓടി വന്നു. എന്നെ കണ്ടതും ഒരു കൊച്ചുകുട്ടിയെ
പ്പോലെ അവൻ വാവിട്ടു കരയുവാൻ തുടങ്ങി. എന്തുപറഞ്ഞാണ്
അവനെ ആശ്വസിപ്പിക്കേണ്ടതെന്ന് എനിക്കൊരു നിശ്ചയവും ഉണ്ടായി

രുന്നില്ല. പെട്ടെന്ന് രവിയെ കണ്ടതിന്റെ അമ്പരപ്പ് എനിക്കും വിട്ടുമാറിയി
ട്ടില്ലായിരുന്നു.

എനിക്കിതു വിശ്വസിക്കുവാൻ കഴിയുന്നില്ല. അമ്മയെ ഒരിക്കലും
കാണാൻ കഴിയില്ലെന്നാണ് ഞാൻ കരുതിയത്. വിതുമ്പിക്കൊണ്ടാണ്
രവി അതു പറഞ്ഞത്.

നീ വിഷമിക്കാതിരിക്ക് മോനെ. ഞാൻ മരിക്കുന്നതിനുമുമ്പ് ഒരി
ക്കലെങ്കിലും നിന്നെയൊന്ന് കാണാൻ കഴിയണേ എന്നു മാത്രമാണ്
ഇക്കണ്ട കാലമത്രയും മനസ്സുരുകി ഞാൻ പ്രാർത്ഥിച്ചത്. എന്റെ പ്രാർ
ത്ഥന ഒടുവിൽ ഭഗവാൻ ചെവിക്കൊണ്ടു. യൂണിയന്റെ ആളുകൾക്ക് ആ
പരസ്യം കൊടുക്കാൻ തോന്നിപ്പിച്ചതും നീയതു കാണാൻ ഇടയായതു
മൊക്കെ ഈശ്വര നിശ്ചയമായിരുന്നു. ഈയൊരു മുഹൂർത്തത്തിനു
വേണ്ടിയാണ് ഞാൻ ഇതുവരെ ജീവിച്ചത്; ഇതിലും വലുതായി
ഒരാഗ്രഹവും എനിക്കിനി ബാക്കിയില്ല രവി. നിരാശയുടെ പടുകുഴിയിൽ
നിന്നാണ് നീയെന്നെ കരകയറ്റിയത്. അവന്റെ കൈവിരലുകളിൽ മുറുകെ
പിടിച്ചുകൊണ്ട് ഞാൻ പറഞ്ഞു.

വൈകുന്നേരങ്ങളിൽ പത്രം വായിക്കാൻ കിട്ടുന്നതുകൊണ്ടാണ് ആ
പരസ്യം കാണാനുള്ള ഭാഗ്യം എനിക്കു കിട്ടിയത്. പുറംലോകത്തിലെ
വിശേഷങ്ങൾ അറിയാനുള്ള ഏക മാർഗ്ഗമായതുകൊണ്ട് അതിലെ ഒരു
വരിപോലും ഞാൻ വിട്ടുകളയാറില്ല. അമ്മ മരിച്ചിട്ടുണ്ടാകുമെന്നാണ്
അതുവരെയും ഞാൻ കരുതിയിരുന്നത്. എല്ലാം ഒരു സ്വപ്നം പോലെ
യാണ് എനിക്കിപ്പോഴും തോന്നുന്നത്.

അമ്മ എങ്ങനെയാണ് ഇവിടെയെത്തിയത്?

നമ്മുടെ ചെറുശ്ശേരിയിലെ ഗീതയെ നീ ഓർക്കുന്നുണ്ടോ, അവളാണ്
എന്നെ ഇങ്ങോട്ടു കൂട്ടിക്കൊണ്ടു വന്നത്. കുറച്ചു നാളുകളായി ഗീത എന്റെ
കൂടെയാണ് താമസിക്കുന്നത്. ജയിലിൽ വന്നാൽ നിന്നെ കാണാൻ സാധി
ക്കുമെന്ന് ഗീത പറഞ്ഞപ്പോൾ പിന്നീട് കൂടുതലൊന്നും ആലോചിക്കാൻ
നില്ക്കാതെ ഞാൻ ഇങ്ങോട്ടു പുറപ്പെട്ടു. കത്തെഴുതി അതിന്റെ മറുപ
ടിക്ക് വേണ്ടി കാത്തിരിക്കാനുള്ള ക്ഷമയൊന്നും എനിക്കുണ്ടായിരുന്നില്ല
രവി.

എന്തുകൊണ്ടാണ് മോനെ ഇത്രയും കാലം നീ എന്റെയടുത്തേക്കു
വരാതിരുന്നത്? എന്നെ ഒറ്റയ്ക്കാക്കി നീ പോയിട്ട് ഇപ്പോൾ മുപ്പത്തിയെട്ടു
കൊല്ലം കഴിഞ്ഞു. എവിടെയായിരുന്നു നീയിതുവരെ? നിനക്കെന്താണ്
സംഭവിച്ചത്?

ലോകത്തിന്റെ ഏതു കോണിലുണ്ടെങ്കിലും അച്ഛനെ കണ്ടെത്തി
തിരിച്ചു കൊണ്ടുവരുമെന്ന് ശപഥം ചെയ്തിട്ടാണ് ഞാൻ അന്നു വീട്ടിൽ
നിന്നും ഇറങ്ങിയത്. അച്ഛനുവേണ്ടിയുള്ള എന്റെ അന്വേഷണം ആരംഭി
ച്ചത് ശിവദാസനാശാനിൽനിന്നായിരുന്നു. ആഴ്ചകളുടെ അലച്ചിനു ശേ
ഷമാണു ഞാൻ ആശാനെ കണ്ടുപിടിച്ചത്. ആശാൻ നല്കിയ വിവരങ്ങ
ളുടെ അടിസ്ഥാനത്തിൽ ഞാൻ പാലക്കാട് എത്തി. ഒടുവിൽ എന്റെ അന്വേ

ഷണം അവസാനിച്ചത് ചിറ്റൂരിലുള്ള ഒരു നായർ തറവാട്ടിലായിരുന്നു. അച്ഛൻ മറ്റൊരു സ്ത്രീയെ വിവാഹം കഴിച്ച് മക്കളൊരുമിച്ച് ജീവിക്കുന്ന കാഴ്ചയാണ് എനിക്കവിടെ കാണേണ്ടി വന്നത്. ആദ്യമൊക്കെ ഒഴിഞ്ഞു മാറാൻ ശ്രമിച്ചെങ്കിലും എന്റെ നിശ്ചയദാർഢ്യത്തിനു മുമ്പിൽ ഒടുവിൽ അച്ഛനു കീഴടങ്ങേണ്ടതായി വന്നു. അച്ഛന്റെ മരിച്ചുപോയ സുഹൃത്തി ന്റെ മകനായി ഞാൻ ആ വീട്ടിൽ രണ്ടു വർഷത്തോളം താമസിച്ചു.

തനിച്ചു കിട്ടുന്ന ഓരോ അവസരങ്ങളിലും അമ്മയുടെ അടുത്തേക്ക് വരാൻ ഞാൻ അച്ഛനെ നിർബ്ബന്ധിച്ചുകൊണ്ടിരുന്നു. കുടുംബത്തിന്റെ സൽപ്പേര് നഷ്ടപ്പെടുമെന്നുള്ള ഭയമാണ് അച്ഛനെ അതിൽനിന്നും പിന്തി രിപ്പിച്ചത്. സത്യങ്ങൾ മുഴുവൻ ലോകത്തിനു മുൻപിൽ വിളിച്ചു പറയു മെന്നുള്ള എന്റെ ഭീഷണിക്കു മുൻപിൽ അച്ഛനു പിടിച്ചു നില്ക്കാൻ കഴി ഞ്ഞില്ല. ഒടുവിൽ ഗത്യന്തരമില്ലാതെ നമ്മുടെ വീട്ടിലേക്ക് വരാൻ അച്ഛൻ സമ്മതം മൂളുകയായിരുന്നു.

അമ്മയുടെ അടുത്തേക്ക് വരാനിരുന്നതിന്റെ രണ്ട് ദിവസം മുമ്പായി രുന്നു ഞാനും അച്ഛനുംകൂടി നെന്മാറയിലെ വേലയ്ക്കു പോയത്. മുട ങ്ങാതെ എല്ലാ വർഷവും വേല കാണാൻ പോകുന്ന പതിവ് അച്ഛനു ണ്ടായിരുന്നു. അതുകൊണ്ട് എനിക്കതിൽ യാതൊരുവിധ അസ്വാഭാവിക തയും തോന്നിയില്ല. ഞങ്ങൾ തിരിച്ചെത്തിയപ്പോൾ നേരം പാതിരാത്രി കഴിഞ്ഞിരുന്നു. ബസ് ഇറങ്ങുന്ന സ്ഥലത്ത് നിന്നും കുറച്ചു ദൂരം വയലി ലൂടെ നടന്നു വേണമായിരുന്നു വീട്ടിലേക്കു പോകാൻ. വരമ്പിലൂടെ നട ന്നു പോകുന്നതിനിടയിൽ അച്ഛന്റെ കൈയിൽ നിന്നും അബദ്ധത്തിൽ താഴേക്കു വീണ ടോർച്ച് എടുക്കാനായി ഞാൻ വയലിലേക്കു ഇറങ്ങി. അതെടുത്തിട്ട് തിരിച്ചു കയറുമ്പോൾ കൈയിലൊരു കഠാരയുമായി നില് ക്കുന്ന അച്ഛനെയാണ് നിലാവെളിച്ചത്തിൽ ഞാൻ കണ്ടത്. വരമ്പിൽ നി ന്നുകൊണ്ട് എന്നെ കുത്തുവാനുള്ള ശ്രമത്തിനിടയിൽ ചെളിയിൽ കാ ലുവഴുതി അയാൾ വയലിലേക്കു വീണു.

ആ വീഴ്ചയിൽ കൈയിലിരുന്ന കത്തി നഷ്ടപ്പെട്ടെങ്കിലും ഒരു ഈറ്റ പ്പുലിയുടെ വേഗതയിൽ അയാൾ എന്റെ മേലേക്കു ചാടിവീണു. എന്നെ തൊഴിച്ചു താഴെയിട്ടതിനു ശേഷം നെഞ്ചിൽ കയറിയിരുന്ന് എന്റെ കഴു ത്ത് ഞെരിച്ചു കൊല്ലാനായിരുന്നു പിന്നീടയാളുടെ ശ്രമം. അഭ്യാസിയായ അയാളെ തട്ടിമാറ്റാനുള്ള ശക്തി എനിക്കില്ലായിരുന്നു. മരണവെപ്രാളം കൊണ്ട് പിടയുന്നതിനിടയിൽ അയാളുടെ കത്തി എങ്ങനെയോ എന്റെ കൈയിൽ വന്നുപെട്ടു. സകല ശക്തിയുമെടുത്ത് ആ കത്തി ഞാൻ അ യാളുടെ മുതുകിലേക്ക് കുത്തിയിറക്കി. അന്നേരം എനിക്കതു ചെയ്യുവാൻ കഴിഞ്ഞില്ലായിരുന്നു എങ്കിൽ അടുത്ത നിമിഷം ആ ചേറിൽ ഞാൻ മരി ച്ചു വീഴുമായിരുന്നു.

ദുരഭിമാനംകൊണ്ട് ജന്മം കൊടുത്ത മകനെ ഇല്ലാതാക്കുവാൻ ശ്രമിച്ച അയാൾക്ക് സ്വന്തം മകന്റെ കൈകൊണ്ടുതന്നെ മരിക്കാനായി രുന്നു വിധി. പിന്നീടൊരിക്കലും അവസാനിച്ചിട്ടില്ലാത്ത എന്റെ ഓട്ടം തുട

ങ്ങിയതും അവിടെ നിന്നായിരുന്നു. പല പേരുകളിലും രൂപത്തിലുമായി നിരവധി സ്ഥലങ്ങളിൽ ഞാൻ മാറിമാറി താമസിച്ചു. പൊലീസിന്റെ പിടി യിലാകുമെന്ന് ഭയന്നിട്ടാണ് അമ്മയുടെ അടുത്തേക്കു പോലും വരാതെ ഞാൻ മാറി നിന്നത്.

നീ കരുതുന്നതുപോലെയല്ല രവി സംഭവിച്ചത്, ആ ദുഷ്ടൻ അന്നു മരിച്ചില്ല. അയാളുടെ മൂത്ത മകൻ രവീന്ദ്രൻ കുറച്ചുനാൾ മുൻപ് നമ്മുടെ വീട്ടിൽ വന്നപ്പോഴാണ് ഞാൻ ഈ കാര്യങ്ങളൊക്ക അറിയുന്നത്. മൂന്ന് മാസങ്ങൾക്ക് മുമ്പാണ് അയാൾ മരിച്ചത്. ചാകുന്നതിന് കുറച്ചുനാൾ മുൻപ് മാത്രമാണ് നമ്മളെക്കുറിച്ചുള്ള കാര്യങ്ങൾ അയാൾ രവീന്ദ്രനോടു പോലും പറഞ്ഞത്. മരണപ്പായയിൽ കിടക്കുമ്പോഴും നിന്നെ കൊല്ലാൻ ശ്രമിച്ച കാര്യം അയാൾ സൗകര്യപുർവ്വം മറച്ചു വെക്കുകയായിരുന്നു. പകരം യാതൊരു പ്രകോപനവുമില്ലാതെ നീ അയാളെ കൊലപ്പെടു ത്താൻ ശ്രമിച്ചുവെന്നാണ് രവീന്ദ്രനെപ്പോലും അയാൾ പറഞ്ഞു വിശ്വ സിപ്പിച്ചിരിക്കുന്നത്. നീ അങ്ങനെ ചെയ്തുവെന്നു കേട്ടപ്പോൾ ഞാൻ ശരിക്കും തകർന്നുപോയി രവി. ഇപ്പോൾ സത്യങ്ങൾ മുഴുവൻ നിന്റെ വായിൽനിന്നും അറിയാൻ കഴിഞ്ഞതോടെ എനിക്കു സമാധാനമായി മോനെ.

നേരാണോ അമ്മ ഈ പറയുന്നത്? അയാളെ കൊന്ന കേസിൽ നിന്നും രക്ഷപ്പെടാൻ വേണ്ടിയാണ് അമ്മയുടെ അടുത്തേക്കുപോലും വരാതെ ഇക്കണ്ട കാലമത്രയും ഞാൻ അലഞ്ഞത്. ഇതെന്തൊരു വിധി യാണ് ഈശ്വരാ.

കഴിഞ്ഞുപോയ കാര്യങ്ങളെക്കുറിച്ചോർത്ത് വിലപിക്കുന്നതിൽ യാതൊരു അർത്ഥവുമില്ല രവി. ഇങ്ങനെയെല്ലാം സംഭവിച്ചത് ഈശ്വര നിശ്ചയം ആയിരുന്നുവെന്ന് കരുതി ആശ്വസിക്കുകയാണ് വേണ്ടത്. ആ ദുഷ്ടന്റെ ആത്മാവിന് ഒരു കാലത്തും മോക്ഷം കിട്ടാൻ പോകുന്നില്ല, അത്രയ്ക്കു വലിയ പാതകമാണ് അയാൾ നമ്മളോടു ചെയ്തിട്ടുള്ളത്.

ഞാൻ വീടുവിട്ട് ഇറങ്ങിയതുമുതൽ ഗതികേടുകൾ ഒരു നിഴ ലുപോലെ എന്നെ പിൻതുടരുകയായിരുന്നു അമ്മേ. വർഷങ്ങളുടെ അല ച്ചിലിനുശേഷം യാദൃച്ഛികമായിട്ടാണ് പുനലൂർ എന്ന സ്ഥലത്ത് ഞാൻ എത്തിപ്പെട്ടത്. തിരുനെൽവേലിയിലെ ഒരു സിമന്റ് കമ്പനിയിൽ ഞാൻ ജോലി ചെയ്യുന്ന കാലത്താണ് എന്റെ സുഹൃത്ത് സജീവൻ ഫാക്ട റിയിൽ വെച്ചുണ്ടായ ഒരപകടത്തിൽ കൊല്ലപ്പെട്ടത്. അവന്റെ ശരീരം വീട്ടിലെത്തിക്കുവാൻ കമ്പനിയിൽനിന്നും എന്നെയാണ് ചുമതലപ്പെടു ത്തിയത്. സജീവന്റെ വീട്ടിലെ സ്ഥിതി പരമദയനീയമായിരുന്നു. വയസ്സായ അമ്മയും കെട്ടുപ്രായം തികഞ്ഞ രണ്ടു സഹോദരിമാരും അടങ്ങുന്ന അവന്റെ കുടുംബം ഒരു വാടക വീട്ടിലാണ് താമസിച്ചിരുന്നത്. കരാർ തൊഴിലാളി ആയിരുന്നതുകൊണ്ട് കമ്പനിയിൽനിന്നും അവന്റെ കുടുംബത്തിന് കാര്യമായ സഹായമൊന്നും കിട്ടിയില്ല. ആ ദുരവസ്ഥയിൽ അവരെ ഉപേക്ഷിച്ചു പോരുവാൻ എന്തോ എന്റെ മനസ്സ് അനുവദിച്ചില്ല.

ആ കുടുംബത്തിന്റെ ഉത്തരവാദിത്വം ഏറ്റെടുത്ത് ഞാനും അവരോടൊപ്പം താമസമാക്കി.

പിന്നീട് ഞാൻ സജീവന്റെ മൂത്ത സഹോദരി സുമതിയെ വിവാഹം കഴിച്ചു. എന്റെ പൂർവ്വകാല ചരിത്രങ്ങളൊന്നും സുമതിയോടു പോലും പറയാൻ ധൈര്യപ്പെട്ടില്ല. അധികം വൈകാതെ ഞങ്ങൾക്കൊരു പെൺ കുഞ്ഞ് ജനിച്ചു. അമ്മയുടെ പേരു തന്നെയാണ് ഞാൻ അവൾക്കിട്ടു ള്ളത്. സാധാരണ ജീവിതത്തിലേക്ക് പതുക്കെ മടങ്ങിവരാൻ തുടങ്ങിയ സമയത്താണ് എന്റെ എല്ലാ പ്രതീക്ഷകളും തകർത്തുകൊണ്ട് സുമതി ക്ക് കാൻസർ രോഗം പിടിപെട്ടത്. അവളുടെ ചികിത്സയ്ക്കുള്ള പണം കണ്ടെത്താൻ വേണ്ടിയായിരുന്നു ഞാൻ കുഴൽപ്പണക്കാരുടെ കൂട്ടത്തിൽ ചേർന്നത്. ഒരിക്കലും തിരിച്ചു കയറാൻ കഴിയാത്ത മരണക്കിണറിലേ ക്കാണ് ഞാൻ ഇറങ്ങിയതെന്ന് വളരെ വൈകിയാണ് എനിക്കു മനസ്സി ലായത്. കുടിപ്പകയുടെ ഭാഗമായിട്ടുണ്ടായ ഏറ്റുമുട്ടലിൽ എതിർചേരിയി ലെ രണ്ടുപേർ കൊല്ലപ്പെട്ട കേസിൽ ഞാൻ പൊലീസിന്റെ പിടിയിലാ യി. ആ കൊലപാതകങ്ങൾ ചെയ്തത് ഞാനല്ലായിരുന്നുവെങ്കിലും കൂ ട്ടുപ്രതിയെന്ന പേരിൽ എനിക്കു പത്തുവർഷത്തെ ജയിൽ ശിക്ഷ കിട്ടി.

നിന്റെ ഭാര്യയും മകളും ഇപ്പോൾ എവിടെയാണു രവി?

ഞാൻ ജയിലിൽ ആകുന്നതിനുമുൻപ് തന്നെ സുമതി മരണത്തിനു കീഴടങ്ങി. അവളുടെ സഹോദരി സുജാതയുടെ കൂടെയാണ് എന്റെ മോളി പ്പോൾ കഴിയുന്നത്. ജാനകിക്ക് പതിനെട്ടു വയസ്സായി അമ്മേ. പണ്ടൊ ക്കെ രണ്ടുമൂന്ന് മാസങ്ങൾ കൂടുമ്പോൾ സുജാതയുടെ കൂടെ ജാനകി എന്നെ കാണാൻ വരുമായിരുന്നു. ഇപ്പോൾ കുറച്ചു നാളുകളായി അവ ളിങ്ങോട്ട് വരാറേയില്ല. ജയിലിലേക്കു വരാൻ അവൾക്കു താല്പര്യമി ല്ലെന്ന് സുജാത പറഞ്ഞതിനുശേഷം ഞാനതിനു നിർബ്ബന്ധിക്കാറുമില്ല.

സമയം കഴിഞ്ഞു. മുറിയുടെ പുറത്തു കാത്തുനിന്ന പാറാവുകാ രൻ വിളിച്ചു പറഞ്ഞു.

അമ്മ സമാധാനമായി പൊയ്ക്കോള്ളൂ. കുറച്ചു ദിവസങ്ങൾ കൂടി കഴിഞ്ഞാൽ എന്റെ ശിക്ഷയുടെ കാലാവധി തീർന്ന് ഞാൻ പുറത്തിറങ്ങും. ജാനകിയേയും കൂട്ടി ഞാൻ നേരെ അമ്മയുടെ അടുത്തേക്കാണ് വരു ന്നത്. ഇനിയുള്ള കാലമെങ്കിലും അമ്മയുടെ മകൻ രവിയായി എനിക്കു ജീവിക്കണം.

നിന്റെ കുടുംബത്തെക്കുറിച്ച് ഞാനിതുവരെ ചിന്തിച്ചിട്ടുപോലും ഇല്ലായിരുന്നു രവി. എന്റെ സ്വപ്നങ്ങളിലും പ്രതീക്ഷകളിലും നീ മാത്ര മാണ് ഉണ്ടായിരുന്നത്. നിനക്കൊരു മകളുണ്ടെന്ന് അറിഞ്ഞപ്പോൾ സന്തോഷംകൊണ്ട് ഞാൻ വീർപ്പുമുട്ടുകയാണ്. ഇനി എന്റെ പേരക്കു ട്ടിയെ കാണാതെ തിരിച്ചു പോകാൻ എനിക്കു കഴിയില്ല രവി.

അവൾ താമസിക്കുന്നത് ഇവിടെനിന്നും കുറെ അകലയാണ് അമ്മേ. മാത്രവുമല്ല അമ്മയെക്കുറിച്ചുള്ള കാര്യങ്ങളൊന്നും ഇതുവരെ ഞാൻ ആരോടും പറഞ്ഞിട്ടുമില്ല. പെട്ടെന്ന് അമ്മയങ്ങോട്ടു ചെന്നാൽ അവരത്

എങ്ങനെ എടുക്കുമെന്നാണ് എന്റെ ആശങ്ക.

അതൊന്നും സാരമില്ല രവി. നീ ജാനകിയുടെ വിലാസം തന്നാൽ ഗീത കൂടെയുള്ളതുകൊണ്ട് എനിക്കവിടെ പോകാൻ ഒരു ബുദ്ധിമുട്ടും ഉണ്ടാകില്ല. ഞാൻ പറയാതെതന്നെ ജാനകി അവളുടെ മുത്തശ്ശിയെ തിരിച്ചറിയും. അതാണ് രക്തബന്ധത്തിന്റെ മഹത്ത്വം.

രവി അതിനു തടസ്സമൊന്നും പറഞ്ഞില്ല. അവൻ പറഞ്ഞുതന്ന വിലാസം കൂടെ വന്ന പാറാവുകാരൻ ഒരു കടലാസിൽ എനിക്കു കുറിച്ചു തന്നു.

പാണ്ടിച്ചിയുടെ പൊയ്മുഖം ജയിലിലെ ഇരുണ്ട ഇടനാഴിയിൽ ഉപേക്ഷിച്ച് ഞാൻ വെളിച്ചത്തിന്റെ ലോകത്തിലേക്ക് തിരിച്ചു നടന്നു.

ജീവിതത്തിലേക്കുള്ള ഒളിച്ചോട്ടം

രക്തബന്ധത്തിന്റെ അവസാന കണ്ണിയെ തേടിയുള്ള യാത്രയിൽ ഇതുവരെ സഞ്ചരിച്ചതിൽനിന്നും വ്യത്യസ്തമായ വഴികളിലൂടെയാണ് ഞാനും എന്റെ മനസ്സും ഇപ്പോൾ സഞ്ചരിച്ചുകൊണ്ടിരിക്കുന്നത്.

ഇത്രയും സന്തോഷവതിയായി അമ്മായിയെ ഞാൻ ആദ്യമായിട്ടാണ് കാണുന്നത്. ഇതുവരെകണ്ട ആളേയല്ല ഇന്നിപ്പോൾ എന്റെ മുന്നിലുള്ളത്.

ശരിയാണ് ഗീതേ. എന്റെ മനസ്സിപ്പോൾ വളരെ ശാന്തമാണ്. രവിയുടെ ജീവിതത്തിൽ അവനു നേരിടേണ്ടിവന്നിട്ടുള്ള ദുരനുഭവങ്ങളുമായി തുലനം ചെയ്യുമ്പോൾ ഞാൻ അനുഭവിച്ചതൊക്കെ എത്രയോ നിസ്സാരമായിരുന്നു. ജയിലിലെ പരുക്കൻ ചുവരുകൾക്കുള്ളിൽ ഏതാനും കുറച്ചു നിമിഷങ്ങൾ മാത്രം നീണ്ടുനിന്ന ആ കൂടിക്കാഴ്ചയിൽ എന്റെ മനസ്സിനെ വീർപ്പുമുട്ടിച്ചുകൊണ്ടിരുന്ന മുഴുവൻ ചോദ്യങ്ങൾക്കുമാണ് എനിക്ക് ഉത്തരം കിട്ടിയത്.

അതിന്റെ മാറ്റം എന്തായാലും അമ്മായിയുടെ മുഖത്ത് കാണാനുണ്ട്. ഇന്നലെവരെ വലിയവായിൽ പറഞ്ഞ നഷ്ടബോധമൊക്കെ മകനെ തിരിച്ചുകിട്ടിയതോടെ ഇല്ലാതായി, അല്ലേ?

നഷ്ടബോധത്തിന്റെ വിങ്ങലുകൾക്ക് എന്റെ മനസ്സിലിപ്പോൾ സ്ഥാനമില്ല ഗീതേ. എന്റെ ഭർത്താവിന്റെയും മകന്റെയും നിസ്സഹായാവസ്ഥ ഉൾക്കൊള്ളുവാൻ എനിക്കിപ്പോൾ സാധിക്കുന്നുണ്ട്. എന്റെ ജീവിതത്തിൽ സംഭവിച്ച നഷ്ടങ്ങളുടെ ഉത്തരവാദികൾ അവരായിരുന്നില്ല എന്ന തിരിച്ചറിവും എനിക്കു കിട്ടിക്കഴിഞ്ഞു. എല്ലാ സ്ത്രീകളെയും പോലെ ഇക്കാലമത്രയും ഞാനും ഒഴുക്കിനോടൊപ്പം നീന്തുകയായിരുന്നു. ഒരു സ്ത്രീയെന്ന നിലയിൽ അതിൽ കൂടുതലൊന്നും സമൂഹം

എന്നിൽനിന്നും പ്രതീക്ഷിച്ചിരുന്നില്ല. പാണ്ടിച്ചിയുടെ മുഖംമൂടി ഉപേ
ക്ഷിച്ചതോടെ ഞാൻ വീണ്ടുമൊരു സ്ത്രീ മാത്രമായി മാറിക്കഴിഞ്ഞു.
ഭർത്താവിലും മക്കളിലും കൊച്ചുമക്കളിലും ഒതുങ്ങി നില്ക്കുന്നതാണ്
ഒരു സ്ത്രീയുടെ ചെറിയ ലോകം. ഒരേ സമയം അമ്മയും മുത്തശ്ശിയു
മാകാൻ കഴിഞ്ഞതിൽ ഞാൻ വളരെയധികം സന്തോഷവതിയാണ്
ഗീതേ.

അമ്മായി പറയുന്ന ആ ചെറിയ ലോകത്തിൽ ഒതുങ്ങിക്കൂടാൻ
എന്തായാലും ഞാൻ ഉദ്ദേശിക്കുന്നില്ല. എനിക്കു ജീവിക്കണം, സമൂഹ
ത്തിന്റെ വിലക്കുകൾ അതിന് ഒരിക്കലും എനിക്കൊരു തടസ്സമാകാൻ
പോകുന്നില്ല.

നിനക്കതിനു സാധിച്ചാൽ ഏറ്റവുമധികം സന്തോഷിക്കുന്നത് ഈ
ഞാൻ തന്നെയായിരിക്കും ഗീതേ. എന്റെ ജീവിതം എന്നും നിനക്കൊരു
ഗുണപാഠമാണ്. ഞാൻ ചെയ്തത് ശരികളല്ല പക്ഷേ, എനിക്കു സംഭവിച്ച
തെറ്റുകളിൽനിന്നും നിനക്ക് പലതും പഠിക്കാനുണ്ടാവും.

മലമ്പ്രദേശത്തെ പരുക്കൻ റോഡുകളിലൂടെ വളഞ്ഞു പുളഞ്ഞുള്ള
ആ യാത്ര അവസാനിച്ചത് ഒരു ചെറിയ കവലയിലായിരുന്നു. നേരം
ഇരുട്ടിത്തുടങ്ങിയതു കൊണ്ടാവണം വളരെ കുറച്ച് ആളുകൾ മാത്രമാണ്
അവിടെ ഉണ്ടായിരുന്നത്. ബസിൽനിന്നും ഇറങ്ങിയ ഉടനെ പതിവു
പോലെ ഗീത അടുത്തുകണ്ട ചായക്കടയിൽ ചെന്ന് രവി തന്ന വിലാസം
തിരക്കി. പക്ഷേ, അവിടെയുണ്ടായിരുന്ന ആർക്കും ഒരെത്തും പിടിയും
കിട്ടുന്നുണ്ടായിരുന്നില്ല. ഇരുട്ടിന് കനം വെച്ചു തുടങ്ങിയതോടെ എനി
ക്കാകെ പരിഭ്രമമായി. ആ സമയത്താണ് ഒരു ലോട്ടറി വില്പനക്കാരൻ
ഞങ്ങളുടെ അടുത്തേക്ക് വന്നത്.

നാളത്തെ കേരള, നാളത്തെ കേരള, അഞ്ചു ലക്ഷവും മാരുതി
കാറും. ഒരെണ്ണം തരട്ടേ പെങ്ങളെ?

ലോട്ടറിയൊക്കെ എടുക്കാം അതിന് മുൻപ് അമ്മാവന് ഈ വിലാസം
അറിയാമോ എന്നു നോക്കിയെ. ഗീത അത് അയാൾക്കു വായിച്ചു
കേൾപ്പിച്ചു.

ഇപ്പോൾ ഈ ശശിധരൻ നായർ പൂജപ്പുര ജയിലിലാണുള്ളത്,
വല്ല പിടിയും കിട്ടുന്നുണ്ടോ?

അങ്ങനെ പറയ്, എട്ടുപത്തു കൊല്ലം മുൻപ് ജയിലിൽപ്പോയ
നമ്മുടെ മൂർഖൻ ശശിയുടെ വീടാണോ നിങ്ങൾ അന്വേഷിക്കുന്നത്?

അതെ അമ്മാവാ, അതു തന്നെയാണ് ഞങ്ങൾ അന്വേഷിക്കുന്ന
ആൾ.

അവന്റെ വീടങ്ങ് മണിയൻകുടി കോളനിയിലാണ്. പക്ഷേ, ഈ
നേരത്ത് അങ്ങോട്ട് പോകാനൊക്കത്തില്ല. കാര്യം അര മണിക്കൂറിൽ
താഴെ നടക്കാനുള്ള ദൂരമേയുള്ളു. പക്ഷേ, ചെമ്പൻകോട് മുതൽ
കീരത്തണ്ണി വരെ ആന ഇറങ്ങുന്ന പ്രദേശമാണ്. രാത്രി അതുവഴി നടന്നു
പോകുന്നതിനെക്കുറിച്ച് ആലോചിക്കുകപോലും വേണ്ട.

ഇവിടെ അടുത്തു വല്ല ലോഡ്ജുമുണ്ടോ അമ്മാവാ?

അതൊക്കെ കുറെ ദൂരെ പട്ടണത്തിലാണ്, മാത്രവുമല്ല ഇനി വെളു പ്പിനേ അങ്ങോട്ട് പോകാനുള്ള ബസും കിട്ടത്തേുള്ളു.

അയാൾ പറയുന്നത് കേട്ടപ്പോൾ എന്റെ ഉള്ളിൽ ആധി കയറാൻ തുടങ്ങി. എന്തു ചെയ്യണമെന്നറിയാതെ ഞാൻ ഗീതയെ നോക്കി.

ഞങ്ങൾക്ക് എന്തായാലും അങ്ങോട്ടുപോയേ പറ്റൂ. ഇവിടെ വാടക യ്ക്ക് ഓടുന്ന വണ്ടി കിട്ടാനുണ്ടോ?

വണ്ടി വിളിച്ചു പോകാമെന്നുണ്ടെങ്കിൽ സുരേഷിന്റെ ജീപ്പ് കിട്ടും. നേരെ മുന്നോട്ടു നടന്നാൽ ആ വളവു തിരിഞ്ഞ് ഇടതുവശത്ത് മൂന്നാമത് കാണുന്നതാണ് അവന്റെ വീട്. നീല പെയിന്റടിച്ച ഒരു ജീപ്പും ആ വീടിന്റെ മുന്നിൽ കിടക്കുന്നുണ്ടാകും. നിങ്ങൾ എന്നോട് പറഞ്ഞ നായ രുടെ പേരൊന്നും സുരേഷിനോട് പറഞ്ഞാൽ അവനു മനസ്സിലാകത്തില്ല. മണിയൻകുടിയിലെ മൂർഖൻ ശശിയുടെ വീട്ടിൽ പോകണോന്ന് പറ ഞ്ഞാൽ മതി. എന്തെങ്കിലും സംശയം പറഞ്ഞാൽ ആച്ചി പ്രകാശിന്റെ വീടെന്നു പറയണം. അവനും കെട്ടിയോളുമാണ് ഇപ്പോൾ അവിടെ താമസിക്കുന്നത്.

അതു കേട്ടപ്പോഴാണ് എന്റെ ശ്വാസം നേരെ വീണത്. പറഞ്ഞതു പോലെ ഗീത അയാളുടെ കൈയിൽ നിന്നും ഒരു ലോട്ടറി വാങ്ങാനും മറന്നില്ല.

മുൻവശത്തു തന്നെ ജീപ്പു കിടക്കുന്നത് കൊണ്ട് സുരേഷിന്റെ വീട് കണ്ടുപിടിക്കാൻ വലിയ പ്രയാസമൊന്നും ഉണ്ടായില്ല. ഗീത ആ ചെറു ക്കനോട് കാര്യങ്ങൾ പറഞ്ഞെങ്കിലും ആദ്യമൊന്നും അവൻ അടു ക്കുവാൻ കൂട്ടാക്കിയില്ല. ലോട്ടറിക്കാരൻ പറഞ്ഞതുതന്നെയായിരുന്നു അവന്റെ പ്രശ്നം. അസമയത്ത് ആ വഴിക്കുള്ള ഓട്ടം പോകുന്നതിന് അവനു ലവലേശം താല്പര്യമില്ലായിരുന്നു. ഒടുവിൽ കൂടുതൽ വാടക കൊടുക്കാമെന്ന് പറഞ്ഞാണ് ഗീത ഒരു വിധത്തിൽ അവനെപ്പറഞ്ഞു സമ്മതിപ്പിച്ചെടുത്തത്.

അങ്ങനെ ഞങ്ങളുടെ അടുത്ത യാത്രയ്ക്കു തുടക്കമായി. വണ്ടി കുറച്ചു ദൂരം പിന്നിട്ടതോടെ ടാർ റോഡ് അവസാനിച്ചു. ഒരു കാട്ടുപാത യിലൂടെ ആയിരുന്നു പിന്നീടങ്ങോട്ടുള്ള യാത്ര. കല്ലുകളുടെ മുകളിലൂടെ ചാടിച്ചാടിയുള്ള ആ പോക്കിൽ ജീപ്പിന്റെ വെളിയിലേക്ക് തെറിച്ചു പോകാതിരിക്കാൻ കിട്ടാവുന്ന സ്ഥലത്തൊക്കെ മുറുകെ പിടിച്ചാണ് ഞാൻ ഇരുന്നത്. ഒരു വശത്ത് അഗാധമായ കൊക്കയും മറുവശത്ത് കറുത്തിരുണ്ട വനവും; ആദ്യമായി ഈ വഴിക്കു സഞ്ചരിക്കുന്ന ഏതൊ രാളെയും പേടിപ്പെടുത്താനുള്ള മുഴുവൻ ചേരുവകളും ഇവിടെയുണ്ട്. ആ കാട്ടുപാത താണ്ടി ഞങ്ങളൊരു നിരപ്പായ സ്ഥലത്തേക്ക് എത്തിയ പ്പോഴേക്കും എന്റെ എഴപ്പുകളൊക്കെ ഏതാണ്ട് വിട്ടുപോയ അവ സ്ഥയിൽ എത്തിക്കഴിഞ്ഞിരുന്നു.

ആ കാണുന്നതാണ് മണിയൻകുടി കോളനി. കുറച്ചകലെയായി

കാണുന്ന വെട്ടം ചൂണ്ടിക്കാണിച്ചുകൊണ്ട് ഡ്രൈവർ പറഞ്ഞു. കുറച്ചു ദൂരം കൂടി മുന്നോട്ടു പോയി മണ്ണു റോഡിനോടു ചേർന്നുകണ്ട ഒരു ഓല മേഞ്ഞ വീടിന്റെ മുൻപിൽ ജീപ്പ് നിർത്തി.

ഇതാണ് നിങ്ങൾ അന്വേഷിച്ചുവന്ന ശശിയണ്ണന്റെ വീട്. നിങ്ങളി വിടെ ഇറങ്ങിക്കോ. ഞാൻ പോയി വണ്ടി തിരിച്ചിട്ടു വരാം. പറഞ്ഞ തൊക്കെ ഓർമ്മയുണ്ടല്ലോ. ഒട്ടും സമയം കളയാതെ പെട്ടെന്നു തന്നെ ഇറങ്ങാൻ നോക്കണം.

ഞങ്ങൾ ഇറങ്ങി നേരെ ആ വീടിന്റെ മുൻപിലേക്ക് ചെന്നു. മുൻ വശത്തെ ഇറയത്ത് ഒരു മണ്ണെണ്ണ വിളക്ക് കത്തിച്ചു വെച്ചിട്ടുണ്ടായിരുന്നു. പുറത്തെങ്ങും ആരെയും കണ്ടില്ല. വാതിലും അടച്ചിരിക്കുന്നു.

ഇവിടാരുമില്ലേ? അല്പം ഉച്ചത്തിലാണ് ഗീത ചോദിച്ചത്.

പത്തുനാല്പത്തഞ്ചു വയസ്സ് പ്രായം തോന്നിക്കുന്ന ഒരു സ്ത്രീ യാണ് വാതിൽ തുറന്ന് പുറത്തേക്ക് വന്നത്. മുണ്ടും ബ്ലൗസുമായിരുന്നു അവളുടെ വേഷം. കണ്ടിട്ട് രവി പറഞ്ഞ സുജാതയായിരിക്കും ഇതെന്ന് തോന്നുന്നു.

നിങ്ങളാരാ? മനസ്സിലായില്ലല്ലോ

ഇത് രവിയുടെ അമ്മയാണ്. ഗീത മറുപടി പറഞ്ഞു.

രവിയോ? ഏതു രവിയുടെ കാര്യമാണ് നിങ്ങൾ പറയുന്നത്? നിങ്ങൾക്ക് വീട് മാറിപ്പോയെന്നു തോന്നുന്നു.

സാധാരണ ഗതിയിൽ ഗീതയ്ക്ക് അബദ്ധങ്ങൾ പിണയുന്നത് വളരെ അപൂർവ്വമാണ്. പക്ഷേ, ഇവിടെ അവൾക്കു തുടക്കം തന്നെ പാളിപ്പോയി.

ക്ഷമിക്കണം, രവി എന്ന് ഞാൻ ഉദ്ദേശിച്ചത് ശശിധരൻ നായരെ യാണ്, മരിച്ചുപോയ നിങ്ങളുടെ സഹോദരി സുമതിയുടെ ഭർത്താവ്, ഗീത പെട്ടെന്നു തിരുത്തി.

ശശിയേട്ടന്റെ അമ്മയോ? അവരു മരിച്ചിട്ട് കൊല്ലം കുറെ ആയ താണല്ലോ. നിങ്ങൾക്കിപ്പോൾ എന്താണ് വേണ്ടത്.

അല്പം പരുഷമായിട്ടാണ് അവൾ ഗീതയോട് പ്രതികരിച്ചത്. അതു കേട്ടപ്പോൾ ഗീതയൊന്നു പരുങ്ങിയതുപോലെ എനിക്കു തോന്നി.

ഇനിയും ഞാൻ മിണ്ടാതെ നിന്നാൽ കാര്യങ്ങൾ കൂടുതൽ കുഴ പ്പത്തിലേക്ക് പോകുമെന്ന് എനിക്കു തോന്നുന്നു. ഇറയത്തു വെച്ചിരുന്ന വിളക്കിന്റെ വെട്ടത്തിൽ എന്റെ മുഖം കാണത്തക്കവിധം ഞാൻ മുന്നോട്ടു കയറി നിന്നു.

സുജാത എന്നല്ലേ മോളുടെ പേര്?

അതെ.

എന്റെ മകൻ രവി തന്നെയാണ് മോളിപ്പോൾ പറഞ്ഞ ശശി. ഇന്നു രാവിലെ ജയിലിൽ പോയി അവനെ കണ്ടിട്ടാണ് ഞാൻ വരുന്നത്. ഞാൻ മരിച്ചുപോയെന്നാണ് രവി നിങ്ങളോടൊയൊക്കെ പറഞ്ഞു വിശ്വസിപ്പിച്ചിരി ക്കുന്നതെന്ന് എനിക്കറിയാം. മുപ്പത്തിയെട്ടു വർഷങ്ങൾക്കുശേഷം

ഇന്നാണ് ഞങ്ങൾ തമ്മിൽ കാണുന്നത്. ഞാൻ ജീവിച്ചിരിക്കുന്നുണ്ടോ എന്നു രവിക്കുപോലും നിശ്ചയമില്ലായിരുന്നു. അവന്റെ ചെറുപ്പത്തിൽ നാടുവിട്ട് പോയതിനുശേഷം എനിക്കും അവനെക്കുറിച്ച് യാതൊന്നും അറിയില്ലായിരുന്നു. അതൊക്കെ വലിയ കഥയാണ് മോളെ. ജയിലിൽ വെച്ച് രവി പറഞ്ഞപ്പോഴാണ് എനിക്കൊരു കൊച്ചുമോളുണ്ടെന്നുള്ള കാര്യംപോലും ഞാൻ അറിഞ്ഞത്. അവളെ കാണാനുള്ള ആഗ്രഹത്തി ലാണ് ജയിലിൽനിന്നും ഞങ്ങൾ നേരെ ഇങ്ങോട്ടു പോന്നത്.

ഞാനിതൊക്കെ പറഞ്ഞെങ്കിലും സുജാതയുടെ മുഖത്ത് പൂർണ്ണ മായും സംശയം മാറിയിട്ടില്ലെന്ന് അവളുടെ മുഖഭാവത്തിൽനിന്നു വ്യക്ത മായിരുന്നു.

പത്തിരുപതു കൊല്ലത്തിൽ കൂടുതലായി എനിക്ക് ശശിയേട്ടനെ അറിയാം. ഇത്രയും നാൾ ഇല്ലാതിരുന്ന ഒരു അമ്മ പെട്ടെന്ന് പ്രത്യക്ഷ പ്പെടുക എന്നൊക്കെ പറഞ്ഞാൽ വിശ്വസിക്കാൻ ശകലം ബുദ്ധിമുട്ടുണ്ട്.

പെട്ടെന്നാണ് രവിയുടെ ഫോട്ടോ കൈയിലുള്ള കാര്യം എനിക്ക് ഓർമ്മ വന്നത്. ഞാനത് ബാഗിൽനിന്നും എടുത്ത് സുജാതയുടെ കൈയി ലേക്ക് കൊടുത്തു.

ഇത് രവിയുടെ ചെറുപ്പത്തിലുള്ള പടമാണ്, കൂടെ നില്ക്കുന്നത് അവന്റെ അച്ഛനും. സുജാത പറയുന്ന ശശി ഇതി തന്നെയല്ലേയെന്ന് നോക്കിയേ.

ആ ഫോട്ടോ വാങ്ങി വിളക്കിനടുത്ത് പിടിച്ച് സൂക്ഷിച്ചുനോക്കി.

ഇതു ശശിയേട്ടൻ തന്നെയാണെന്ന് തോന്നുന്നു. ശശിയേട്ടന് അമ്മയും അച്ഛനുമൊക്കെ ഉണ്ടായിരുന്നെങ്കിൽ പിന്നെയെന്തിനാണ് അതൊക്കെ ഞങ്ങളോടു മറച്ചു വെച്ചത്? എനിക്കൊന്നും മനസ്സിലാ കുന്നില്ല.

രവിക്ക് പതിനാറു വയസ്സുള്ളപ്പോൾ അവൻ വീട് വിട്ടിറങ്ങിയതാണ് സുജാതെ. ഞങ്ങളെ ഉപേക്ഷിച്ചു പോയ അവന്റച്ഛനെ കണ്ടെത്തുവാൻ വേണ്ടിയുള്ള ആ യാത്ര വലിയൊരു ദുരന്തത്തിലേക്കാണ് അവനെ കൊണ്ടു ചെന്നെത്തിച്ചത്. സ്വന്തം അച്ഛനെ കുത്തിയതിന് പൊലീസിന്റ് പിടിയിലാകാതിരിക്കാൻ വേണ്ടിയാണ് രവി ഈ ആൾമാറാട്ടം മുഴുവനും നടത്തിയത്?

എന്താ നിങ്ങളുടെ പേര്?

ജാനകീന്നാണ് എന്റെ പേര്. രവിയുടെ മോൾക്കും എന്റെ പേരാണ് ഇട്ടതെന്ന് അവൻ പറഞ്ഞിരുന്ന. അവളെയൊന്നു വിളിക്കാമോ, സുജാതെ.

ടൗണിൽനിന്നും കുറച്ചു മുൻപു മാത്രമാണ് ഞങ്ങൾ തിരിച്ചെത്തി യത്. യാത്ര ചെയ്തതിന്റെ ക്ഷീണം കൊണ്ട് വന്നപാടെ ജാനുമോൾ കിടന്നുറങ്ങി. ഇനിയിപ്പോൾ എന്തായാലും അവളെ വിളിക്കാൻ പറ്റില്ല.

ഞാനാകെ സ്തംഭിച്ചു പോയി. സുജാതയിൽനിന്നു അത്തരമൊരു മറുപടി ഒരിക്കലും ഞാൻ പ്രതീക്ഷിച്ചിരുന്നില്ല.

ഈ നില്ക്കുന്നത് ജാനകിയുടെ മുത്തശ്ശിയാണെന്നുള്ള കാര്യം സുജാത മറക്കരുത്. അവളെ കാണാൻ വേണ്ടി മാത്രമാണ് വയസ്സായ ഈ സ്ത്രീ ഇത്രയും ദൂരം യാത്ര ചെയ്ത് ഇവിടെ വന്നിട്ടുള്ളത്. ഇവരുടെ പ്രായത്തെ മാനിച്ചിട്ടെങ്കിലും ദയവായി ആ കുട്ടിയെ ഒന്നു വിളിക്കാമോ. ഗീത വളരെ സൗമ്യമായിട്ടാണ് അതു ചോദിച്ചത്.

ഇതു വലിയ ശല്യമായല്ലോ. ജാനകിയെ ഇപ്പോൾ വിളിക്കാൻ പറ്റി ല്ലെന്ന് മലയാളത്തിൽ തന്നെയല്ലേ ഞാൻ നിങ്ങളോടു പറഞ്ഞത്. രാത്രി യിൽ മനുഷ്യനു തൊന്തരവുണ്ടാക്കാനായി അമ്മയാണ് അമ്മായിയാണ് എന്നൊക്കെ പറഞ്ഞ് ഓരോ മാരണങ്ങൾ വന്നു കയറിക്കോളും. വളരെ പരുഷമായിട്ടാണ് അവൾ ഗീതയോട് പ്രതികരിച്ചത്.

ഞങ്ങൾ സംസാരിച്ചുകൊണ്ടിരുന്ന സമയത്ത് സുരേഷ് ജീപ്പ് കൊണ്ടുവന്ന് നിർത്തുന്നതു കണ്ടപ്പോൾ സുജാത വല്ലാതെ പരിഭ്രമിച്ച തുപോലെ എനിക്കു തോന്നി.

പ്രകാശേട്ടനെ കാണാൻ ആരോ വന്നതാണെന്ന് തോന്നുന്നു. ഇനി എന്തൊക്കെ പുകിലാണോ ഈശ്വരാ ഉണ്ടാകാൻ പോകുന്നത്?

അതു ഞങ്ങൾ വന്നിട്ടുള്ള വണ്ടിയാണ്. ഗീത പറഞ്ഞു.

അതേതായാലും നന്നായി, വഴിയിൽ ആന ഇറങ്ങുന്നതിനു മുൻപ് നിങ്ങൾ വേഗം തിരിച്ചുപോകാൻ നോക്ക്. പെട്ടെന്ന് ഒരു രാത്രിയിൽ കയറി വന്നിട്ട് ശശിയേട്ടന്റെ അമ്മയാണെന്നു പറഞ്ഞാൽ അതപ്പാടെ വിശ്വസിക്കാൻ ഞാനത്ര പൊട്ടിയൊന്നുമല്ല. ശശിയേട്ടനെ കണ്ട് നിങ്ങൾ പറഞ്ഞതൊക്കെ സത്യമാണോയെന്ന് ഞാനാദ്യം മനസ്സിലാക്കട്ടെ. എന്നിട്ടാവാം കാണുന്നതും പിടിക്കുന്നതുമൊക്കെ. എന്റെ കെട്ടിയോൻ എഴുന്നേറ്റു വരുന്നതിനു മുൻപ് ഈശ്വരനെ ഓർത്ത് നിങ്ങൾ ഇവിടെ നിന്നും ഒന്നു പോയിത്തരാമോ. അങ്ങേരോട് ഇതൊക്കെ പറഞ്ഞാൽ എനിക്കു മാത്രമല്ല നിങ്ങൾക്കും ചിലപ്പോൾ തല്ലു കിട്ടും.

ഇതു പറഞ്ഞിട്ട് സുജാത അകത്തുകയറി വാതിലടച്ചു.

ഇനിയിപ്പോൾ എന്തു ചെയ്യും അമ്മായി, ഈ താടക അടുക്കുന്ന യാതൊരു ലക്ഷണവും കാണുന്നില്ല.

വീടിനകത്തുനിന്നും സുജാതയുടെ അടക്കിപ്പിടിച്ചുള്ള സംസാരം ഞങ്ങൾക്ക് കേൾക്കാമായിരുന്നു. കുറച്ച് കഴിഞ്ഞപ്പോൾ അതും നിന്നു.

എന്തു ചെയ്യണമെന്നറിയാതെ സ്തംഭിച്ചു നില്ക്കുമ്പോഴാണ് ജീപ്പു ഡ്രൈവർ ഞങ്ങളുടെ അടുത്തേക്കു വന്നത്.

ആ സ്ത്രീയുടെ മനസ്സ് മാറുമെന്ന് പ്രതീക്ഷിച്ചാണോ ഇനിയും നിങ്ങളിവിടെ നില്ക്കുന്നത്. അതൊന്നും നിങ്ങൾ കരുതുന്നതുപോലെ യുള്ള മൊതലല്ല. വന്ന് വണ്ടിയിലേക്ക് കയറാൻ നോക്ക്, അവരുടെ വിശേഷങ്ങളൊക്കെ പോകുന്ന വഴിക്ക് ഞാൻ വിശദമായി പറഞ്ഞു തരാം. അഥവാ ഇനിയും കാത്തു നില്ക്കാനാണ് ഭാവമെങ്കീ എന്റെ വാടക തന്നേക്ക്, എനിക്ക് തിരിച്ചു കുടുംബത്തിലെത്താനുള്ളതാണ്.

നമുക്ക് പോകാം അമ്മായി, ഇനിയും ഇവിടെ നില്ക്കുന്നതിൽ

യാതൊരു അർത്ഥവുമില്ല.

ഗീത വണ്ടിയുടെ അടുത്തേക്ക് നടന്നു. ജാനകിയെ കാണാതെ മടങ്ങാൻ എനിക്കു തീരെ മനസ്സുണ്ടായിരുന്നില്ല. സുജാത ഞങ്ങളിൽ നിന്നും എന്തൊക്കെയോ ഒളിച്ചുവെക്കാൻ ശ്രമിക്കുകയാണെന്ന് അവളുടെ പെരുമാറ്റത്തിൽനിന്നും എനിക്കുറപ്പായി. ജാനകി എന്തോ കുഴപ്പത്തിൽ പെട്ടിരിക്കുകയാണെന്നുള്ള തോന്നൽ എന്നെ വല്ലാതെ അലട്ടുന്നുണ്ടായിരുന്നു. പക്ഷേ, ഇപ്പോഴത്തെ അവസ്ഥയിൽ എന്റെ മുൻപിൽ വേറെ മാർഗ്ഗങ്ങളൊന്നും ഉണ്ടായിരുന്നില്ല. മനസ്സില്ലാ മന സ്സോടെ ഗീതയുടെ പുറകെ ഞാനും ജീപ്പിനകത്തേക്ക് കയറി.

ജീപ്പ് സാവധാനം മുന്നോട്ട് നീങ്ങിത്തുടങ്ങിയപ്പോൾ ആരോ പുറകെ ഓടിവരുന്നതു കണ്ടിട്ട് വണ്ടി നിർത്തുവാൻ ഗീത ഡ്രൈവറോടു പറഞ്ഞു. ഒരു പെൺകുട്ടി ഞങ്ങളുടെ അടുത്തേക്ക് ഓടിക്കിതച്ച് എത്തി.

ഞാൻ ജാനകിയാണ്, അയാൾ വരുന്നതിനു മുൻപ് എന്നെ ഇവിടെ നിന്നും രക്ഷപ്പെടുത്തു. ഭയം കൊണ്ട് ആ കുട്ടി വിറയ്ക്കുകയായിരുന്നു.

ഗീത വാതിൽ തുറന്ന് കൊടുത്തു. അവൾ ജീപ്പിനകത്തേക്കു കയറി. ഞങ്ങൾ എന്തെങ്കിലും പറയുന്നതിനു മുൻപേ സുരേഷ് വണ്ടി വേഗത്തിൽ മുന്നോട്ടെടുക്കുകയും ചെയ്തു.

ഞാനാകെ പരിഭ്രമിച്ചു പോയി. ഇരുട്ടായതുകൊണ്ട് എനിക്ക് ജാന കിയുടെ മുഖംപോലും ശരിക്കു കാണാൻ കഴിഞ്ഞില്ല. വണ്ടിയിലേക്ക് കയറിയ ഉടനെ അവൾ ഗീതയുടെ മടിയിലേക്ക് കുഴഞ്ഞു വീണു.

എന്റെ മോൾക്കു എന്താണു പറ്റിയത്? നീയൊന്ന് ചോദിച്ചു നോക്ക് ഗീതേ.

അവൾ മയക്കത്തിലാണ് അമ്മായി, ഇപ്പോൾ ഉണർത്താതിരിക്കു ന്നതാണ് ബുദ്ധി. നമുക്കാദ്യം ഇവളെയും കൊണ്ട് ഇവിടെനിന്നും രക്ഷ പ്പെടാൻ നോക്കാം. ചോദ്യവും പറച്ചിലുമൊക്കെ പിന്നീടും ആകാമല്ലോ. ആ പെണ്ണുംപിള്ളയുടെ വർത്തമാനം കേട്ടപ്പോൾത്തന്നെ എനിക്കെന്തോ വശപ്പിശക് തോന്നിയിരുന്നു. അതിപ്പോൾ ഉറപ്പായി, എന്തോ വലിയ കുഴപ്പത്തിലാണ് നമ്മുടെ ജാനകി അകപ്പെട്ടിരിക്കുന്നത്.

അധികം വൈകാതെ ഞങ്ങൾ തിരിച്ചു കവലയിൽ എത്തി. ഒരു വിളക്കുകാലിന്റെ ചുവട്ടിൽ ജീപ്പ് നിർത്തി സുരേഷ് പുറത്തേക്കിറങ്ങി. ജാനകി അപ്പോഴും ഗീതയുടെ മടിയിൽ തലവെച്ച് മയങ്ങുകയായിരുന്നു.

ഈ കൊച്ചെന്തിനാണ് അവിടെനിന്നും ഓടിപ്പോന്നത്? അതിന്റെ പേരിൽ ഞാൻ പുലിവാലു പിടിക്കേണ്ടി വരുമോന്നാണ് എന്റെ ഇപ്പോ ഴത്തെ പേടി. ഈ പരിസരത്തു വേറെയധികം ജീപ്പുകൾ ഇല്ലാത്തതു കൊണ്ട് ഈ വണ്ടി കണ്ടുപിടിക്കാൻ പൊലീസുകാർക്ക് യാതൊരു പ്രയാ സവും ഉണ്ടാകില്ല. നല്ലതു വിചാരിച്ച് ചെയ്തതാണെന്നു പറഞ്ഞാ ലൊന്നും അവരുടെ മുൻപിൽ വിലപ്പോവില്ല. വകുപ്പ് തട്ടിക്കൊണ്ട് പോക ലാണ്.

എന്തറിഞ്ഞിട്ടാണ് സുരേഷ് ഇങ്ങനെയൊക്കെ പറയുന്നത്. ഈ

കുട്ടിയുടെ മുത്തശ്ശിയാണ് ഇവളെ കൊണ്ടുപോകുന്നത്. ഇവളെ കാണാൻ വേണ്ടിയാണ് സുരേഷിന്റെ വണ്ടിയും വിളിച്ച് ഈ രാത്രിയിൽ ഞങ്ങളവിടെ പോയത്. അവിടെയുണ്ടായിരുന്ന സ്ത്രീയുടെ കോപ്രായ ങ്ങൾ സുരേഷും കണ്ടതാണല്ലോ. വല്ലവരുടെയും കൂടെയല്ല മറിച്ച് ഈ കുട്ടിയുടെ അച്ഛമ്മയുടെ കൂടെയാണ് സ്വന്തം ഇഷ്ടപ്രകാരം അവൾ ഇറ ങ്ങിപ്പോന്നിട്ടുള്ളത്. ഇതിന്റെ പേരിൽ കേസെടുക്കാനുള്ള വകുപ്പൊന്നും ഒരു പൊലീസുകാരന്റെ കൈയിലും ഉണ്ടാകില്ല.

സുരേഷിനെപ്പോലെ ആണൊരുത്തന്റെ കൂടെ അവിടെ ചെല്ലുവാൻ കഴിഞ്ഞത് ഞങ്ങളുടെ ഭാഗ്യമാണെന്നു വേണം കരുതാൻ. കാര്യങ്ങളുടെ ഗൗരവം മനസ്സിലാക്കി യാതൊരു അമാന്തവും കാണിക്കാതെയല്ലേ നീ വണ്ടി വിട്ടത്. വേറെ വല്ല പോങ്ങൻമാരും ആയിരുന്നെങ്കിൽ അവിടെ നിന്നു പരുങ്ങിയേനെ. സുരേഷിനെ ഞാൻ സമ്മതിച്ചു തന്നു. ഗീതയുടെ പുകഴ്ത്തിയയുള്ള സംസാരം ആ കൊച്ചനു നന്നായി ബോധിച്ചുവെന്നു വേണം കരുതാൻ.

അല്ലെങ്കിലും ഞാനൊരു ഭീരുവൊന്നും അല്ല ചേച്ചി. ഇതുപോലെ യുള്ള നിരവധി കുഴപ്പം പിടിച്ച കേസുകൾ കൈകാര്യം ചെയ്തുള്ള പരിചയവും എനിക്കുണ്ട്. നിങ്ങൾ ശരിക്കും ഈ കൊച്ചിന്റെ സ്വന്തക്കാരു തന്നെയാണോ എന്നു ഉറപ്പിക്കാൻവേണ്ടി ഞാനൊരു നമ്പറിട്ടതല്ലേ. ആ സ്ത്രീയുടെയും അവരുടെ ഭർത്താവിന്റെയും സ്വഭാവം നാട്ടുകാർക്കെല്ലാം നല്ലതുപോലെ അറിയാം. വെറും കച്ചറ പാർട്ടികളാണ് ചേച്ചി. നാടു മുഴുവൻ കൊണ്ട് നടന്ന് ആ സ്ത്രീയെ വില്ക്കുന്നതാണ് അയാളുടെ പ്രധാന പരിപാടി. അതൊക്കെ അവിടെ നില്ക്കട്ടെ, എന്താണ് നിങ്ങളുടെ അടുത്ത പരിപാടി? ഇനി ടൗണിലേക്കുള്ള ആദ്യത്തെ ബസ് വരുന്നത് രാവിലെ ആറു മണിക്കാണ്.

സുരേഷിന് കാര്യങ്ങളുടെ ഗൗരവമൊക്കെ മനസ്സിലായിക്കാ ണുമല്ലോ. ഈ നാടുമായി ഞങ്ങൾക്കു യാതൊരു മുൻപരിചയവുമില്ല. ആരെങ്കിലുമൊക്കെ ഈ കുട്ടിയെ അന്വേഷിച്ച് വരുമെന്ന് തന്നെ നമ്മൾ പ്രതീക്ഷിക്കണം. അതുകൊണ്ട് ഒരു നിമിഷംപോലും പാഴാക്കാതെ എത്രയും പെട്ടെന്ന് ഞങ്ങൾക്ക് ഇവിടെനിന്നും പോകണം. രാത്രിയിൽ ബസുകിട്ടുന്ന അടുത്ത ടൗൺ വരെ സുരേഷ് ഞങ്ങളെ എത്തിച്ചേ മതിയാകു.

ടൗൺവരെ പോകാൻ നൂറ്റിയൻപത് രൂപ വാടകയാകും ചേച്ചി. അതി നുള്ള കാശ് നിങ്ങളുടെ കൈയിലുണ്ടോ?

രൂപയൊക്കെ ഞങ്ങൾ തരാം. സുരേഷ് പെട്ടെന്ന് വണ്ടിയെടുക്കാൻ നോക്ക്.

രാത്രി സമയമായതുകൊണ്ട് വഴിയിൽ പൊലീസുകാർ വണ്ടിക്കു കൈ കാണിക്കാനുള്ള സാദ്ധ്യത തള്ളിക്കളയാൻ പറ്റില്ല. ആരെങ്കിലും ചോദിച്ചാൽ ഈ കൊച്ചിനെ പുനലൂരിലെ സർക്കാർ ആശുപത്രിയിലേക്ക് കൊണ്ടുപോകുകയാണെന്നു പറഞ്ഞാൽ മതി.

അതൊക്കെ എനിക്കു വിട്ടേക്കു സുരേഷേ, വേണ്ട രീതിയിൽ ഞാൻ കൈകാര്യം ചെയ്തോളാം. ഗീത അവനു ഉറപ്പു കൊടുത്തു.

വണ്ടി എടുക്കുന്നതിനു മുൻപ് ജാനകിയെ എന്റെ മടിയിലേക്ക് മാറ്റിക്കിടത്തി. മയക്കത്തിനിടയിൽ പലപ്പോഴും ജാനകി ഞെട്ടിത്തെറിക്കുന്നുണ്ടായിരുന്നു. ഇതിനുമാത്രം ഭയപ്പെടാൻ എന്റെ മോൾക്കു എന്താണോ ഈശ്വരാ സംഭവിച്ചിട്ടുള്ളത്. എന്റെ മനസ്സിലുള്ള ആശങ്ക കൂടിക്കൂടി വന്നു.

ഈ കൊച്ചിന്റെ നല്ല സമയം ആയതുകൊണ്ടാണ് നിങ്ങൾക്കവിടെ ചെല്ലാൻ തോന്നിച്ചത്.

അതെന്താ സുരേഷേ നീ അങ്ങനെ പറഞ്ഞത്? ഗീത ചോദിച്ചു.

പ്രകാശൻ ഈ കൊച്ചിന്റെ ആരായിട്ടു വരും?

ഏതു പ്രകാശന്റെ കാര്യമാണ് നീ ചോദിക്കുന്നത്?

നിങ്ങൾ അവരുടെ ബന്ധുക്കളാണെന്നു പറഞ്ഞിട്ട് പ്രകാശൻ ആരാണെന്ന് അറിയില്ലേ? ആ സ്ത്രീയുടെ കെട്ടിയോൻ ആച്ചി പ്രകാശന്റെ കാര്യമാണ് ഞാൻ പറഞ്ഞത്.

ഞങ്ങൾക്ക് ഈ കൂട്ടരുമായി യാതൊരു അടുപ്പവുമില്ല സുരേഷേ. അതുകൊണ്ടുതന്നെ ഇവിടെ നടക്കുന്ന കാര്യങ്ങളെക്കുറിച്ച് യാതൊരു പിടിയുമില്ല. ഈ കുട്ടിയുടെ കുഞ്ഞമ്മയാണ് അവിടെയുണ്ടായിരുന്ന സുജാത, ഇവളുടെ അമ്മ നന്നെ ചെറുപ്പത്തിൽ മരിച്ചുപോയി.

അപ്പോൾ ഈ കുട്ടി മൂർഖൻ ശശിയുടെ മകളാണോ? അതായത് സുമതിച്ചേച്ചിയുടെ മോൾ. എനിക്കു ശശിയണ്ണനെയും ആ കുടുംബത്തിലെ എല്ലാവരേയും നല്ലതുപോലെ അറിയാം. കുറെ വർഷങ്ങൾക്കു മുൻപ് എന്റെ അമ്മാവന്റെ വീട്ടിലാണ് അവരു വാടകയ്ക്കു താമസിച്ചിരുന്നത്. അന്നാളിൽ ഈ സുജാത ഇങ്ങനെയൊന്നും ആയിരുന്നില്ല. പ്രകാശന്റെ കൂടെ കൂടിയതിനുശേഷമാണ് അവരിത്രയ്ക്കു മോശക്കാരിയായത്.

സുരേഷ് പറഞ്ഞ ശശിയണ്ണന്റെ അമ്മയാണ് ഈ ഇരിക്കുന്നത്. ഈ കുട്ടി ശശിയുടെ ഒരേയൊരു മകളും.

കഴിഞ്ഞ ആഴ്ചയിൽ ഞാൻ ഓട്ടം കഴിഞ്ഞ് വരുന്ന സമയത്ത് ചന്തക്കവലയിൽനിന്ന് പ്രകാശൻ എന്റെ വണ്ടിയിലാണ് അടിവാരത്തേക്കു വന്നത്. അയാളുടെ കൂടെ എനിക്കു പരിചയമില്ലാത്ത ഒരാളും ഉണ്ടായിരുന്നു. വണ്ടിയിലിരുന്ന് അവരു തമ്മിൽ സംസാരിച്ച കാര്യത്തിന്റെ ഗുട്ടൻസ് ഇപ്പോഴല്ലെ എനിക്കു പിടികിട്ടിയത്.

എന്തു പിടികിട്ടിയെന്ന്? നീ തെളിച്ചു പറയ് എന്റെ സുരേഷേ.

അതിപ്പോൾ ഞാൻ എങ്ങനെയാണ് ചേച്ചി നിങ്ങളോട് പറയുന്നത്. പുതിയ മോഡലാണെന്നും ഒട്ടും ഓടിയിട്ടില്ലാന്നുമൊക്കെ പ്രകാശൻ പറഞ്ഞതുവെച്ച് നോക്കുമ്പോൾ, അത് ഈ കൊച്ചിനെക്കുറിച്ച് ആയിരിക്കാനാണ് സാധ്യത. അവൻ വെറും ചെറ്റയാണ് ചേച്ചി. നിങ്ങൾ വന്നില്ലായിരുന്നു എങ്കിൽ ഈ കൊച്ചിനെയും അവൻ വിറ്റു കാശു വാങ്ങി

ച്ചേനെ.

എന്റീശ്വരാ, കഴുകന്മാരുടെ കൂട്ടത്തിലാണല്ലോ ഗീതേ എന്റെ മോളെ രവി ഏല്പിച്ചത്.

രവിയെ കുറ്റം പറഞ്ഞിട്ടു കാര്യമില്ല അമ്മായി. ഇവരുടെ സ്വഭാവത്തെക്കുറിച്ച് രവിക്ക് യാതൊന്നും അറിയില്ലെന്നു വേണം കരുതാൻ. പത്തുകൊല്ലമായി ജയിലിൽ കിടക്കുന്നയാൾക്ക് ഇവിടെ നടക്കുന്ന കാര്യങ്ങൾ എങ്ങനെ അറിയാൻ സാധിക്കും. ജാനകിക്ക് ജയിലിലേക്കു വരാൻ താല്പര്യമില്ലെന്ന് സുജാത പറഞ്ഞതുതന്നെ അവളുടെ ഒന്നാന്തരം അടവായിരുന്നു. ഇവിടെ നടക്കുന്ന കാര്യങ്ങളൊന്നും രവി അറിയാതിരിക്കാനാണ് ജാനകിയെ അങ്ങോട്ടു കൊണ്ടുപോകാതിരുന്നത്.

നിങ്ങൾ ഏതു രവിയുടെ കാര്യമാണ് ചേച്ചി പറയുന്നത്?

അതോ, ശശിയെ വീട്ടിൽ വിളിക്കുന്ന പേരാണ് രവിയെന്ന്. സുരേഷിന്റെ ചോദ്യത്തിന് ഗീത വളരെ തന്ത്രപരമായി മറുപടി കൊടുത്തു.

എന്റെ കൊച്ചിനെ അവരു കണ്ടമാനം ഉപദ്രവിച്ചു കാണും ഗീതേ. എനിക്കു കരച്ചിൽ അടക്കി നിർത്താൻ കഴിഞ്ഞില്ല.

അമ്മായി വിഷമിക്കാതിരിക്ക്, ഒരു വലിയ അപകടത്തിൽനിന്നും നമ്മുടെ കുട്ടിയെ രക്ഷപ്പെടുത്താൻ സാധിച്ചല്ലോ എന്നു കരുതി ആശ്വസിക്കുകയല്ലേ വേണ്ടത്. ഈശ്വരാനുഗ്രഹം ഒന്നുകൊണ്ട് മാത്രമാണ് ജാനകിക്ക് ആ നരകത്തിൽനിന്നും രക്ഷപ്പെടുവാൻ സാധിച്ചത്. ഞാനും അമ്മായിയും ഈ സുരേഷുമൊക്കെ അതിനൊരു നിമിത്തമായി മാറിയെന്നു മാത്രം.

കുറെ കഴിഞ്ഞപ്പോൾ ജീപ്പ് ഒരു ഹോട്ടലിന്റെ മുൻപിൽ ഒതുക്കി നിർത്തിയിട്ട് സുരേഷ് പുറത്തേക്കിറങ്ങി.

സ്ഥലമെത്തി ചേച്ചി, ആ കാണുന്നതാണ് ട്രാൻസ്പോർട്ട് സ്റ്റാന്റ്. ഞാനൊരു ചായ കുടിക്കട്ടെ.

അമ്മായി ജാനകിയെ സാവധാനം എഴുന്നേല്പിക്ക്, ഞാൻ പോയി അവൾക്കൊരു ചായ വാങ്ങിച്ചിട്ടു വരാം.

ഞാൻ പതുക്കെ ജാനകിയെ തട്ടിവിളിച്ചു.

എന്നെ ഒന്നും ചെയ്യല്ലേ എന്ന് നിലവിളിച്ചു കൊണ്ടാണ് അവൾ എഴുന്നേറ്റത്.

ഞാൻ നിന്റെ അച്ഛമ്മയാണ് ജാനകി. ഇനി മോൾ ഒന്നുകൊണ്ടും ഭയപ്പെടേണ്ട. എന്റെ ജാനകിയെ ഉപദ്രവിക്കാൻ ഒരാളും ഇനി വരില്ല. വെളിച്ചത്തിൽ ഞാനവളുടെ മുഖം വ്യക്തമായി കണ്ടത് അപ്പോഴാണ്. രവിയെപ്പോലെ ഇരുനിറവും വലിയ കണ്ണകളുമുള്ള ഒരു മിടുക്കി കുട്ടി.

അച്ഛമ്മ മരിച്ചുപോയെന്നാണല്ലോ അച്ഛൻ എന്നോടു പറഞ്ഞിട്ടു ള്ളത്.

അതൊക്കെ വലിയ കഥയാണ് മോളെ. നിന്റെ അച്ഛനെ നൊന്തു പ്രസവിച്ച അവന്റെ അമ്മയാണ് ഞാൻ. അവന്റെ ഗതികേടു കൊണ്ടാണ് അമ്മ മരിച്ചുപോയെന്ന് സ്വന്തം മകളോട് പോലും കളവു പറയേണ്ടി

വന്നത്. ഒത്തിരി വർഷങ്ങളുടെ കാത്തിരിപ്പിനു ശേഷം ഇന്നലെയാണ് ഞാൻ രവിയെ കണ്ടത്. ആ കൂടിക്കാഴ്ചയിലാണ് എന്റെ ജാനകി മോളെക്കുറിച്ചും ഞാൻ അറിയുന്നത്.

അച്ഛമ്മ ജയിലിൽ പോയിരുന്നോ?

ജയിലിൽ പോയി നിന്റെ അച്ഛനെ കണ്ടതിനുശേഷമാണ് ഞങ്ങൾ അങ്ങോട്ടു വന്നത്. സുജാതയുമായി ഞാൻ സംസാരിക്കുന്ന സമയത്ത് മോൾ വീടിനകത്തുണ്ടായിരുന്നു.

അവളുടെ മുഖം ഭയംകൊണ്ട് നിറഞ്ഞത് വളരെ പെട്ടെന്നായിരുന്നു.

നമുക്കിവിടെനിന്നും പോകാം അച്ഛമ്മേ. അയാൾ വരുന്നതിനു മുൻപ് ദൂരെ എവിടെയെങ്കിലും പോയി നമുക്ക് രക്ഷപ്പെടാം.

ജാനകിയെ ഞാൻ എന്റെ നെഞ്ചോടു ചേർത്തു പിടിച്ചു. ഇനി ആരും മോളെ കൊണ്ടുപോകാൻ വരില്ല. നമ്മളിപ്പോൾ ഒരുപാടു ദൂരെ എത്തിക്കഴിഞ്ഞു. മോൾക്ക് ഇനി അച്ഛമ്മയുണ്ട്. അധികം വൈകാതെ നിന്റെ അച്ഛനും ശിക്ഷ കഴിഞ്ഞ് പുറത്തിറങ്ങും. ഇനിയുള്ള കാലം അച്ഛമ്മയുടെയും അച്ഛന്റെയും കൂടെ നമ്മുടെ വീട്ടിലാണ് ജാനകി കഴിയാൻ പോകുന്നത്. മോളെ ശല്യപ്പെടുത്താൻ ഒരാളും അങ്ങോട്ടു വരില്ല.

ഇനിയെന്നെ ആർക്കും വിട്ടുകൊടുക്കരുത് അച്ഛമ്മേ. എന്റെ കൈയിൽ മുറുകെ പിടിച്ചുകൊണ്ട് അവൾ പറഞ്ഞു.

അപ്പോഴേക്കും ഗീത ചായയുമായി എത്തി. ഞാനതുവാങ്ങി ജാന കിക്ക് കൊടുത്തു.

ഇനി എങ്ങോട്ടു പോകണമെന്ന് എനിക്കൊരു തീരുമാനത്തിൽ എത്താൻ കഴിയുന്നില്ല ഗീതേ, എന്താണ് നിന്റെ അഭിപ്രായം?

ഞാനും അതുതന്നെയാണ് അലോചിച്ചുകൊണ്ടിരുന്നത്. ഈ അവ സ്ഥയിൽ ജാനകിയേയും കൂട്ടി രവിയുടെ അടുത്തേക്കു പോകുന്നത് ഉചിതമാണെന്ന് എനിക്കു തോന്നുന്നില്ല. അതുകൊണ്ട് ഇവളെ നമ്മുടെ വീട്ടിലേക്കുതന്നെ കൊണ്ടുപോകാം. കാര്യങ്ങളൊക്കെ ഒന്നു ശാന്തമാ യതിനുശേഷം രവിയെ കാണുന്ന കാര്യത്തെക്കുറിച്ച് നമുക്കാലോചിക്കാം.

അതുതന്നെയാണ് ഗീതേ നല്ല തീരുമാനം. ഈ അവസ്ഥയിൽ ജാനകിയെ കാണുമ്പോൾ രവിയുടെ മനസ്സു വിഷമിക്കുമെന്നല്ലാതെ വേറെ ഗുണമൊന്നും ഉണ്ടാകാൻ പോകുന്നില്ല. നീ പറഞ്ഞതുപോലെ ജാനകിയെ നമ്മുടെ വീട്ടിലേക്കു കൊണ്ടുപോകുന്നതുതന്നെയാണ് ഉചിതം.

ജീപ്പുവാടക കൊടുത്ത് സുരേഷിനെ പറഞ്ഞയച്ചതിനുശേഷം ഞങ്ങൾ സ്റ്റാന്റിലേക്കു നടന്നു. ഗീതയുടെ ഒപ്പത്തിന് ഉയരമുണ്ടെങ്കിലും അതിനനുസരിച്ചുള്ള ശാരീരിക വളർച്ച ജാനകിക്ക് ഉണ്ടായിരുന്നില്ല. പിന്നിത്തുടങ്ങിയ ഒരു പാവാടയും ബ്ലൗസുമായിരുന്നു അവളുടെ വേഷം. എന്റെ കൈയിൽ മുറുകെ പിടിച്ചുകൊണ്ടാണ് ജാനകി നടന്നത്. ചുരുങ്ങിയ സമയംകൊണ്ട് അവൾ ഞാനുമായി നന്നായി അടുത്തു.

ഏതോ വലിയ അപകടത്തിൽനിന്നും രക്ഷപ്പെട്ടതിന്റെ ആശ്വാസം അവ
ളുടെ മുഖഭാവത്തിൽ പ്രകടമായിരുന്നു.

പാതിരാത്രി കഴിഞ്ഞ നേരമായതുകൊണ്ട് ബസിനകത്ത് വളരെ
കുറച്ചു യാത്രക്കാർ മാത്രമാണ് ഉണ്ടായിരുന്നത്. എന്റെ കൂടെ ജാന
കിയും തൊട്ടടുത്ത സീറ്റിൽ ഗീതയും ഇരുന്നു. കുറച്ചു ദൂരം പിന്നിട്ട
പ്പോഴേക്കും ജാനകി എന്റെ ചുമലിലേക്കു തല ചായ്ച്ചു ഉറങ്ങാൻ
തുടങ്ങി. അധികം വൈകാതെ ശാന്തതയോടെ കൂർക്കംവലിയും ആരം
ഭിച്ചു. ജീവിതത്തിലേക്കുള്ള ഒളിച്ചോട്ടത്തിൽ ജാനകിയെ ചേർത്തു പിടി
ച്ചുകൊണ്ട് ഞാൻ മാത്രം ഉറങ്ങാതെ ഇരുന്നു.

തയ്യൻ കോഴി

എല്ലാം ഒരു തനിയാവർത്തനംപോലെ എനിക്ക് തോന്നിപ്പോവുന്നു. ജാനകിയെ കാണുമ്പോൾ എന്റെ യൗവനമാണ് എനിക്ക് ഓർമ്മ വരുന്നത്. കാർത്ത്യായനിയമ്മയുടെ സ്ഥാനത്ത് ഇപ്പോൾ ഞാനാണെ ന്നുള്ള വ്യത്യാസം മാത്രമേയുള്ളൂ. എനിക്ക് സംഭവിച്ച ദുർവ്വിധി എന്റെ ജാനകിമോൾക്ക് സംഭവിക്കാൻ ഇടവരരുത്. രവി വന്നാലുടനെ ഏതെ ങ്കിലും നല്ലൊരു ജ്യോത്സ്യനെ വരുത്തി ഇവിടെയുള്ള ദോഷങ്ങൾ തീർ ക്കാൻ വേണ്ടുന്ന പരിഹാരക്രിയകൾ ചെയ്യണം. അതുകഴിഞ്ഞാലല്ലാതെ എനിക്കൊരു മന:സമാധാനം ഉണ്ടാവില്ല, ഗീതേ.

എന്ത് ദോഷകാര്യമാണ് അമ്മായി പറയുന്നത്?

ഈ വീട്ടിൽ എന്തൊക്കെയോ ദോഷങ്ങളുണ്ടെന്നാണ് വേലായുധൻ കണിയാൻ പ്രശ്നംവെച്ചുനോക്കിയപ്പോൾ കണ്ടത്. എക്കാലവും അതിന്റെ ദുഷ്യഫലങ്ങൾ അനുഭവിക്കുന്നത് ഇവിടെ താമസിക്കുന്ന സ്ത്രീകളാണെന്നുള്ള പ്രത്യേകതയുണ്ട്. എന്റെ അമ്മയും കാർത്ത്യാ യനിയമ്മയും ഞാനുമൊക്കെ അതിന്റെ ഇരകളായിരുന്നല്ലോ ഗീതേ.

ഇതൊക്കെ വെറും അബദ്ധ ധാരണകളാണ് അമ്മായി. നമ്മുടെ ചുറ്റിലും ജീവിക്കുന്ന ഭൂരിഭാഗം സ്ത്രീകളും അമ്മായി പറയുന്ന ആ ദോഷത്തിന്റെ ഇരകൾ തന്നെയാണ്. ജോത്സ്യൻ നിർദ്ദേശിക്കുന്ന പരി ഹാരക്രിയകൾ ചെയ്താലൊന്നും അത് മാറാൻ പോകുന്നില്ല. ഈ വീട്ടിൽ താമസിച്ചിട്ടാണോ എനിക്ക് ഇങ്ങനെയൊരു ദുർവ്വിധിയുണ്ടായത്? ജാനകിയും സുജാതയുമൊക്കെ ഇവിടെയാണോ ഇതുവരെ ജീവിച്ചത്? നമുക്ക് സംഭവിക്കുന്ന ദുർവ്വിധി ജാനകിക്ക് വരരുതെന്ന് ആത്മാർത്ഥമായി ആഗ്രഹിക്കുന്നുണ്ടെങ്കിൽ അവളെ സ്വന്തം കാലിൽ നില്ക്കാൻ പ്രാപ്തയാക്കുകയാണ് വേണ്ടത്. ജനകിയുടെ സംരക്ഷണം അവളുടെ

മാത്രം ഉത്തരവാദിത്വമാണെന്നുള്ള അവബോധവും അതിനുള്ള ആത്മവിശ്വാസവുമാണ് ആദ്യം വളർത്തിയെടുക്കേണ്ടത്.

കണിയാന്റെ കാര്യം അവിടെ നില്ക്കട്ടെ, വേറെയൊരു പ്രധാനപ്പെട്ട കാര്യമാണ് എനിക്ക് പറയാനുള്ളത്. അവളെ ഭയപ്പെടുത്തിക്കൊണ്ടിരി ക്കുന്ന കാര്യങ്ങൾ എന്താണെന്ന് സാവധാനം അമ്മായി ചോദിച്ച് മന സ്സിലാക്കണം.

ജാനകി എവിടെയാണ്, അവളെ കണ്ടില്ലല്ലോ?

അവൾ കുളിക്കുകയാണ് അമ്മായി. എന്റെ മുൻപിൽവച്ച് മനസ്സ് തുറക്കാൻ ഒരുപക്ഷേ, അവൾ മടി കാണിച്ചേക്കാം. അതുകൊണ്ട് കുറ ച്ചുസമയത്തേക്ക് ഞാൻ മാറിനില്ക്കുന്നതാണ് നല്ലതെന്ന് തോന്നുന്നു. അമ്മായിക്ക് ഞാൻ പറയുന്നതിന്റെ ഗൗരവം മനസ്സിലാകുന്നുണ്ടല്ലോ, അല്ലേ?

ജാനകിയുടെ ഇപ്പോഴത്തെ മാനസികാവസ്ഥ എന്താണെന്ന് എനി ക്കൊരു നിശ്ചയവുമില്ല. എന്തായാലും കാര്യങ്ങൾ ചോദിച്ചറിഞ്ഞല്ലേ മതിയാകൂ, കഴിവിന്റെ പരമാവധി ഞാൻ ശ്രമിച്ചുനോക്കാം ഗീതെ.

ഗീത പോയതിന്റെ പുറകെ ജാനകി കുളി കഴിഞ്ഞുവന്നു.

ഗീതച്ചേച്ചി എവിടെപ്പോയി അച്ഛരമ്മേ? എനിക്ക് മാറാൻ വേറെ തുണിയൊന്നും ഇല്ലാത്തതുകൊണ്ട് ചേച്ചിയുടെ നൈറ്റിയാണ് ഞാൻ ചോദിക്കാതെ എടുത്തിട്ടിരിക്കുന്നത്.

ഗീത അവളുടെ വീടുവരെ പോയിരിക്കുകയാണ് ജാനകി. അവളുടെ സാധനങ്ങൾ എടുക്കുന്നതിന് മോൾക്ക് അനുവാദത്തിന്റെയൊന്നും ആവശ്യമില്ല. ഗീതയെ സ്വന്തം അമ്മയെപ്പോലെ തന്നെ നീ കരുതിയാൽ മതി.

അച്ഛരമ്മയുടെ ആരാണ് ഈ ഗീതേച്ചി?

ഗീത നമ്മുടെ ഒരു അകന്ന ബന്ധുവാണ് മോളെ. അവളുടെ വീടു പണി നടക്കുന്നതുകൊണ്ട് കുറച്ചുനാളുകളായി അവൾ എന്റെ കൂടെ യാണ് താമസിക്കുന്നത്.

അതുവരെ അച്ഛരമ്മ ഒറ്റയ്ക്കാണോ താമസിച്ചിരുന്നത്?

നിന്റെ അച്ഛൻ പതിനെട്ട് വയസ്സുള്ളപ്പോഴാണ് നാടുവിട്ട് പോയത്. പിന്നീടുള്ള കാലം മുഴുവൻ ഈ ലോകത്തിൽത്തന്നെ അച്ഛരമ്മ ഒറ്റയ് ക്കായിരുന്നു.

അപ്പോൾ അച്ചിച്ഛൻ എവിടെയായിരുന്നു?

നിന്റെ അച്ഛൻ ഇവിടെനിന്നും പോകാനുള്ള കാരണംതന്നെ അയാ ളായിരുന്നു. അവൻ കുഞ്ഞായിരുന്ന സമയത്താണ് രവീടച്ഛൻ ഞങ്ങളെ ഉപേക്ഷിച്ചുപോയത്. ആ മനുഷ്യനെ കണ്ടെത്തുവാൻ വേണ്ടി രവിയും ഇറങ്ങിത്തിരിച്ചു. എല്ലാം വിധിയായിരുന്നു മോളെ.

വീട്ടിൽ വന്നുകയറിയതുമുതൽ ഞാൻ ശ്രദ്ധിക്കുന്നതാണ്, ഇത്ര കാര്യമായി എന്താണ് ജാനകിമോൾ ആലോചിക്കുന്നത്?

ആലോചിച്ച് വിഷമിക്കാനാണെങ്കിൽ ധാരാളം കാര്യങ്ങളുണ്ട്

അച്ചരമ്മെ.

മോളുടെ മനസ്സിനെ വേദനിപ്പിക്കുന്ന കാര്യങ്ങൾ അച്ചരമ്മയോട് തുറന്നുപറയാൻ എന്തിനാണ് മടി വിചാരിക്കുന്നത്. നീയിങ്ങനെ വിഷമിക്കുന്നത് കണ്ടുനില്ക്കാൻ അച്ചരമ്മയ്ക്ക് സാധിക്കില്ല.

സുജാതക്കുഞ്ഞമ്മയുടെ കാര്യമാണ് അച്ചരമ്മെ എന്നെയിപ്പോൾ ഏറ്റവുമധികം അലട്ടുന്നത്. യഥാർത്ഥത്തിൽ കുഞ്ഞമ്മ ഒരു പാവമാണ്, കൊച്ചച്ചൻ അന്നേരം വീട്ടിൽ ഉണ്ടായിരുന്നതുകൊണ്ടാണ് അച്ചര മ്മയോടും ഗീതേച്ചിയോടുമൊക്കെ കുഞ്ഞമ്മ മോശമായി സംസാരിച്ചത്. അയാളൊരു മൃഗമാണ് അച്ചരമ്മേ, കുടിച്ച് അബോധാവസ്ഥയിൽ ആയിരുന്നതുകൊണ്ടാണ് നിങ്ങൾ വന്ന വിവരം അയാൾ അറിയാതിരു ന്നത്. അല്ലായിരുന്നെങ്കിൽ എനിക്കൊരിക്കലും ഇത്ര എളുപ്പത്തിൽ നിങ്ങ ളുടെ കൂടെ രക്ഷപ്പെടാൻ സാധിക്കില്ലായിരുന്നു.

അമ്മയെക്കുറിച്ചുള്ള അവ്യക്തമായ ഓർമ്മകൾ മാത്രമാണ് എനി ക്കുള്ളത്. എന്റെ കുഞ്ഞുനാളിൽ അമ്മ കാൻസർ പിടിപെട്ട് മരിച്ചുപോയി. അധികം വൈകാതെ അച്ചരൻ ജയിലിലുമായി. പിന്നീട് എന്നെ വളർത്തിയതും വലുതാക്കിയതുമൊക്കെ കുഞ്ഞമ്മയായിരുന്നു. അമ്മ മരിക്കുന്ന സമയത്ത് കുഞ്ഞമ്മ കല്യാണം കഴിച്ചിട്ടില്ലായിരുന്നു. അന്നാളിൽ അച്ചരൻ മുൻകൈയെടുത്താണ് പ്രകാശൻ കൊച്ചച്ചനെ കണ്ടുപിടിച്ച് കുഞ്ഞമ്മയുടെ കല്യാണം നടത്തിയത്. ആദ്യ കാലങ്ങളിൽ വളരെ സന്തോഷത്തോടെയാണ് അവർ ജീവിച്ചത്. അച്ചരൻ ജയിലിൽ പോയതിന് ശേഷമാണ് എല്ലാ പ്രശ്നങ്ങൾക്കും തുടക്കമായത്.

കുഞ്ഞമ്മയ്ക്ക് കുട്ടികൾ ഉണ്ടാകില്ലെന്ന് ഡോക്ടർമാർ വിധിയെ ഴുതിയതോടെ കൊച്ചച്ചൻ മദ്യത്തിന് അടിമയായി. കുടിച്ചുകഴിഞ്ഞാൽ കുഞ്ഞമ്മയെ തെറിവിളിക്കുന്നതും തല്ലുന്നതും കൊച്ചച്ചൻ ഒരു ശീല മാക്കി മാറ്റി. ജോലിക്കൊന്നും പോകാതെ മുഴുവൻ സമയവും മദ്യപാനം തുടങ്ങിയതോടെ വീട്ടിൽ മുഴുപ്പട്ടിണിയായി. വനത്തിൽപ്പോയി വിറക് പെറുക്കി വിറ്റുകിട്ടുന്ന തുച്ഛമായ വരുമാനം കൊണ്ടായിരുന്നു അക്കാ ലത്ത് കുഞ്ഞമ്മ കുടുംബം പോറ്റിയത്.

ഒരു സന്ധ്യക്ക് കൊച്ചച്ചന്റെ കൂടെ വീട്ടിൽവന്ന ഫോറസ്റ്റ് ഗാർഡ് കുഞ്ഞമ്മയുടെ മുറിയിലേക്ക് കയറിപ്പോകുന്നത് കണ്ടെങ്കിലും അതെ ന്തിനായിരുന്നുവെന്ന് മനസ്സിലാക്കുവാനുള്ള പ്രായം അന്നാളിൽ എനി ക്കുണ്ടായിരുന്നില്ല. അയാൾ തിരിച്ചുപോയതിന് ശേഷം ആ രാത്രി മുഴുവൻ കുഞ്ഞമ്മയിരുന്ന് കരഞ്ഞത് എനിക്കിപ്പോഴും ഓർമ്മയുണ്ട്. പിന്നീട് പല ദിവസങ്ങളിലും കുഞ്ഞമ്മ ഉടുത്തൊരുങ്ങി കൊച്ചച്ചന്റെ കൂടെ ടൗണിലേക്ക് പോകാൻ തുടങ്ങി. തിരിച്ചുവരുമ്പോൾ കുഞ്ഞമ്മ കൊണ്ടുവരുന്ന മിഠായിയും പലഹാരങ്ങൾക്കുംവേണ്ടി കൊതിയോടെ ഞാൻ കാത്തിരുന്നിട്ടുണ്ട്. അതൊക്കെ കുഞ്ഞമ്മയുടെ മാനത്തിന്റെ വില കൊടുത്തു വാങ്ങിയതാണെന്ന് അറിയാതെ സന്തോഷത്തോടെ ഞാൻ കഴിക്കുമായിരുന്നു.

എന്റെ കൂടെ പഠിക്കുന്ന കുട്ടികൾ കുഞ്ഞമ്മയെക്കുറിച്ച് ഓരോ അനാവശ്യങ്ങൾ പറഞ്ഞു തുടങ്ങിയതോടെയാണ് കാര്യങ്ങളുടെ നിജ സ്ഥിതി മനസ്സിലാക്കുവാൻ ഞാൻ ശ്രമിച്ചുതുടങ്ങിയത്. പണത്തിനു വേണ്ടി സ്വന്തം ഭാര്യയുടെ ശരീരം വില്ക്കുന്ന നെറികെട്ടവനായിരുന്നു പ്രകാശൻ കൊച്ചച്ഛനെന്ന് തിരിച്ചറിയാൻ എനിക്കധികം സമയം വേണ്ടിവന്നില്ല. അയാളുടെ ഭീഷണിക്കുവഴങ്ങിയാണ് പാവം കുഞ്ഞമ്മ ആ വൃത്തികെട്ട ജീവിതം തെരഞ്ഞെടുക്കാൻ തയ്യാറായത്. മാനംവിറ്റ് ജീവിക്കുന്നത് അവസാനിപ്പിക്കുവാൻ എന്നാൽ കഴിയാവുന്ന വിധം ഞാൻ കുഞ്ഞമ്മയെ നിർബ്ബന്ധിച്ചു. പക്ഷേ, അതിനോടകം കുഞ്ഞമ്മ ആ ജീവിതത്തിനോടു പൊരുത്തപ്പെട്ടു കഴിഞ്ഞിരുന്നു. സ്വന്തം ശരീരം വിറ്റ് ഭർത്താവിനെ പ്രീതിപ്പെടുത്തുന്നത് കുഞ്ഞമ്മയെ സംബന്ധി ച്ചിടത്തോളം അമ്മയാകുവാൻ കഴിയാത്തതിനുള്ള പ്രായശ്ചിത്ത മായിരുന്നു.

കൊച്ചച്ഛന്റെ ഇടപാടുകളെക്കുറിച്ച് എനിക്ക് അറിയാമെന്ന് മന സ്സിലാക്കിയതോടെ അച്ഛന്റെ അടുത്തേക്ക് എന്നെ കൊണ്ടുപോകാ തെയായി. അവിടെ നടക്കുന്ന കാര്യങ്ങൾ അച്ഛന്റെ ചെവിയിൽ എത്തി യാൽ എന്നെ കൊന്നുകളയുമെന്നുള്ള അയാളുടെ ഭീഷണിക്കുമുൻപിൽ പിടിച്ചുനില്ക്കാനുള്ള മനോധൈര്യം കുഞ്ഞമ്മയ്ക്കും ഉണ്ടായിരുന്നില്ല. സ്വന്തം മോളെപ്പോലെയാണ് കുഞ്ഞമ്മ എന്നെ സ്നേഹിക്കുന്നതെന്ന് അയാൾക്ക് നന്നായി അറിയാമായിരുന്നു. ആ സ്നേഹം എക്കാലവും അയാൾ മുതലെടുത്തിട്ടുണ്ട്.

പത്താം ക്ലാസിൽ പരീക്ഷ എഴുതിയെങ്കിലും ഞാൻ പാസായില്ല. പഠിത്തം കഴിഞ്ഞതോടെ മുഴുവൻ സമയവും ഞാൻ വീട്ടിൽത്തന്നെ ഇരിപ്പായി. ഭാര്യക്ക് വേണ്ടിയുള്ള ഇടപാടുകാരെ കണ്ടെത്തുവാൻ അപ്പോ ഴേക്കും കൊച്ചച്ഛന് ബുദ്ധിമുട്ടായിത്തുടങ്ങിയിരുന്നു. അതുകൊണ്ട് കുഞ്ഞമ്മയേയും കൂട്ടികൊണ്ടുള്ള അയാളുടെ പോക്ക് വല്ലപ്പോഴും മാത്ര മായി ഒതുങ്ങി. അതിനിടയിൽ എപ്പോഴോ ആണ് എന്റെ ശരീരവളർച്ച അയാളുടെ കഴുകൻ കണ്ണുകളിൽ പെട്ടത്. സ്നേഹം നടിച്ചുകൊണ്ട് അയാൾ എന്നോട് അടുക്കുവാൻ ശ്രമിച്ചപ്പോൾത്തന്നെ അതിന് പിന്നി ലുള്ള ദുരുദ്ദേശ്യം ഞാൻ തിരിച്ചറിഞ്ഞു. അയാൾ എന്നെ നോക്കുന്നതു പോലും എനിക്ക് അറപ്പായിരുന്നു. ഒരു പുതിയ വില്പനച്ചരക്ക് കണ്ടെ ത്തിയതിന്റെ സന്തോഷം അയാളുടെ കണ്ണുകളിൽ എനിക്ക് കാണാ മായിരുന്നു.

കഴിഞ്ഞ ബുധനാഴ്ച ഉച്ചയോടടുത്ത് ഒരു മദ്ധ്യവയസ്കനെയും കൂട്ടിയാണ് കൊച്ചച്ഛൻ വീട്ടിൽ വന്നുകയറിയത്. കൈയിലൊരു മദ്യ ക്കുപ്പിയും കുറച്ച് പച്ചമീനും കൊണ്ടുവന്നിരുന്നു. ഗൾഫിലുള്ള ഏതോ വലിയ മുതലാളിയുടെ മാനേജർ എന്നാണ് അയാളെ എനിക്കും കുഞ്ഞ മ്മയ്ക്കും പരിചയപ്പെടുത്തിയത്.

ഇടപാടുകാരെ വീടിനകത്തേക്ക് കൊണ്ടുവരുന്ന ശീലം ഇതിനു

മുൻപ് ഉണ്ടായിരുന്നില്ല. ഞാൻ പ്രായപൂർത്തിയായതിന് ശേഷം കുഞ്ഞമ്മ അതിന് സമ്മതിച്ചിട്ടുമില്ല. എന്നാൽ അന്ന് പതിവിന് വിപരീത മായി വീടിന്റെ പുറകുവശത്തെ തിണ്ണയിലിരുന്ന് രണ്ടുപേരും കൂടി മദ്യ പിക്കുവാൻ തുടങ്ങി. എന്നോട് കതക് അകത്തുനിന്നും കുറ്റിയിട്ട് മുറി യിൽത്തന്നെ ഇരുന്നോളാൻ പറഞ്ഞിട്ടാണ് കുഞ്ഞമ്മ മീൻവെട്ടാൻ പോയത്.

കുറെനേരം മുറിയിൽ വെറുതെയിരുന്നപ്പോൾ ഞാനൊന്നുമയ ങ്ങിപ്പോയി. എന്റെ വാതിലിൽ മുട്ടുന്നത് കേട്ടപ്പോൾ കുഞ്ഞമ്മയാണെന്ന് കരുതിയാണ് വേഗം പോയി ഞാൻ കതക് തുറന്നത്. പക്ഷേ, കൊച്ചച്ചനോടൊപ്പം വന്ന ആളെയായിരുന്നു ഞാൻ എന്റെ മുൻപിൽ കണ്ടത്. പെട്ടെന്ന് അയാളെ കണ്ടപ്പോൾ ഞാനാകെ ഭയന്നുപോയി. എനിക്ക് പുറത്തേക്ക് കടക്കാൻ കഴിയാത്തവിധം വാതിൽ അടഞ്ഞാണ് അയാൾ നിന്നത്. ധൈര്യം സംഭരിച്ച് ഞാനയാളോട് എന്തുവേണമെന്ന് ചോദിച്ചു. അയാൾ ജുബ്ബയുടെ പോക്കിൽനിന്നും കുറെ നോട്ടുകളെടുത്ത് എന്റെ നേർക്ക് നീട്ടിയിട്ട് അതുവാങ്ങാൻ ആവശ്യപ്പെട്ടു. ഞാനതിന് തയ്യാറാകാതായപ്പോൾ അയാൾ മുറിയിലേക്ക് കയറിവന്ന് ആ പണം എന്റെ കൈയിൽ വെച്ചുതരാൻ ശ്രമം നടത്തി. അതോടെ ഞാൻ ഭയന്നുവിറച്ച് നിലവിളിച്ചു. ഞാൻ ഒച്ചവെക്കാൻ തുടങ്ങിയതോടെ അയാൾ പെട്ടെന്ന് മുറിയിൽനിന്നും ഇറങ്ങിപ്പോയി. എന്റെ കരച്ചിൽകേട്ട് മീൻവെട്ടിക്കൊണ്ടിരുന്ന കത്തിയുമായി കുഞ്ഞമ്മ എന്റെയടുത്തേക്ക് ഓടിവന്നു. എന്റെ അവസ്ഥ കണ്ടതോടെ കുഞ്ഞമ്മക്ക് കാര്യങ്ങൾ ഏകദേശം ബോധ്യമായി.

ഒരു ഭ്രാന്തിയെപ്പോലെ കുഞ്ഞമ്മ വെളിയിലേക്ക് പാഞ്ഞു. വലിയ ബഹളമായിരുന്നു പിന്നീട് അവിടെ നടന്നത്. കൊച്ചച്ഛന്റെ ആക്രോ ശവും കുഞ്ഞമ്മയുടെ നിലവിളിയും കുറെനേരത്തേക്ക് തുടർന്നു. കൂടെ വന്ന ആ മനുഷ്യൻ കൊച്ചച്ഛനെ ബലമായി പിടിച്ചുകൊണ്ട് പോയി ല്ലായിരുന്നെങ്കിൽ കുഞ്ഞമ്മയെ കൊല്ലാൻപോലും അയാൾ മടിക്കില്ലാ യിരുന്നു. എഴുന്നേൽക്കാൻപോലും കഴിയാത്തവിധം കുഞ്ഞമ്മയെ തല്ലി ച്ചതച്ചിട്ടാണ് ആ ദുഷ്ടൻ അവിടെനിന്നും പോയത്. ആ അവസ്ഥയിലും കുഞ്ഞമ്മയ്ക്ക് എന്നെക്കുറിച്ച് മാത്രമായിരുന്നു ആധി. ആ നരകത്തിൽ നിന്നും എന്നെ രക്ഷപ്പെടുത്തുവാൻ ഒരിടവും ഇല്ലല്ലോ എന്ന് പറ ഞ്ഞാണ് ആ പാവം കരഞ്ഞുകൊണ്ടിരുന്നത്. അതിനകത്തിരുന്ന് കരയാ നല്ലാതെ മറ്റൊന്നിനും ഞങ്ങൾക്ക് കഴിയുമായിരുന്നില്ല.

ആ സംഭവത്തിന് ശേഷം വീട്ടിൽനിന്നും പോയ കൊച്ചച്ഛൻ പിറ്റേന്ന് രാവിലെയാണ് മടങ്ങിവന്നത്. വന്നുകയറിയ സമയംമുതൽ എന്റെ പേരും പറഞ്ഞ് അയാൾ കുഞ്ഞമ്മയുമായി വഴക്കടിക്കുകയായി രുന്നു. ഏതോ ഗൾഫുകാരനുമായി എനിക്ക് വില പറഞ്ഞ് ഉറപ്പിച്ചിട്ടാണ് അയാൾ വന്നിരിക്കുന്നതെന്ന് അവരുതമ്മിലുള്ള സംസാരത്തിൽനിന്നും എനിക്ക് വ്യക്തമായി.

അതിനുവേണ്ടി എന്നെ പറഞ്ഞുസമ്മതിപ്പിച്ചെടുക്കാൻ കുഞ്ഞമ്മ യുടെ അടുത്ത് എല്ലാ അടവുകളും അയാൾ പയറ്റിനോക്കി. അയാളുടെ കുതന്ത്രങ്ങൾ വിലപ്പോവില്ലെന്ന് ഉറപ്പായതോടെ കുഞ്ഞമ്മയെ പൊതിരെ തല്ലിയതിനുശേഷം അയാൾ എന്റെ നേർക്ക് തിരിഞ്ഞു. നിലത്തിരുന്ന് കരയുകയായിരുന്ന എന്നെ അയാൾ ബലമായി പിടിച്ചു കട്ടിലിലേക്ക് തള്ളിയിട്ടു. എന്റെ നിലവിളികേട്ട് കുഞ്ഞമ്മ ഓടിവന്നപ്പോഴേക്കും അയാൾ ഉടുപ്പുമുഴുവൻ വലിച്ചുകീറിയിരുന്നു. അയാളെ പിടിച്ചുമാറ്റു വാനുള്ള ശക്തി കുഞ്ഞമ്മയ്ക്ക് ഉണ്ടായിരുന്നില്ല. ഒടുവിൽ അയാൾ ആവശ്യപ്പെടുന്ന കാര്യത്തിന് എന്നെ സമ്മതിപ്പിക്കാമെന്ന് കാലുപിടിച്ച് പറഞ്ഞതിനുശേഷമാണ് ആ ചെകുത്താൻ പിന്മാറിയത്. എന്നെ മുറി ക്കുള്ളിലാക്കി കതക് പുറത്തുനിന്ന് പൂട്ടാനും അയാൾ മറന്നില്ല. എന്തു ചെയ്യണമെന്ന് എനിക്കൊരു നിശ്ചയവും ഉണ്ടായിരുന്നില്ല. പിറ്റേന്നായി രുന്നു ഗൾഫുകാരന് എന്നെ കാഴ്ചവയ്ക്കാമെന്ന് അയാൾ ഏറ്റിരുന്നത്. അതൊഴിവാക്കുവാൻ മരണമല്ലാതെ മറ്റൊരു വഴിയും എന്റെ മുൻപിൽ ഉണ്ടായിരുന്നില്ല. അച്ഛമ്മ വന്നില്ലായിരുന്നെങ്കിൽ ഇന്നലെ രാത്രി ഏതു വിധേനയും ഞാൻ ജീവിതം അവസാനിപ്പിക്കുമായിരുന്നു.

അച്ഛമ്മ സംസാരിക്കുന്നത് മുഴുവൻ ഞാൻ അകത്തിരുന്ന് കേട്ടെ ങ്കിലും എന്താണ് ചെയ്യേണ്ടതെന്ന് ആലോചിക്കുവാൻ പോലുമുള്ള മന: ശക്തി എനിക്കന്നേരം ഉണ്ടായിരുന്നില്ല. കുടിച്ച് ലക്കില്ലാതെ ഉറങ്ങു കയായിരുന്ന അയാൾ കാണാതെ കുഞ്ഞമ്മയാണ് എനിക്ക് വാതിൽ തുറന്നുതന്നത്. ആ നരകത്തിൽനിന്നും രക്ഷപ്പെടാൻ കുഞ്ഞമ്മ എനിക്ക് ധൈര്യം തന്നതോടെ കൂടുതലൊന്നും ആലോചിക്കാതെ ഞാൻ ഇറങ്ങി ഓടുകയായിരുന്നു.

എന്നെ അന്വേഷിച്ച് അയാൾ ഇങ്ങോട്ടേക്ക് വരാനൊന്നും പോകു ന്നില്ല. പക്ഷേ, പാവം കുഞ്ഞമ്മയുടെ കാര്യം ഓർക്കുമ്പോഴാണ് എനിക്ക് വിഷമം. എന്നെ തുറന്നുവിട്ടത് കുഞ്ഞമ്മയാണെന്ന് അറിയുമ്പോൾ അവരെ കൊല്ലാൻപോലും ആ ചെകുത്താൻ മടിക്കില്ല.

മനസ്സിലെ വിഷമങ്ങൾ തുറന്നുപറയാൻ സാധിച്ചതിന്റെ ആശ്വാസം ജാനകിയുടെ മുഖത്ത് പ്രകടമായിരുന്നു. അവൾക്ക് അതുതാത്ത തൊന്നും സംഭവിച്ചിട്ടില്ല എന്ന അറിവ് എനിക്കും കുറച്ചൊന്നുമല്ല ആശ്വാസം തന്നത്.

ഈശ്വരന്റെ അനുഗ്രഹം കൊണ്ട് എന്റെ മോൾക്കൊന്നും സംഭവി ച്ചില്ലല്ലോ. ഈ അച്ഛമ്മയ്ക്ക് അത്രയും കേട്ടാൽ മതി. കുഞ്ഞമ്മയുടെ കാര്യമോർത്ത് മോളിനി വിഷമിക്കേണ്ട. നിന്റെ സുരക്ഷയെ മാത്രം കരു തിയാണ് സുജാത ആ നെറികെട്ടവന്റെ ചൊൽപ്പടിക്ക് ഇതുവരെയും നിന്നുകൊടുത്തത്. സുരക്ഷിതമായ കൈകളിൽ നീ എത്തിച്ചേർന്നുവെന്ന് ഉറപ്പായ സ്ഥിതിക്ക് ഇനി അവനെ കൈകാര്യം ചെയ്യുവാൻ സുജാതയ്ക്ക് യാതൊരു ബുദ്ധിമുട്ടും ഉണ്ടാകില്ല. കഴിഞ്ഞതെല്ലാം ഒരു ദു:സ്വപ്നമാ യിരുന്നു എന്ന് മാത്രം കരുതിയാൽ മതി.

മോൾക്ക് നമ്മുടെ വീടും പരിസരവുമൊക്കെ ഇഷ്ടമായോ?

അത് പ്രത്യേകിച്ച് ചോദിക്കേണ്ട കാര്യമുണ്ടോ അച്ഛമ്മേ. എങ്ങനെ ഇഷ്ടപ്പെടാതിരിക്കാൻ കഴിയും. ഞാൻ താമസിച്ചിരുന്ന വീട് വച്ച് നോക്കുമ്പോൾ ഇതൊരു കൊട്ടാരമാണ്. ജാനകിയുടെ മുഖത്ത് ആദ്യമായി ചിരി പടരുന്നത് ഞാൻ കണ്ടു.

അധികം വൈകാതെ ജാനകിയേയും കൂട്ടി ഞാൻ കവലയിലേക്ക് ഇറങ്ങി. ബാഹുലേയന്റെ ജൗളിക്കടയിൽനിന്നും അവൾക്ക് രണ്ട് ജോഡി പാവാടയും ബ്ലൗസിനുമുള്ള തുണിയും വാങ്ങി ദിനകരന്റെയടുത്ത് തയ്ക്കാൻ ഏല്പിക്കുകയാണ് ആദ്യം ചെയ്തത്. കവറിനുള്ളിൽ വച്ചിരുന്ന ചുരിദാർ വാങ്ങാനായിരുന്നു അവൾക്ക് കമ്പം. അത്തരം പരിഷ്കാരങ്ങളോട് തീരെ താല്പര്യമില്ലെങ്കിലും ജാനകിയുടെ ഇഷ്ടത്തിന് എതിര് നില്ക്കാൻ എനിക്ക് മനസ്സുവന്നില്ല. കവലയിലുള്ള ഒട്ടുമിക്ക കട കളിലും ഞങ്ങൾ കയറിയിറങ്ങി. അവളെക്കുറിച്ച് ആളുകളോടൊക്കെ ഇതെന്റെ രവിയുടെ മകളാണെന്ന് പറയുമ്പോൾ ഞാൻ അനുഭവിച്ച സന്തോഷം പറഞ്ഞറിയിക്കാൻ പറ്റുന്നതായിരുന്നില്ല. ഉച്ചവരെയുള്ള കറക്കത്തിന്ശേഷം ഞങ്ങൾ വീട്ടിൽ വന്നുകയറുമ്പോൾ ഗീത ഭക്ഷണം പാകം ചെയ്യുന്ന തിരക്കിലായിരുന്നു.

ജാനകിയും ഗീതയെ സഹായിക്കാൻ കൂടിയതോടെ ഞാൻ കുറ ച്ചുനേരം വന്നുകിടന്നു. ഊണ് കാലമായപ്പോൾ ജാനകിയാണ് എന്നെ വന്ന് വിളിച്ചത്. പുതിയ ഉടുപ്പൊക്കെയിട്ട് ഒരുങ്ങിക്കഴിഞ്ഞപ്പോൾ അവ ളൊരു സുന്ദരിക്കുട്ടിയായി മാറിയിരുന്നു. ഞങ്ങൾ മൂന്നുപേരും ഒരു മിച്ചാണ് ഊണ് കഴിക്കാൻ ഇരുന്നത്.

ഇന്നത്തെ മീൻകറി എങ്ങനെയുണ്ടെന്ന് നോക്കിയേ അമ്മായി, ഇന്നൊരു പ്രത്യേക കൂട്ടാണ് ഞാൻ പരീക്ഷിച്ചത്.

ഞാനൊരല്പം മീൻചാറ് ചോറിലൊഴിച്ച് കഴിച്ചുനോക്കി.

വളരെ നന്നായിട്ടുണ്ട് ഗീതേ, ഈ ജാതി വെപ്പൊക്കെ നീയെവിടെ ന്നാണ് പഠിച്ചത്?

ഇത് ജാനകി വെച്ചതാണ് അമ്മായി, തനി തെക്കൻ മീൻകറി. അമ്മായിയുടെ സമയം തെളിഞ്ഞുവെന്ന് വേണം പറയാൻ. ഇനി ഞാൻ പോയിക്കഴിഞ്ഞാലും നല്ല ഭക്ഷണം വെച്ചുണ്ടാക്കിത്തരാൻ കൊച്ചുമോൾ ഉണ്ടല്ലോ.

നീ എങ്ങോട്ടും പോകുന്നില്ല ഗീതേ, ജാനകിയുടെ അച്ഛമ്മയാ കാനേ എനിക്ക് സാധിക്കൂ.

അപ്പോൾ അവൾക്കൊരു അമ്മയുടെ കുറവുണ്ട്. ആ കുറവ് നീ വേണം നികത്താൻ. എന്തായാലും രവി വരട്ടെ, എന്നിട്ടുവേണം നിന്റെ കാര്യത്തിൽ എനിക്ക് ചില തീരുമാനങ്ങൾ എടുക്കാൻ.

ഒന്നുമിണ്ടാതിരിക്ക് എന്റെ അമ്മായി, ഈ കുട്ടി കേട്ടാൽ എന്തു കരുതും. ഇതുപറഞ്ഞിട്ട് ഗീത അടുക്കളയിലേക്ക് പോയി.

അച്ഛമ്മ എന്താണ് ഉദ്ദേശിച്ചത്? എനിക്കൊന്നും മനസ്സിലായില്ല.

ഗീതയെക്കുറിച്ച് ഞാൻ പറഞ്ഞതെന്താണെന്ന് അറിയാനുള്ള ജിജ്ഞാ സയായിരുന്നു ജാനകിക്ക്.

നിന്റെ അച്ഛൻ വരുമ്പോൾ അവനെക്കൊണ്ട് ഗീതയെ കല്യാണം കഴിപ്പിക്കണമെന്നാണ് അച്ഛരമ്മയുടെ ആഗ്രഹം.

എനിക്കും ഗീതേച്ചിയെ ഇഷ്ടമായി അച്ഛരമ്മേ. ഗീതേച്ചിക്ക് വിരോ ധമൊന്നും ഇല്ലെങ്കിൽ അച്ഛരനെക്കൊണ്ട് സമ്മതിപ്പിക്കുന്ന കാര്യം ഞാനേറ്റു.

ഊണ് കഴിഞ്ഞ് മുൻവശത്തെ ചാരുകസേരയിൽ ഞാൻ വിശ്ര മിക്കുന്ന സമയത്താണ് ശാഖയുടെ സെക്രട്ടറി അജയൻ കയറിവന്നത്.

സുഖമാണോ ജാനകിയമ്മേ? രവിയേട്ടന്റെ മോളുവന്നിട്ടുണ്ടെന്ന് പറഞ്ഞതു നേരാണോ? ചായക്കടയിൽ വെച്ച് സുനിയാണ് എന്നോട് പറഞ്ഞത്.

ഉവ്വ് മോനേ, ഞാനവളെ ഇങ്ങോട്ട് കൂട്ടിക്കൊണ്ട് പോന്നു. രവിക്ക് അവിടെ കുറച്ച് കാര്യങ്ങൾ കൂടി തീർക്കാനുണ്ട്. അധികം വൈകാതെ അവനും ഇങ്ങെത്തും.

ജാനകിയമ്മയുടെ കഷ്ടകാലമൊക്കെ തീരുന്നത് കാണുമ്പോൾ എനിക്കും വളരെ സന്തോഷമുണ്ട്. ഇനിയിപ്പോൾ വിൽപ്പത്രത്തിന്റെ ആവശ്യമൊന്നും ഇല്ലല്ലോ. സാധിച്ചാൽ ഇന്നുതന്നെ ഞാൻ പോയി പ്രമാണം തിരിച്ചുവാങ്ങിച്ചേക്കാം. പരസ്യം കൊടുത്തതിന് ചെലവായ കാശിന്റെ കാര്യം വിശ്വംഭരൻ ചേട്ടൻ ആവശ്യപ്പെട്ടാൽ തന്നെ ജാന കിയമ്മ അത് കൊടുക്കാനൊന്നും പോകണ്ട. അതൊക്കെ യൂണിയൻ നേരിട്ട് ചെയ്തിട്ടുള്ള കാര്യങ്ങളാണ്. ശാഖയ്ക്ക് അതിൽ പ്രത്യേകിച്ച് മുടക്കൊന്നുമില്ല. കഴിഞ്ഞ തവണ വിശ്വംഭരനെ കണ്ടപ്പോൾ ഈ വിവരങ്ങളൊക്കെ അവനെന്നോട് പറഞ്ഞതാണ്. കുരിയാക്കോസ് പറ ഞ്ഞതും വിശ്വസിച്ച് പരസ്യം കൊടുക്കേണ്ടതില്ല എന്നൊരു നിലപാടാ യിരുന്നു ഞാനന്ന് സ്വീകരിച്ചത്. വിശ്വംഭരൻ ഒറ്റയാളുടെ നിർബ്ബന്ധബുദ്ധി യാണ് കാര്യങ്ങൾ ശുഭകരമായി അവസാനിക്കുവാൻ ഇടവരുത്തിയത്. ആ പരസ്യംകൊണ്ട് എന്നെന്നേക്കുമായി നഷ്ടപ്പെട്ടുവെന്ന് കരുതിയ ജീവിതമാണ് എനിക്ക് തിരിച്ചുകിട്ടിയത്. അതിനുവേണ്ടി എത്ര രൂപ ചെലവായിട്ടുണ്ടെങ്കിലും അത് തിരിച്ചുകൊടുക്കാനുള്ള ബാദ്ധ്യതയും എനിക്കുണ്ട്.

അതൊക്കെ ജാനകിയമ്മയുടെ ഇഷ്ടം. പക്ഷേ, അതിന്റെയൊന്നും ആവശ്യമില്ലെന്നാണ് ഇപ്പോഴും എന്റെ അഭിപ്രായം. എന്തായാലും പ്രമാണം കൊണ്ടുവരുമ്പോൾ ചെലവായ തുകയുടെ കൃത്യമായ കണ ക്കുകൾ ഞാൻ ചോദിച്ചുമനസ്സിലാക്കിയിട്ടുവരാം. ഒരുവട്ടം കൂടി ആലോ ചിച്ചതിന് ശേഷം ജാനകിയമ്മ ഇക്കാര്യത്തിൽ ഒരു തീരുമാനം എടു ത്താൽ മതിയാകും.

രവിയുടെ മോൾ ഇവിടെയുണ്ടോ?

ഞാനത് മറന്നുപോയി അജയാ, അവളെ ഞാൻ വിളിക്കാം.

ഞാൻ വിളിച്ചതിന്റെ പിറകെ ജാനകി മുൻവശത്തേക്കുവന്നു. അജയനെ ഞാൻ അവൾക്ക് പരിചയപ്പെടുത്തിക്കൊടുക്കുകയും ചെയ്തു. ഓരോ വിശേഷങ്ങൾ പറഞ്ഞ് അവരുത്തമ്മിലുള്ള സംസാരം അജയൻ വലിച്ചുനീട്ടുന്നത് കണ്ടപ്പോൾ എനിക്ക് കാര്യം പിടികിട്ടി. പെണ്ണുങ്ങളെ മയക്കാനുള്ള ശേഖരന്റെ കഴിവ് അതേപടി തന്നെ ഇവനും കിട്ടിയിട്ടുണ്ട്. നിസ്സാരസമയംകൊണ്ടാണ് അവൻ ജാനകിയുമായി ചങ്ങാത്തം ഉണ്ടാക്കിയത്.

ജാനകിയെ ഞാൻ അപ്പുറത്തേക്ക് പറഞ്ഞുവിട്ടതിന് ശേഷമാണ് മനസ്സില്ലാമനസ്സോടെയാണെങ്കിലും അജയൻ പോകാൻ കൂട്ടാക്കിയത്. അവനെ കുറ്റംപറഞ്ഞിട്ട് എന്താണ് കാര്യം, കുറ്റിയടിച്ചതുപോലെ അവന്റെ മുൻപിൽ നില്ക്കേണ്ട ആവശ്യം ജാനകിക്കും ഉണ്ടായിരുന്നില്ല. അമ്മയില്ലാതെ വളർന്നതിന്റെ കുഴപ്പങ്ങളാണ് അവൾ ഈ കാണിക്കു ന്നതൊക്കെ. ഇനി ഞാൻ വേണം അവളെ അടക്കവും ഒതുക്കവുമൊക്കെ പഠിപ്പിച്ചെടുക്കാൻ.

പണ്ട് കാർത്ത്യായനിയമ്മയും ഇതൊക്കെത്തന്നെയാണല്ലോ എന്നോട് പറഞ്ഞിരുന്നതെന്ന് ഓർത്തപ്പോൾ അറിയാതെ എനിക്ക് ചിരി വന്നുപോയി. വളർന്നുവരുന്ന പെൺകുട്ടികൾ എന്നും കാർന്നോന്മാർക്ക് ഒരു ആധി തന്നെയാണെന്ന് സമ്മതിക്കാതെ തരമില്ല.

മുത്തശ്ശിയായതിനുശേഷമുള്ള ഒരാഴ്ച കടന്നുപോയത് ഞാൻ അറി ഞ്ഞതേയില്ല. ആദ്യത്തെ ഒന്നുരണ്ട് ദിവസംകൊണ്ട് ജാനകി ചുറ്റുപാടു കളുമായി നന്നായി ഇണങ്ങി. വീട്ടിനുള്ളിൽ ഇരിക്കുന്നത് അവൾക്ക് തീരെ ഇഷ്ടമുള്ള കാര്യമല്ലായിരുന്നു. സദാ ഗീതയുടെ കൂടെയുള്ള ചുറ്റിക്കറങ്ങലായിരുന്നു ജാനകിയുടെ പ്രധാന വിനോദം. ആ കാട്ടു മുക്കിൽ പുറംലോകം കാണാതെ വളർന്നതിന്റെ ബുദ്ധിമുട്ട് മാറിക്കോ ട്ടേയെന്ന് ഞാനും വിചാരിച്ചു. ഗീതയുടെ കൂടെ ആയതുകൊണ്ട് മറ്റ് കാര്യങ്ങളെക്കുറിച്ച് എനിക്കൊരു ഭയവും ഉണ്ടായിരുന്നില്ല. സ്വന്തം മോളെപ്പോലെയാണ് ഗീത അവളെ കൊണ്ടുനടക്കുന്നത്.

ഗീതയുടെ വീടുപണി ഏകദേശം പൂർത്തിയാകാറായി. ഇവിടെ നിന്നും അവൾ താമസംമാറുന്ന കാര്യം ആലോചിക്കുന്നതുപോലും എനിക്ക് വലിയ മനഃപ്രയാസം ഉണ്ടാക്കിയിരുന്നു. കുറച്ചുനാളുകൾ കൊണ്ട് ഗീത എന്റെ ജീവിതത്തിലെ ഒരു ഭാഗമായി മാറിക്കഴിഞ്ഞു. രവിയെ കല്യാണം കഴിക്കുവാൻ ഗീതയ്ക്ക് എതിർപ്പില്ലെന്ന് മാത്രമല്ല അവൾ അത് ആഗ്രഹിക്കുന്നുണ്ടെന്നും എനിക്കുറപ്പായി. പക്ഷേ, രവി യുടെ മനസ്സറിയുന്നതിനുമുൻപ് അവൾക്കൊരു ആശ കൊടുത്തത് ശരി യായോ എന്നൊരു ആശങ്ക എനിക്ക് ഇല്ലാതിരുന്നില്ല.

അജയൻ ചേട്ടൻ അച്ഛമ്മയെ കാണാൻ വന്നിട്ടുണ്ട്.

തുണികൾ മടക്കിവെക്കുന്ന സമയത്താണ് ജാനകി വന്നുപറഞ്ഞത്.

ഞാൻ ഉമ്മറത്ത് ചെന്നു. എന്താണ് അജയാ വിശേഷിച്ച്?

ജാനകിയമ്മയുടെ വസ്തുവിന്റെ പ്രമാണം ഞാൻ കൊണ്ടു

വന്നിട്ടുണ്ട്. വേറെ ചില തിരക്കിൽ ആയിരുന്നതുകൊണ്ട് ഇന്നലെയാണ് എനിക്കിത് എഴുത്തുകാരന്റെ കൈയിൽനിന്നും വാങ്ങാൻ ഒത്തത്. തിരിച്ചെത്തിയപ്പോൾ നേരം ഇരുട്ടിയതുകൊണ്ട് രാവിലെ തരാമെന്ന് കരുതി.

വളരെ ഉപകാരം മോനെ. എത്ര രൂപയാണ് ഈ കണക്കിൽ ഞാൻ തരേണ്ടത്?

എഴുത്തുകാരന്റെ ഫീസും പത്രത്തിന്റെ പരസ്യമിട്ടതിനും കൂടി മൊത്തം നാലായിരത്തി എഴുന്നൂറ്റി നാല്പത് രൂപയാണ് ചെലവായിട്ടുള്ളത്. അതിൽ പരസ്യം കൊടുത്തതിന്റെ പൈസ യൂണിയനിൽനിന്നും നേരിട്ടാണ് കൊടുത്തിട്ടുള്ളത്. അതുകിഴിച്ചുള്ള എഴുനൂറ്റിയെഴുപതുരൂപ ശാഖയിൽനിന്നും ചെലവാക്കിയത്. ആശുപത്രിയിലെ ബില്ലും മൂന്നു തവണത്തെ വണ്ടിവാടകയും ചേർത്താണ് ഇത്രയും കാൾ വന്നിട്ടുള്ളത്. ശാഖയിൽനിന്നും ചെലവായ പൈസ മാത്രം ജാനകിയമ്മയുടെ കൈയിൽനിന്നും വാങ്ങിയാൽ മതിയെന്ന് വിശ്വംഭരൻ ചേട്ടൻ പ്രത്യേകം പറഞ്ഞിട്ടുണ്ട്. യൂണിയനും അക്കാര്യത്തിൽ എതിർപ്പൊന്നും ഇല്ല.

അതേതായാലും നന്നായി അജയാ. പരസ്യമിടാൻ ഇതിനുമാത്രം പൈസയാകുമെന്ന് സത്യത്തിൽ എനിക്കറിയില്ലായിരുന്നു. മോൻ ഇരിക്ക്, ഞാൻ പോയി കാശെടുത്തിട്ടുവരാം.

അവൻ മടങ്ങിപ്പോയതിനുശേഷം ഞാൻ ആ പ്രമാണമെടുത്ത് വെറുതെ മറിച്ചുനോക്കി. ഇത്രയും വർഷം ഞാനിത് ഭദ്രമായി സൂക്ഷിച്ചുവെങ്കിലും ഇതൊന്നു തുറന്നുനോക്കുന്നത് ഇതാദ്യമായിട്ടാണ്. കുറച്ചു ദിവസങ്ങൾകൊണ്ട് എന്തെല്ലാം മാറ്റങ്ങളാണ് എന്റെ ജീവിതത്തിൽ സംഭവിച്ചത്. ഇതുവരെ അനാഥമായിരുന്ന ഈ പ്രമാണത്തിന് അവകാശികളെ ലഭിച്ചത് എത്ര പെട്ടെന്നായിരുന്നു. രജിസ്ട്രാഫീസിൽവെച്ച് രവിയെക്കുറിച്ച് ഞാൻ സൂചിപ്പിച്ചതാണ് എല്ലാ അർത്ഥത്തിലും ഒരു വഴിത്തിരിവായത്. അല്ലായിരുന്നെങ്കിൽ ഏതെങ്കിലും ഒരു കാലത്ത് രവി വരുമ്പോൾ എന്റെ സ്മാരകം പോലെ ഇതിനകത്ത് നില്ക്കുന്ന ഗുരുമന്ദിരവും കണ്ട് അവന് തിരിച്ചുപോകേണ്ടി വന്നേനെ.

കുറെ നാളുകളായി വിട്ടുനിന്ന ആ നശിച്ച കിതപ്പ് ഇന്നുരാവിലെ മുതൽ വീണ്ടും തലപൊക്കിത്തുടങ്ങിയിട്ടുണ്ട്. ഉറക്കമില്ലായ്മയാണ് ഒരു പരിധിവരെയും എന്റെ എല്ലാ ഏനക്കേടുകളുടേയും കാരണം. ഇന്നലെ പാതിരാത്രി കഴിഞ്ഞപ്പോൾ തച്ചൻ കോഴിയുടെ കൂവലുകേട്ടതിനുശേഷം ഒരുപോള കണ്ണടയ്ക്കാൻപോലും എനിക്ക് സാധിച്ചിട്ടില്ല. മരണത്തിന്റെ മണമുള്ള തച്ചൻ കോഴിയെപ്പറ്റി എന്റെ ചെറുപ്പത്തിൽ കാർത്ത്യായനിയമ്മ പറഞ്ഞ് ധാരാളം കേട്ടിട്ടുണ്ടെങ്കിലും അതൊക്കെ കെട്ടുകഥകൾ ആണെന്നാണ് അന്നാളിൽ ഞാൻ കരുതിയിരുന്നത്. പക്ഷേ, അച്ഛൻ മരിക്കുന്നതിന്റെ തലേ രാത്രിയിൽ തച്ചൻകോഴി കൂവുന്നത് ഞാൻ കേട്ടതാണ്. അതിനുശേഷമാണ് ഈ ഭയം എന്റെ മനസ്സിൽ കയറിപ്പറ്റിയത്. മരണം കാത്തുകിടക്കുന്ന ആരെയെങ്കിലും കൂടെ കൊണ്ടുപോകാതെ അതിനി തിരിച്ചുപോകില്ല. സരോജിനിക്ക് ഇഹലോകം വെടിയാനുള്ള സമയം

ആയെന്നുവേണം കരുതാൻ. ഒരു കണക്കിന് അവൾ മരിക്കുന്നതുതന്നെ യാണ് ഭേദം. എത്ര നാളെന്ന് കരുതിയാണ് ഈ മലംകിടപ്പ് കിടക്കുന്നത്. എല്ലാം ഈശ്വര നിശ്ചയം പോലെ നടക്കട്ടെ.

ഊണ് കഴിഞ്ഞ് കുറച്ചുനേരം വന്നുകിടന്നെങ്കിലും ക്ഷീണത്തിന് യാതൊരു കുറവും ഉണ്ടായിട്ടില്ല. ഓരോ കാര്യങ്ങൾ ആലോചിച്ച് കിട ക്കുന്ന സമയത്താണ് ജാനകിമോളും ഗീതയും കൂടി എന്റെയടുത്തേക്ക് വന്നത്.

നമുക്കിന്ന് മാറ്റിനിക്ക് പോയാലോ അമ്മായി

സിനിമയ്ക്ക് പോകാനോ, നല്ല കഥയായി

ജാനകിയുടെ ആഗ്രഹമല്ലേ അമ്മായി, അതങ്ങ് സാധിച്ചുകൊടുക്ക്. സിനിമയ്ക്ക് പോകുന്ന കാര്യം അവൾ എന്നോട് പറയാൻ തുടങ്ങിയിട്ട് ദിവസം കുറെ ആയി. അതുകൊണ്ടാണ് ഞാനിന്ന് കുറച്ച് നേരത്തെ വന്നത്.

അതുശരി, നിങ്ങൾ രണ്ടാളുംകൂടി ഒത്തുകൊണ്ടുള്ള പരിപാടി യാണിത് അല്ലേ? സിനിമ കാണാനുള്ള എന്റെ പൂതിയൊക്കെ തീർന്നിട്ട് കൊല്ലങ്ങൾ എത്ര കഴിഞ്ഞിരിക്കുന്നു. ജാനകിക്ക് അത്ര ആഗ്രഹമാ ണെങ്കിൽ നീതന്നെ അവളെ കൊണ്ടുപോയാൽ മതി.

എങ്കിൽ അമ്മായി കുറച്ചുനേരം വിശ്രമിക്ക്, ഞങ്ങളൊരുമിച്ച് പോയിട്ട് വരാം. രണ്ടുപേർക്കും വലിയ സന്തോഷമായി.

പോകുന്ന വഴിക്ക് സരോജിനിയുടെ അടുത്തുവരെ പോയി വിശേ ഷങ്ങൾ തിരക്കാൻ മറക്കണ്ട ഗീതേ. അവൾക്കെന്തോ സംഭവിക്കാൻ പോകുന്നുവെന്ന് എന്റെ മനസ്സ് പറയുന്നു.

രവീടെച്ചരന്റെ കൂടെ ആദ്യമായി സിനിമയ്ക്ക് പോയതിന്റെ ഓർ മ്മകളാണ് എന്റെ മനസ്സിലേക്ക് അപ്പോൾ കടന്നുവന്നത്. എത്ര ശ്രമി ച്ചിട്ടും അയാളെ എന്റെ മനസ്സിൽനിന്ന് മായിച്ചുകളയാൻ എനിക്കാ വുന്നില്ല. ഒരിക്കലും പൊറുക്കാൻ കഴിയാത്ത തെറ്റാണ് ആ മനുഷ്യൻ എന്നോടും രവിയോടും ചെയ്തത്. എന്നിട്ടും അയാളെ വെറുക്കാൻ കഴി യാത്തതിന്റെ കൃത്യമായ ഒരു ഉത്തരം ഇതുവരെ എനിക്ക് കണ്ടെത്തു വാൻ കഴിഞ്ഞിട്ടില്ല. സ്നേഹിച്ച പുരുഷന്റെ മുൻപിൽ സ്ത്രീ എന്നും അബലയായതുകൊണ്ടായിരിക്കാം ഒരുപക്ഷേ, എനിക്കതിന് സാധി ക്കാത്തത്.

വാതിലിൽ മുട്ടുന്ന ശബ്ദം കേട്ടാണ് ഞാൻ മയക്കത്തിൽനിന്നും ഉണർന്നത്. സിനിമ കഴിഞ്ഞ് അവരെത്തിയെന്ന് തോന്നുന്നു.

ഞാൻ കതക് തുറന്നപ്പോൾ എന്റെ കണ്ണുകളെ എനിക്ക് വിശ്വസി ക്കാൻ കഴിഞ്ഞില്ല.

രവി, നീയോ?

അകത്തേക്ക് കടന്നുവന്ന് അവൻ എന്നെ വാരിപ്പുണർന്നു.

അതേ അമ്മേ, അമ്മയുടെ മോൻ രവി. എന്റെ ശിക്ഷാകലാവധി ഇന്നലെ അവസാനിച്ചു. ജയിലിൽനിന്നും ഞാൻ നേരെ ജാനകിയുടെ

അടുത്തേക്കാണ് പോയത്. അവിടെ ചെന്നപ്പോഴാണ് അമ്മ അവളെ ഇങ്ങോട്ട് കൂട്ടിക്കൊണ്ടുവന്നു എന്ന് സുജാത പറഞ്ഞത്. അതേതായാലും നന്നായി. ആ പ്രകാശൻ മുഴുവൻ സമയവും കുടിതന്നെയാണെന്നാണ് അവൾ പറയുന്നത്. എനിക്കവനെ കാണാൻ ഒത്തില്ല, അല്ലെങ്കിൽ അവന്റെ അഭ്യാസമൊക്കെ ഇന്നലെത്തന്നെ ഞാൻ അവസാനിപ്പിച്ചേനെ.

നീ ഇനി ആരുമായും വഴക്കിനൊന്നും പോകണ്ട രവി. ഇതിലും കൂടുതലായി എന്തെങ്കിലും താങ്ങാനുള്ള എകതി എനിക്കില്ല മോനെ.

ഇല്ല അമ്മേ, ഇനി ഒരിടത്തേക്കും ഞാൻ പോകുന്നില്ല. ഇനിയുള്ള കാലം മുഴുവൻ അമ്മയുടെ മോൻ രവി ആയി എനിക്ക് ജീവിക്കണം. ഇത്രയും നാളത്തെ എന്റെ അലച്ചിൽ ഇന്നത്തോടെ ഞാൻ അവസാനിപ്പിക്കുകയാണ്.

ജാനകി എവിടെയാണ് അമ്മേ?

അവൾ ഗീതയുടെ കൂടെ ഒരു സിനിമ കാണാൻ പോയതാണ്. ഉടനെ തിരിച്ചുവരും. നീ ഇവിടെ ഇരിക്ക് മോനെ, ഞാൻ നിന്നെയൊന്ന് ശരിക്കും കാണട്ടെ.

ഇത്രയും കാലം അമ്മയുടെ അടുത്തുനിന്ന് മാറി നിന്നത് എത്ര വലിയ തെറ്റായിപ്പോയെന്ന് ജയിലിലെ അനുഭവങ്ങൾ എന്നെ നല്ലതുപോലെ പഠിപ്പിച്ചു. ജാനകിയെ ഒരുനോക്ക് കാണാൻ കൊതിച്ചപ്പോഴാണ് അമ്മ എന്നെക്കുറിച്ചോർത്ത് എന്തുമാത്രം വേദനിച്ചിട്ടുണ്ടാകുമെന്ന് ഞാൻ തിരിച്ചറിഞ്ഞത്. കുറ്റബോധം കൊണ്ട് നീറിനീറിയാണ് ഓരോ ദിവസവും ഞാൻ തള്ളിനീക്കിയത്. അമ്മയോടു ഞാൻ ചെയ്ത അപരാധത്തിന് ക്ഷമചോദിക്കാനുള്ള അവകാശംപോലും എനിക്കില്ല.

എന്നോട് ക്ഷമ ചോദിക്കുവാൻ മാത്രം ഒരു തെറ്റും നീ ചെയ്തിട്ടില്ല രവി. എല്ലാം ഈശ്വരനിശ്ചയം ആയിരുന്നു. അതു തടുക്കാൻ നിനക്കെന്നല്ല ആർക്കും കഴിയില്ല.

നമുക്കൊന്ന് പുറത്തേക്ക് ഇറങ്ങിയാലോ രവി, നിന്റെ കൈയിൽ പിടിച്ചുകൊണ്ട് കവലയിൽ എല്ലാവരുടേയും മുൻപിലൂടെ നടക്കണമെന്നുള്ളത് എന്റെ വലിയ ഒരു ആഗ്രഹമായിരുന്നു.

അതിനെന്താ അമ്മേ, ആ ആഗ്രഹം ഇപ്പോൾത്തന്നെ സാധിച്ചേക്കാം.

എങ്കിൽ നമുക്ക് നേരെ സിനിമക്കോട്ടയിൽപ്പോയി ജാനകിയെ വിളിച്ചിട്ടുവരാം.

ഞാൻ ജയിലിൽ ആയിരുന്ന കാര്യം ഇവിടെയുള്ള ആളുകൾക്ക് അറിയാമോ? ആരെങ്കിലും ചോദിച്ചാൽ എന്തുമറുപടിയാണ് പറയേണ്ടത്?

അതൊന്നും ഇവിടെയാർക്കും അറിയില്ല, ഞാനാരോടും പറയാനും പോയിട്ടില്ല. ആരെങ്കിലും ചോദിച്ചാൽ ദൂരെ ഏതെങ്കിലും സ്ഥലത്ത് ജോലിയിലായിരുന്നു എന്ന് പറഞ്ഞാൽ മതി.

രവിയുടെ കൂടെ കവലയിലൂടെ തലയുയർത്തിപ്പിടിച്ച് നടക്കുന്നത് എത്രയോ വട്ടം ഞാൻ സ്വപ്നം കണ്ടിരിക്കുന്നു. ആ ആഗ്രഹം സ്വപ്ന

ത്തിൽമാത്രം ഒതുങ്ങിപ്പോകുമെന്നാണ് ഞാൻ കരുതിയത്. എന്റെ ആ ആഗ്രഹവും ഇന്ന് സഫലമാവുകയാണ്. അവന്റെ കൈയിൽ പിടിച്ചുകൊണ്ട് കവലയിലൂടെ നടന്നപ്പോൾ ലോകം കീഴടക്കിയ പ്രതീ തിയായിരുന്നു എനിക്കുണ്ടായത്. കുറച്ച് ദൂരം അങ്ങനെ നടന്നപ്പോഴേക്കും ഞാൻ വല്ലാതെ കിതയ്ക്കുവാൻ തുടങ്ങി. നെഞ്ചിനുള്ളിൽ അസഹ്യമായ വേദനകൂടി അനുഭവപ്പെട്ടുതുടങ്ങിയതോടെ ഞാൻ രവിയോട് തിരിച്ചു പോകാമെന്ന് പറഞ്ഞു.

എന്തുപറ്റി അമ്മേ? വല്ലാതെ വിയർക്കുന്നുണ്ടല്ലോ?

എനിക്കൊന്നുമില്ല മോനെ, ഈ കിതപ്പ് കുറെ നാളുകളായിട്ടുണ്ട്. എന്റെ കൂടപ്പിറപ്പാണ്. പെട്ടെന്ന് നിന്നെ കണ്ടതിന്റെ സന്തോഷത്തിൽ അല്പം കൂടിയെന്ന് മാത്രം.

രവി എന്നെ താങ്ങിപ്പിടിച്ച് വീടിനകത്തുകൊണ്ടുപോയി കിടത്തി. അമ്മയ്ക്ക് ആശുപത്രിയിൽ പോകണോ?

ഞാൻ പറഞ്ഞില്ലേ രവി, ഇതിനുള്ള കാര്യമൊന്നും ഇല്ല. കുറച്ചു നേരം കിടന്നു കഴിയുമ്പോൾ തനിയേ മാറിക്കൊള്ളും. അതാണ് പതിവ്.

രവി ഒരു കസേര നീക്കിയിട്ട് എന്റെ അടുത്തുതന്നെ ഇരുന്നു.

ജാനകിയെ കാണുവാനുള്ള നിന്റെ ജിജ്ഞാസ എനിക്ക് നല്ലതു പോലെ മനസ്സിലാകുന്നുണ്ട്. ഇവിടെ വന്നതിൻശേഷം ആദ്യമായിട്ടാണ് അവളൊരു സിനിമയ്ക്ക് പോകണമെന്ന് ആഗ്രഹം പറഞ്ഞത്. ഗീതയുടെ കൂടെ ആയതുകൊണ്ട് ഞാനതിന് എതിർപ്പൊന്നും പറഞ്ഞില്ല. ഒരു മുന്ന റിയിപ്പും കൂടാതെ നീ വന്നുകയറുമെന്ന് ആരെങ്കിലും കരുതിയോ. അടുത്ത ആഴ്ചയിൽ ഞങ്ങൾ നിന്നെ വന്നുകാണാൻ ഇരിക്കുകയാ യിരുന്നു. അല്ലെങ്കിലും നിന്റെ വരവും പോക്കും മുൻപും ഇങ്ങനെയൊ ക്കെത്തന്നെ ആയിരുന്നല്ലോ.

പണ്ട് കാളവണ്ടി ഉണ്ടായിരുന്ന ദാനപ്പൻ ചേട്ടന്റെ മകൾ ഗീതയുടെ കാര്യമാണോ അമ്മ പറയുന്നത്.

അതുതന്നെ രവി, ദാനപ്പനെ നീ ഇപ്പോഴും ഓർക്കുന്നുണ്ടല്ലേ, നീ പോയതിന് ശേഷമാണ് ഗീതയുടെ കല്യാണം കഴിഞ്ഞത്. നിന്നെപ്പോലെ തന്നെ കുറെനാൾ ജയിലിൽ കിടക്കാനുള്ള യോഗം അവളുടെ ജാതക ത്തിലും ഉണ്ടായിരുന്നു.

ഗീത എന്തുകാരണത്തിനാണ് ജയിലിൽ കിടന്നത്?

അവളുടെ ഭർത്താവിനെ കൊന്ന കുറ്റത്തിന് എട്ടുകൊല്ലത്തോളം ഗീത ജയിലിലായിരുന്നു. അവളൊരു പാവമാണ് രവി, ആ ദുഷ്ടന്റെ കൈയിലിരിപ്പ് കൊണ്ടാണ് അങ്ങനെയൊരു കടുംകൈ അവൾക്ക് ചെയ്യേണ്ടിവന്നത്. വീടുപണി നടക്കുന്നതുകൊണ്ട് ഇപ്പോൾ കുറ ച്ചുനാളുകളായി ഗീത എന്റെ കൂടെയാണ് താമസിക്കുന്നത്. അവൾ കൂടെ യുള്ളത് എനിക്കിപ്പോൾ വലിയെരു ആശ്വാസമാണ്. ജനകിമോൾക്കും ഗീതയെ വലിയ കാര്യമാണ്. സ്വന്തം മോളെപ്പോലെയാണ് ഗീത അവളെ നോക്കുന്നത്. ഇനിയുള്ള കാലവും ഗീതയെ ഇവിടെത്തന്നെ നിർത്തണ

എന്നാണ് ഞങ്ങളുടെ ആഗ്രഹം. എല്ലാം നീ വന്നതിന് ശേഷം തീരുമാ
നിക്കാമെന്ന് കരുതി.

ഇതൊക്കെ എന്നോട് ചോദിക്കേണ്ട കാര്യമെന്താണ് അമ്മേ? ഗീത
ഇവിടെ കഴിയുന്നതിന് എനിക്കെന്താണ് ബുദ്ധിമുട്ട്?

നീ ആദ്യം അവളെയൊന്ന് കണ്ടുനോക്ക്, അതിനുശേഷം എന്റെ
മനസ്സിലുള്ള കാര്യങ്ങൾ ഞാൻ നിന്നോട് പറയാം, നീ എതിരുപറയാ
തിരുന്നാൽ മതി.

ഒന്നുചിരിച്ചതല്ലാതെ രവി അതിന് മറുപടിയൊന്നും പറഞ്ഞില്ല.

വല്ലാത്ത പരവേശം തോന്നിയപ്പോൾ കുടിക്കാൻ കുറച്ച് വെള്ളം
വേണമെന്ന് ഞാൻ രവിയോട് പറഞ്ഞു. മേശപ്പുറത്ത് ഇരിക്കുന്ന കൂജ
അവനുകാണിച്ചുകൊടുത്തതിന്റെ കൂട്ടത്തിലാണ് അജയൻ രാവിലെ
കൊണ്ടുവന്ന പ്രമാണം എന്റെ ശ്രദ്ധയിൽപ്പെട്ടത്. ഭൂതം നിധി കാക്കു
ന്നതുപോലെ ഇതുവരെ ഞാനത് സൂക്ഷിച്ചത് വൃഥാവിലായില്ല. എനി
ക്കെന്റെ മകനെ തിരിച്ചുകിട്ടിയതുപോലെ ആ പ്രമാണത്തിനും അതിന്റെ
അനന്തരാവകാശിയെ കിട്ടിക്കഴിഞ്ഞു.

രവി എടുത്തുതന്ന വെള്ളം വാങ്ങി കുടിച്ചെങ്കിലും എന്റെ ഉള്ളിലെ
പരവേശത്തിന് യാതൊരു ശമനവും ഉണ്ടായില്ല. കുറച്ച് കഴിഞ്ഞപ്പോൾ
ശരീരത്തിന്റെ ഭാരം കുറഞ്ഞ് വരുന്നതുപോലെ എനിക്ക് അനുഭവപ്പെ
ടാൻ തുടങ്ങി.

പൊടുന്നനെ എന്റെ ചുറ്റിലും തീവെള്ള നിറത്തിലുള്ള പ്രകാശം
പടരുവാൻ തുടങ്ങി. അതിന്റെ കാഠിന്യം ക്രമേണ വർദ്ധിച്ച് ഒടുക്കം രവി
ഒഴികെ അവിടെയുണ്ടായിരുന്ന എല്ലാത്തിനേയും അത് വിഴുങ്ങി
ക്കളഞ്ഞു. ദൂരെനിന്നും വെളുത്ത വസ്ത്രം ധരിച്ച ആരോ രണ്ടുപേർ
എന്റെയടുത്തേക്ക് നടന്നുവരുന്നത് ഞാൻ കണ്ടു. ആദ്യം വന്നത് അച്ഛ
നായിരുന്നു. അതിനുശേഷം രവീടച്ഛനും വന്നു. രവിയുടെ എതിർവശ
ത്തായി അച്ഛനും എന്റെ നേരെ മുൻപിൽ രവീടച്ഛനും നിലയുറപ്പിച്ചു.

കുറച്ചുനേരത്തെ നിശ്ശബ്ദതയ്ക്കുശേഷം അച്ഛൻ സംസാരത്തിന്
തുടക്കമിട്ടു.

അച്ഛനെന്ന നിലയിൽ ജാനകിയുടെ ബാല്യകാലത്ത് ഞാൻ
ചെയ്യേണ്ടതായ എല്ലാ കടമകളും ഭംഗിയായി നിർവ്വഹിക്കുവാൻ എനിക്ക്
സാധിച്ചിട്ടുണ്ട്. അവളെ വളർത്തി വലുതാക്കുകയും സുരക്ഷിതമായ
കരങ്ങളിൽ ഏല്പിക്കുകയും ചെയ്തതുകൊണ്ടാണ് എന്റെ ഉത്തരവാ
ദിത്വം ഞാൻ പൂർത്തിയാക്കിയത്. പിന്നീടുള്ള ജീവിതത്തിൽ ജാനകിയെ
സംരക്ഷിക്കുവാനുള്ള കടമ അവളുടെ ഭർത്താവിനായിരുന്നു.

അടുത്ത ഊഴം രവീടച്ഛന്റേതായിരുന്നു.

ഞാൻ ജാനകിയുടെ കഴുത്തിൽ താലി കെട്ടിയതോടെ ഭാര്യ
എന്നുള്ള പദവി അവൾക്ക് ലഭിച്ചു. ആ താലിയുടെ ബലത്തിലാണ് വിവാ
ഹിതയായ സ്ത്രീക്ക് സമൂഹം നല്കുന്ന മുഴുവൻ പരിഗണനയും അംഗീ
കാരവും ജാനകിക്ക് ആസ്വദിക്കുവാൻ കഴിഞ്ഞത്. എന്റെ അസാന്നി

ദൃശ്യത്തിലും സമൂഹത്തിന്റെ മുൻപിൽ എക്കാലവും ജാനകി ഒരു ഭാര്യ
യായിരുന്നു. വാർദ്ധക്യത്തിൽ അവളെ സംരക്ഷിക്കുവാൻ കെല്പുള്ള
ഒരു മകനെ അവൾക്ക് കൊടുക്കാനും എനിക്ക് സാധിച്ചു.

രവിയായിരുന്നു പിന്നീട് സംസാരിച്ചത്.

അമ്മയുടെ അവസാന നാളുകളിലെ സംരക്ഷണം ഏറ്റെടുക്കു
വാനും കാലശേഷം ശേഷക്രിയകൾ ചെയ്യുവാനുമുള്ള എന്റെ കടമക
ളെക്കുറിച്ച് ഞാൻ തികച്ചും ബോധവാനാണ്. എന്റെ ഉത്തരവാദിത്വങ്ങൾ
പൂർത്തീകരിക്കുന്നതിനുവേണ്ടി യഥാസമയം അമ്മയുടെ അടുക്കൽ
എത്തിച്ചേരുവാൻ എനിക്ക് സാധിച്ചു. എന്റെ കടമകൾ നിറവേറ്റുവാൻ
ഞാൻ പ്രതിജ്ഞാബദ്ധനാണ്.

എന്റെ ഭർത്താവും മകനും എന്നോടുള്ള ഉത്തരവാദിത്വങ്ങൾ പൂർ
ത്തിയാക്കിയെന്ന് അവകാശവാദം ഉന്നയിച്ചപ്പോൾ അവരോടെനിക്ക്
സഹതാപമാണ് തോന്നിയത്. എന്റെ സംരക്ഷകരെന്ന് ഞാൻ കരുതിയ
ഇവർ എക്കാലവും നിസ്സഹായതയുടെ പ്രതീകങ്ങളായിരുന്നു. ഒരു സ്ത്രീ
യായിരുന്നെങ്കിലും ഞാൻ ഒരിക്കലും ഇവരെപ്പോലെ അബലയാ
യിരുന്നില്ല. എന്റെ ജീവിതം തന്നെയാണ് അതിനുള്ള ഏറ്റവും വലിയ
തെളിവ്.

ശാക്തീകരണത്തിന്റെ കിരണങ്ങളെ തടഞ്ഞുനിർത്തി സ്ത്രീയുടെ
വളർച്ചയെ മുരടിപ്പിക്കുന്ന പുരുഷന്റെ തണൽ ഒരു ശാപമാണെന്ന്
ഞാൻ ഉറക്കെ വിളിച്ചുപറഞ്ഞെങ്കിലും ആരും അത് കേട്ടതായി ഭാവി
ച്ചില്ല.

പ്രകാശത്തിന്റെ കാഠിന്യം അസഹ്യമായതോടെ പിന്നീടൊന്നും
എനിക്ക് കാണുവാൻ കഴിഞ്ഞില്ല. ഞാനെന്റെ കണ്ണുകൾ ഇറുക്കി അടച്ചു.
ജീവിതത്തിലെന്നപോലെ എന്റെ മരണത്തിലും ഭർത്താവും മകനും നിസ്സ
ഹായരായ കാഴ്ചക്കാർ മാത്രമായി.

www.ingramcontent.com/pod-product-compliance
Lightning Source LLC
Chambersburg PA
CBHW051457130726

47987CB00005B/2353